பருக்கை

(சாகித்திய அகாதெமி 2015ஆம் ஆண்டுக்கான
'யுவ புரஸ்கார்' விருதுபெற்ற புதினம்)

வீரபாண்டியன்

பரிசல்

பருக்கை (நாவல்)
வீரபாண்டியன்©

முதல் பதிப்பு: டிசம்பர் 2012,
இரண்டாம் பதிப்பு: ஜூலை 2015,
மூன்றாம் பதிப்பு: டிசம்பர் 2019

வெளியீடு: பரிசல் புத்தக நிலையம்,
216, முதல் தளம், திருவல்லிக்கேணி நெடுஞ்சாலை
திருவல்லிக்கேணி, சென்னை – 600 005.
தொலைபேசி: 9382853646
மின்னஞ்சல்:parisalbooks@gmail.com

அச்சாக்கம்: ரவிராஜா பிரிண்டர்ஸ், சென்னை–5.

ISBN: 978-81-924912-0-2

பக்கங்கள்: 248

விலை ரூ.270

Parukkai (Novel)
Veera pandian

Parisal First Edition : December 2012,

Second Edition: July 2015,

Third Edition: December 2019

Published by Parisal Putthaga Nilayam
No.216, First Floor, Triplicane High Road
Triplicane, Chennai - 600 005
Mobile : 93828 53646
email: parisalbooks@gmail.com

Wrapper designed by : Santhosh Narayanan

Printed at: Raviraja Printers, Chennai - 5.

Pages: 248

Price Rs. 270

"அப்பாவின் இரத்தத்திற்கும்,
அண்ணன்களின் வியர்வைக்கும்,
அம்மா, அக்காவின் உழைப்பிற்கும் ஒத்துழைப்பிற்கும்
இந்தப் புதினத்தை அளிப்பதை விட,
இவ்வுலகில் பசித்த வயிறுகளைப்
பசியாற்றும் உயிர்களுக்கெல்லாம்
இந்நூல் ஒரு படையல்..."

“வாழ்க்கையை நான்
வாழ்க்கையிலிருந்தே கற்றுக்கொண்டேன்”
– பாப்லோ நெரூடா

காட்சிப்படலம்

இதுதாங்க வண்ணமடிக்காத எங்க வசந்த மாளிகை,

“அரசு முதுநிலை மாணவர் விடுதி
மற்றும் பள்ளி மாணவர் விடுதி, இராசபுரம்.”

இங்க இருக்கிறவங்க எல்லாருமே ‘சார்’ங்க தான். அப்படின்னா வாத்தியாருங்க இருக்காங்களான்னு நெனைச்சுடாதீங்க. எல்லாருமே பசங்க தான். மாமன், மச்சானு கூப்பிடுறது எல்லாம் கொஞ்சம் குறைவுதான். ஒருத்தர ஒருத்தர் ‘சார்’ன்னு தான் கூப்பிடுவோம். இது பி.எட் படிச்சிட்டு வந்த பசங்களால வந்த ஒரு கலாச்சாரம்.

இதோ இருங்காங்களே பசங்க, இவனுங்க நீங்க சொல்ற அந்த கடவுள் மாதிரி. இங்கயும் இருப்பானுங்க, எங்கயும் இருப்பானுங்க, அங்கங்க இருப்பானுங்க. அது மட்டும் இல்ல ரஜினி மாதிரி கூட சொல்லலாம். ஏன்னா வர வேண்டிய நேரத்துல சரியா வந்துடுவாங்க. வர வேண்டிய நேரம்னா புரியலையா? அதாங்க கேட்டரிங் வேலை. அட, சாப்பாடு செய்யிறதில்லங்க, கல்யாணத்துல சாப்பாடு பரிமாறுவாங்களே அந்த வேலை.

நாங்க படிக்கிற பசங்கதான். ஆனால் அதுதாங்க எங்களுக்கு ஆதாரம். எங்க ஒவ்வொருத்தர் செலவுக்கும், ஒவ்வொரு செலவுக்கும் பணங்கொடுக்கிற அப்பா அம்மா மாதிரி. எங்களுக்குதான் எங்க அப்பா அம்மா சரியா பணமே கொடுக்கிறதில்லையா அதனால கேட்டரிங்தான் எல்லாமே. அவங்கள மட்டும் என்ன சொல்ல முடியும்? கொடுக்க முடிஞ்சா இல்லைன்னு ஏன் சொல்லப்போறாங்க? தினமும் பாடம் படிக்கப் போனாலும், அடிக்கடி வேலைக்குப் போயிடுவோம். எங்களுக்கு பணங்கொடுத்து, சோறும் போடுற வேலை இதுதான். மத்த வேலைங்களுக்குப் போனாலும் எங்க பசங்க கேட்டரிங்க்கே முதல் உரிமை கொடுக்கிறதுக்கும் காரணம் இதுதான்.

> "தனியொரு வனுக்கு உணவில்லை எனில்
> ஜகத்தினை அழித்திடுவோம்"
> – பாரதியார்

வழக்கம் போல வேலையை முடித்துவிட்டு விடுதலையாகும் சிறைக்கைதியைப் போல வெளியே வந்து கொண்டிருந்தோம். அன்று ஞாயிற்றுக் கிழமை ஆனதால் காலை வேலையை சற்றுப் பொறுமையாகவே முடித்துவிட்டு தாமதமாகவே வந்தோம். மதியத்துக்குச் சேர்த்து காலையிலேயே கட்டிவிட்டான் போல, சுரேஷின் நடை மட்டும் கொஞ்சம் வேகம் குறைந்து இருந்தது.

'டே அந்தச் சமையல்காரக் கிழவன் தொல்லை இன்னைக்கும் தாங்கலடா' மெதுவாகத் தொடங் கினான் சிலம்பு. அவன் முகம் கடுகடுவென்று இருந்தது. சத்தம் குறைந்து காணப்பட்டாலும் அவன் வார்த்தைகள் வெடித்தன.

'அட விடுடா அவங்கெடக்கிறான்.. வழக்கமா பாக்கிறது தானே. ஏன் இன்னைக்கு ஏதாவது அவங்கிட்ட மாட்டிகிட்டியா?' என்றான் செல்வா.

'நான் எதுவும் எடுக்கவும் இல்லை திண்ணவும் இல்லை. ரெண்டாவது பந்தி நடக்கும்போது

தெரியாத்தனமா அவம் பக்கத்துல மாட்டிகிட்டேன். சாம் பாரத் தூக்கினா சட்னி எடு, சட்னிய தூக்கினா இட்லி எடு, அதை எடு இதை எடுன்னு என் தாலியறுத்துட்டான் கெழவன்'

'சரி சரி வா, அதான் வேலை முடிஞ்சிடுச்சே அப்புறம் இன்னா விடு'

எல்லாரும் கிண்டலாகச் சிரித்துக்கொண்டே வந்தார்கள். பேருந்து உள்ளிட்ட வண்டிகளின் சத்தங்கள் இரைச்சலாக காதுகளின் செவிப்பறைக் கதவைத் தடதடவென்று தட்டியது. சக்தியின் கையில் மட்டும் ஒரு கறுப்பு நிற பாலிதீன் பை ஊஞ்சலாடிக் கொண்டே வந்தது.

'டே மூதேவி, என்னடா அது? சாப்பாடா?' என்று சக்தியைப் பார்த்து சீரணிப்பதற்காக வாயைத் திறப்பது போல் பேசினான் சுரேஷ்.

'தோசையும் வடையும் பார்சல் பண்ணிடோம்ல. அந்தக் கெழவங் கண்ணுல விரல விட்டு ஆட்டிட்டேன். நாங்களாம் கொஞ்சம் சந்து கிடைச்சாலும் கடா வெட்டிடுவோம்டி' என்று அடக்கமான பீத்துதலுடன் பேசினான் சக்தி.

'எப்டிடா உன்னால மட்டும் முடியுது? நானும் எடுக்கலானு பாத்தேன் கொஞ்சங்கூட வேலைக்கு ஆகல. சரி போடான்னு வந்துட்டேன்.'

'கடைசிப் பந்தி ஆரம்பிக்கும் போதே கெழவன் கீழே போயிட்டான். இதுதான் சந்தர்ப்பம்னு தோசையும் நாலு வடையும், காரச் சட்னி கொஞ்சம் அதுலேயே ஊத்தி கட்டி வச்சிட்டேன். என்னா ஒன்னு சாம்பார்தான் எடுத்து வெக்க முடியலை.'

சக்தி பேச்சை முடிக்குமுன்பே 'அங்க பாருங்கடா திருவள்ளுவர் அரசியல்ல நிக்கறாரு போல' என்று உலகச் செம்மொழி மாநாட்டு சுவரொட்டியைப் பார்த்தவாறே குத்தூசி குருசாமி ஆனான் சிலம்பு.

'ஆமாம் நிக்கறாரு, சீட்டு கெடைச்சதும் ஒக்காந்துருவாரு உன் வேலயப் பாத்துகிட்டு வாடா' என்றவன் செல்வா.

அப்படி அவன் சொன்னாலும் அவன் கண்ணும் அந்த வண்ணமயமான சுவரொட்டியில்தான் இருந்தது. நீளவாக்கில் வண்ண வண்ண எழுத்துக்களும், பெயர்களும் அதனுடன் பெரிய அளவில் வள்ளுவர் நின்று கொண்டு காட்சி தரும் நிழற்படமும் பொறிக்கப்பட்டதாக இருந்தது அது. அதற்கு பக்கத்திலேயே இன்னொரு சுவரொட்டியும் இரண்டு முழம்

இடைவெளியில் ஒட்டப்பட்டிருந்தது. அதன் இரு முனைகளில் கிழிந்தும், விபூதிப் பட்டை விரல் வடிவம் போல சாணி பூசப் பட்டதுமாக இருந்தது. அதிலிருந்த பிம்பங்களே அது சினிமாப் படத்தைச் சார்ந்தது என்பதைக் காட்டியது. பிம்பத்தில் மாராப்பை மறந்த ஒரு பெண் குனிந்து கொண்டு நிற்பதைப் போல ஒருத்தியின் படமும், அவள் தொடைப் பகுதியை மறைத்தவாறே 'ராத்திரிக் கனவுகள்' என்று படத்தின் பெயரும், பெயரின் முடிவில் கீழே மூலையில் ஒரு வட்டத்திற்குள் 'A' எனும் ஆங்கில எழுத்துமாகக் காணப்பட்டது.

'பாருடா இவனுங்கள. எதுக்குப் பக்கத்துல எத ஒட்டி வச்சிருக்கானுங்க. அப்புறம் வள்ளுவர் வாசுகிக்கு துரோகம் பண்ணிடப் போறாரு' என்று மீண்டும் சிலம்புவின் அந்தக் குரலே ஒலித்தது.

'இது தெரியலையா? ரெண்டையும் சேர்த்துப் பாரு இதுதான்டா காமத்துப் பாலு' சிரித்துக்கொண்டே சொன்னான் சக்தி.

'போயி அதப் படிச்சிப்பாரு தம்பி புரியும். எப்படி எழுதி யிருக்கான்னு தெரியும். வாழ்க்கையை நல்லா அனுபவிச் சிருக்கான்டா வள்ளுவன்' என்று கம்மியிருந்த சுரேஷின் குரல் ஒலிபெருக்கி வழியாக வந்ததைப் போல அதிர்ந்தது.

'நீயுந்தான் தமிழ் படிக்கிற எதோ இப்ப ஒரு குறள் எழுது பாக்கலாம். காமத்துப் பாலுக்கே சொல்லுடா' என்று சிறு இடைவெளி விட்டு மீண்டும் அவனே பேசினான்.

'அதெல்லாம் நமக்கு வராதுடா. நம்ம புலவரை புளுகச் சொல்லு' என்று என்னைப் பார்த்தவாறே சாடையுடன் பேசினான் சக்தி.

உண்ட மயக்கம் தொண்டனுக்கும் உண்டுதானே என்பதாகவே அந்த நேரம் வரை பேசாமல் நடந்து வந்து கொண்டிருந்த என் மௌனத்தைக் கலைத்தான் அவன்.

'எதுக்குடா இப்ப என்னை இழுக்குற. எனக்கே தலை வலிக்குதுன்னு இருக்குறேன். என்னக் கடுப்பேத்தாம அமைதியா வாங்கடா' என்றேன் நான். இருப்பினும் என் மனம் காமத்துப் பாலுக்குள் மெல்ல கலந்து மூழ்க ஆரம் பித்தது. மீண்டும் ஒரு முறை இரண்டு சுவரொட்டிகளையும் என் கண்கள் பார்வையிட்டன.

'டேய் காமத்துப்பால் குடிச்சா தலைவலியெல்லாம் போயிடும். நீயெல்லாம் கவிதை எழுதுறேன், பரிசு

வாங்கனன்னு பேசாத. எங்கே ஒரே ஒரு குறள் குடி பாக்கலாம்' என்றான் சிலம்பு.

'மேல நாலு வார்த்தை கீழ மூணு வார்த்தை இத எழுத முடியாதாடா? என்று பேச்சை நீட்டினேன் யோசித்தவாறே.

'அப்படியா! அப்டின்னா சொல்லுடா பாக்கலாம்'. என்றான் சுரேசும். சக்தியின் கையிலிருந்ததை மோப்பம் பிடித்தவாறே நாய் ஒன்று எங்களுடன் பின்னால் வந்து கொண்டிருந்தது.

நானும் என் மனதில் உருகிக் கொண்டிருந்த காமத்துப் பால் பொருளினுக்கு ஏற்றவாறு, எதுகையை இழுத்தும் சொற்களைச் சேர்த்தும், கழித்தும் செதுக்கிச் சொல்லத் தொடங்கினேன்.

> "அழகுகள் கலைதலும் கலைவது அழகாதலும்
> பழகுதற் பொருட்டே உள"

—என்று ஒரு குறளை எப்படியோ தயாரித்துவிட்டோம் எனும் பெருமூச்சுடன் சொல்லி முடித்தேன். நெடுஞ்சாலைச் சத்தங்கள் மேடை போட்டு கத்தினாலும் எங்களுடைய சில நொடிகளின்மேல் மௌன மூட்டம் படர்ந்தது. படர்ந்த வுடனே அதைக் கலைத்தது செல்வாவின் கைதட்டல் ஒலி.

'பாருடா டேய்! நம்ம ஆளு எப்டி சொன்னாம் பாத்தியா? நண்பா சூப்பர் நண்பா . . . நிஜமா நல்லாயிருக்கு நண்பா . . .' ஆனந்த முறுவலுடன் வாழ்த்துரை வழங்கினான் அவன்.

உடனே ஒரு விமர்சனத்தை எழுப்பினான் சிலம்பு,

'இல்லையே இது தளை தட்டாம வருதா?' என்றான்.

'போடா சாமி! தள தட்டுதோ காலு தட்டுதோ நம்மலால இதுதான் முடியும். தலை, அடி தொடையெல்லாம் தர்றேன் நீ வேணும்னா முழு பிம்பத்தை உருவாக்கிக்கோ' என்றேன்.

பேசிக்கொண்டே வந்ததில் விடுதி நெருங்கியதே தெரிய வில்லை. காமத்துப்பால் குடித்தது தலைவலியைச் சிறிதே கலைத்த மாதிரிதான் எனக்கும் தெரிந்தது. எல்லாரும் விடுதிக்குள் நுழைந்தோம். சிலம்புவின் மனம் மட்டும் யாப்பிலக்கணத்தைக் கையிலெடுத்துக் கொண்டு விமர்சனத் துக்குள் நுழைந்தது. எப்படியும் மறுநாள் கூட அவன் விமர்சனம் என்னை விடாது எனத் தெரிந்தது.

மறுநாள் எங்கள் கல்வி நிறுவனத்தில் முழுநேரக் கருத்தரங்கம். வழக்கம் போலவே எல்லாரும் ஆஜர் ஆகி விட்டோம். கூட்டம் அதிகமாகவே, பிளாஸ்டிக் நாற்காலிகளும்

கூடுதலாக அரங்கத்தினுள் போடப்படலாயின. அதிகம் பேர் வருவதற்குக் காரணம் அன்றைய தினங்களில் மதியவேளை அருமையான சாப்பாடு கிடைக்கும். அன்றும் எங்கள் நினைவெல்லாம் சாப்பாட்டை நோக்கியே ஓடியது. மணி 1:10ஐ நெருங்கிக் கொண்டிருந்தது. கடைசியாகக் கட்டுரை வாசித்துக் கொண்டிருந்தவரும் முடிவுக்கு வருவதாகவேபட்டது.

'இன்னைக்கு எப்படியாவது கொஞ்சம் சேர்த்து சாப் பிட்டிடனும். அன்னைக்கு மாதிரி விட்டுடக் கூடாது. ஆமாம் கொஞ்சம் முன்னடியே போய் வாழைப் பழத்தையும் வாங்கி வச்சிடனும்' என்றெல்லாம் சாம்பார் வாசனையைப் போல சக்தியின் மூளைக்குள் சிந்தனை ஊடாடிக் கொண்டிருந்தது.

சிலம்பு, செல்வா எல்லாம் எங்கே உட்கார்ந்து இருக் கிறார்கள் என்றே தெரியவில்லை, சுரேஷ் உள்ளே ஆளே இல்லையென்று நானும் யோசித்துக்கொண்டே உட்கார்ந் திருந்தேன். கடிகாரம் மெதுவாகச் சுழலுவதுபோல் தெரிந்தது. ஆனால் நேரம் மட்டும் அதிகமாகிக்கொண்டே இருப்பது போல் உள்மனம் வயிற்றைக் கிளறிக்கொண்டே சொல்லியது. ஒருவழியாகக் கட்டுரை வாசித்த புண்ணியவான் முடித்ததும் உணவு ஏற்பாடு பற்றிய தகவல்கள் எல்லாருக்கும் மேடையிலேயே தெரிவிக்கப்பட்டது. வேகவேகமாக எழுந் தோம். ஆனால் கூட்ட நெரிசலில் மெதுவாகவே நடந்தோம். சிலம்பு மட்டும் கண்ணில் பட்டான். அவனுடன் உணவு ஏற்பாடு செய்யப்பட்டிருந்த மேல் மாடிக்கு விரைந்தேன். வழியில் எனக்கு முன்னதாக படியில் மெதுவாக ஏறிக் கொண்டிருந்தாள் ஜெயந்தி. அவளிடம் 'செல்வாவை பாத்தியா?' என்று கேட்டேன்.

'ஆமா, எனக்கு அதுதான் வேல. வேற வேல இல்ல பாரு' என்று எப்போதும் என்னிடம் பேசும் வழக்கமான முறுக்கலுடன் சொன்னாள் அவள்.

'இதக்கூட செய்யாம உள்ள என்ன பண்ணிட்டிருந்த. நல்லா தூங்கனயா?' என்று கேட்டுக்கொண்டே அவள் பின் கழுத்தைப் பிடித்து அழுத்திவிட்டு மேலேறினேன். அதற்குள் பிரேமாவும் அவளை 'வாடி சீக்கிரம்' என்று இழுத்தாள்.

மேலே ஏறக்குறைய இருபது பேருக்கும் குறையாமல் வரிசையில் நின்று கொண்டிருந்தனர். நடுவில் நின்று கொண்டிருந்தான் சுரேஷ். என்னைப் பார்த்தவுடன்,

'வாடா புடுங்கி! கால நேரத்துக்கு வரமாட்டியா?' என்று கேட்டான்.

‘ஆமான்டா, ஊரெல்லாம் சுத்திட்டு எப்டிடா சாப் பாட்டுக்கு மட்டும் கரெக்டா வந்துட்ற? இதுக்கு முன்னாடி செமினார்னு ஒன்னு நடக்கும் தெரியுமா?’ என்று நானும் கேட்டேன்.

‘நீ பொழைக்கமாட்டடா தம்பி. வரிசையில பார்த்தல்ல உனக்கு முன்னாடி நிக்கிறதுக்கு எத்தன பேரு இருங்காங்கனு. அப்படின்னா நீயே தெரிஞ்சுக்கோ’ என்றான்.

சாப்பாட்டை வாங்கிக் கொண்டு உட்காரப் போனால் அங்கு சக்தி எனக்கு முன்னதாகவே சாப்பிட்டுக் கொண்டிருந்தான்.

‘டே சாம்பார்! நீ எப்படா வந்த?’ என்றேன்.

‘நான் வந்து சாம்பார் வாங்கி சாப்ட்டுட்டு இப்போ ரசம் வாங்கப் போறேன்’ என பெருமிதம் அடித்துக் கொண்டான்.

‘சரி, செல்வா எங்கடா ஆளையேக் காணோம்?’

‘அவனா? அவன் மோர்வாங்கிக் குடிக்க டம்ளர் ரெடி பண்ணப் போயிருக்கான்’ என்றான்.

எல்லாரையும் எதிர்ப்பார்த்துவிட்டு நான் தனியாகவே சென்று உட்கார்ந்தேன். ‘பொறுக்கிப் பசங்க எவனாவது சாப்பிட்றதுக்கு கூப்டானா பாரு? என்று ஒரு புறம் மனம் அவர்களைத் திட்டினாலும், ஒருவேளை நம்மளவிட அதிகப் பசியோட வந்திருப்பானுங்களோ என்று மறுபுறம் பாவம் பார்க்கத் தொடங்கியது. அவனுங்க இருக்கிற விடுதியிலும் சாப்பாடு சரியில்ல. காலையில சாப்ட்டாங்களான்னு வேற தெரியல’ என்றவாறே சிந்தனை சாப்பாட்டை என் விழித்திரையிலிருந்து மங்கச் செய்தது. ஒரு மெல்லிய குரல் இடையிட்டது.

‘என்ன தம்பி சாப்டியாப்பா?’ தென்றலாக இருந்தும் சுறுசுறுப்பாக வீசியது. என் செவிகளுக்குள் நுழைய முடியவில்லை அந்தக் குரலால்.

‘என்னப்பா எங்கிட்டலாம் பேசமாட்டீங்களா?’ மீண்டும் வலுத்தது.

யாரோ என்னிடம் பேசுவது போல் தெரிந்ததும், சுயநினைவிற்குத் திரும்பி, திரும்பிப் பார்த்தேன். அந்தக் குரல் காமாட்சி அக்காவினுடையது.

‘ஐயோ! ஏதோ நெனப்புல இருந்துட்டேன் சொல்லுங்கக்கா’ என்றேன்.

'என்னப்பா சாப்டாச்சான்னு கேட்டேன் எதுவுமே பேசமாட்ற, பேச பிடிக்கலையா?'

'அப்டியெல்லாம் ஒன்னுமில்லக்கா. சீனியர் நீங்க வந்து இப்படி எங்ககிட்ட அன்பா பேசறதுக்கு எவ்ளோ சந்தோஷப் படுறோம் தெரியுமா? உங்ககிட்ட போய் பேசாம இருப் போமா? எங்கள மாதிரி புதுசா வந்தவங்களுக்கு நீங்கள்லாம் இப்படி பேசறதுதான் ஆதரவா இருக்கும்' என்றேன்.

'போதும் போதும் ரொம்பப் புகழாதே. நான் ரசம் வாங்கிட்டு வந்துட்றேன் வெயிட் பண்ணு' என்றவாறு சிறிது நேர சந்தோஷத்தைக் கொடுத்துவிட்டு போயாச்சு.

போனதிசையைப் பார்த்துக்கொண்டே என் சாப்பாட் டிற்குக் குனிந்தேன். அந்நேரம் யாருமில்லாத பக்கத்து மேசையில் மூடியில்லாத டிராயரில் வாழைப்பழம் இருந்தது என் கண்ணுக்குப்பட்டது. பார்த்த மாத்திரத்தில் உள்ளூர சிறு சந்தோஷம். 'அந்தப் பழத்தை எடுத்துக் கொள்ளலாம். எவனோ விட்டுட்டு போயிட்டான். சாயங்காலம் கருத்தரங்கம் முடிஞ்சி போகும் போதுகூட சாப்பிடலாம்' என்றெல்லாம் மனம் கணக்குப் படிக்கலானது.

'வேணாம் நம்மள மாதிரிதான யாராவது ஆசையோட வாங்கி வெச்சிருப்பாங்க. நாம தூக்கிட்டுப் போயிட்டா பாவம் ஏமாந்து போயிடுவாங்களே' என்று கணக்கிலிருந்து பின்வாங்கவும் தொடங்கியது.

எங்கே அந்த இடத்திலிருந்தால் என்னையும் மீறி அந்தப் பழத்தை எடுத்து விடுவேனோ என்று எழுந்து வெளியே செல்லத் தொடங்கினேன். வெளிப்புறத்தில் சக்தி மௌனமாக நின்றுகொண்டிருந்தான். சாப்பிட்டே முடிச்சிட்டான் பாரு என்று எண்ணிக்கொண்டே ரசம் வாங்கச் சென்றேன். வாங்கிக் கொண்டு வரும் போதும் சக்தி அங்கேயே நின்றிருந்தான். உற்றுப் பார்க்கையில் மிகவும் மௌனமாக இருந்தான்.

"என்னடா சாப்பிட்டு முடிச்சிட்டியா? ஏன் ஒரு மாதிரி அமைதியா நின்னிட்டிருக்க!" கேட்டேன்.

அவன் விழிகள் கலங்க ஆரம்பித்தது. அதற்குள் ஒருவர் பின்புறமாக 'என்ன சாப்டாச்சா?' என்று கேட்டுக் கொண்டே போனார். 'ஆம் இதோ, வர்றேண்ணா' என்று பதிலளித்து கொண்டு சக்தியின் கையைப் பிடித்தேன் 'உங்கிட்ட தான் கேட்டேன். ஏன் கண்ணல்லாம் கலங்குது?' அவன் அழுதே விடுவான் போலிருந்தது. சாப்பாட்டை அங்கேயே வைத்து விட்டு அவனை அழைத்துக் கொண்டு தனியே சென்றேன்.

‘ஏன்டா என்னடா விஷயம்? இப்ப எதுக்குடா சக்தி அழற?’

அவனிடமிருந்து எந்தப் பதிலும் இல்லை, அவன் விழிகள் மேலும் கலங்க ஆரம்பித்தன. புல்நுனியிலிருந்து இளகிவிடாத பனித்துளிபோல இமைகளைப் பிடித்துக்கொண்டு நீர்த் துளிகள் விழியோரம் ஒதுங்கி நின்றன.

என்ன சொல்வதென்றே தெரியாமல் அவனைப் பார்க்கப் பார்க்க எனக்கும் கண்கலங்கியது. சுதாரித்துக் கொண்டு கோபம் வந்தவனைப்போல்,

‘இப்போ சொல்லப்போறியா இல்லையாடா? காது மேலயே அடிக்கிறம் பாரு.... ‘சொன்னாதானடா என்னன்னு தெரியும்’ என்றேன்.

என் அதிர்ந்த குரலுக்கு சற்று அதிர்ந்தவனாய் என் முகத்தை நிமிர்ந்துப் பார்த்தான். பின் மெல்ல வாய் திறந்தான்.

‘மனசு ரொம்ப கஷ்டமாயிருக்குடா. சாப்பிடவே முடியல. சோறே எறங்க மாட்டேங்குது’ என்றான்.

‘ஏன் என்ன ஆச்சு? இப்ப நல்லதான சாப்பிட்டுகிட்டு இருந்த’

‘இல்லடா நேத்து இராத்திரியே வேலைக்குப் போன எடத்துல சரியா சாப்பிட முடியல. காலையிலேயும் சாப்பிடல. பயங்கரமா பசி எடுத்துக்குச்சு. செமினர்லயும் அப்டியேதான் உக்காந்துகிட்டிருந்தேன். வயிறு கத்த ஆரம்பிச்சிடுச்சு. எப்படா சாப்பாடு கிடைக்கும்னு ஆயிடுச்சு’ என்று தேயும் குரலோடு மெல்ல மெல்ல அவன் சொல்ல சொல்ல அவன் கண்ணீர் துளிகள் மெல்ல வழிந்து கன்னத்தை வாய்க்காலாக்கி மீசை வரப்புக்குள் நின்றது. ‘அப்போ ஏற்கனவே நாம நெனச்சது சரிதான். சாப்பிடாம தான் வந்திருக்கானுங்க’ என்று நான் நினைக்கும் பொழுதே மேலும் பேசினான்.

‘சரி, இங்க வந்து சாப்பாடு வாங்கி சாப்பிட உக்காந்தா, பசிக்குது ஆனா சாப்பிடவே முடியலடா. அப்படி இருந்தும் பல்லைக் கடிச்சிக்கிட்டு சாப்பிட்டுக்கிட்டே இருக்கேன், இப்ப சாப்புட்றோம் இந்த சாப்பாடு அடுத்த வேளைக்கு கெடைக்குமோ கெடைக்காதோ அப்படிங்ற நெனப்புதான்டா மொதல்ல வந்து நிக்குது. சாப்பாட்ட பாத்தாலே தூக்கி எறிஞ்சிடலாம் போல அவ்ளோ கடுப்பா இருக்குடா’ என்று சொல்லிக்கொண்டே தேம்பியழத் தொடங்கினான்.

‘ராத்திரிக்குத் தானடா, நான் வாங்கித்தரேன் விட்றா. இதுக்குப்போய் எதுக்குடா சின்னப் புள்ள மாதிரி அழுற’

என்று ஆறுதல் சொன்னாலும் நிலைமையின் அனுபவம் எனக்குள்ளும் இருக்கவே தானாக நானும் அழுதுவிட்டேன்.

அவனுக்கு வாங்கித் தருவதாக நான் சொன்னாலும், எனக்கே இரவு சாப்பாட்டிற்கு இங்கு எல்லாரும் சாப்பிட்டு முடித்த பிறகு இருக்கும் மீதியில் எனது டிபன் பாக்ஸில் பார்சல் செய்து எடுத்து வைப்பேன். இதை நினைக்கையில் மேலும் அழுகை வலுக்க விரும்பியது. எங்கே என்னைப் பார்த்து சக்தி இன்னும் அழுது விடுவானோ என்பதால், அவனை அமைதிப்படுத்தி அழைத்துக் கொண்டு அரங்கில் சென்று உட்கார்ந்தோம்.

அவன் அமைதியானானோ என்னவோ தெரியவில்லை. ஆனால் எனக்கு மனங்கொள்ளவில்லை.

'நம்ம பொழப்பே சாப்பாட்டுக்கு நாய் மாதிரி அலைய வேண்டியதா இருக்கு. மத்தவனுங்க நமக்கு மேல இருக்கா னுங்களே' என்று வெதும்பியது.

'ஏன் சாப்பாட்டுக்கு வழியில்லாத இப்படியொரு நிலைமை. சென்னைக்கு எதுக்கு படிக்க வரணும். பேசாம ஊருலே இருந்திருந்தாலும் எப்படியோ கெடந்திருக்கலாம்' என்று ஏதேதோ மனஅலைகள் மாயக்குரலாக ஒலித்துக் கொண்டிருந்தன. அந்த நேரத்தில் யாரைப் பார்த்தாலும் கோபமாய் வந்தது. நமக்கு சோறு போடாத இந்த உலகத்தையே அழிச்சுடணும். எவனா இருந்தாலும் கொலை பண்ணிடனும்' ஆத்திரம் பொங்கியது.

அந்த நேரத்தில் சுரேஷ் உள்ளே நுழைந்தான். சாப்பாட்டுப் பருக்கையோ ஏதோ அவன் பல்லில் சிக்கிக் கொண்டிருக்க வேண்டும். தன் நாவினால் அதை வெளியே எடுப்பதற்கு முயற்சி செய்து வாய்க்குள்ளே துழாவிக் கொண்டே வந்தான்.

'எங்கடா, மயிருபுடுங்கப் போயிருந்த சக்திய விட்டுட்டு?' இருந்த கோபத்தையெல்லாம் அவன் மீது வார்த்தைகளாய் தூக்கி எறியத் தொடங்கினேன்.

"அவரு ஒன்னுந்தெரியாத கொழந்த, அப்படியே திருவிழாக் கூட்டத்துல அம்போன்னு விட்டுட்டு போயிட்டம் பாரு. இப்ப என்னடா ஆச்சு?" என்று சாவதானமாகச் சொன்னான்.

'ம்ம் . . . வெங்காய மாச்சு . . . கொஞ்ச நேரம் அவங்கூட உக்காந்திட்டிரு நான் வரவரைக்கும்' என்று சொல்லிவிட்டு வெளியே எழுந்து வந்தேன்.

சுரேஷிடம் வேறு எதுவும் சொல்லவில்லை. சொன்னாலும் அதையெல்லாம் அவன் பெரிதாக எடுத்துக் கொள்ளவும்

மாட்டான். இதைப்போல பல பசிகளைப் பார்த்து, கண்ணீர் பலமுறை கன்னத்தில் காய்ந்துபோன அனுபவங்களைப் பார்த்தவன். பெங்களூர், சென்னை எனும் இருபெரும் நகரத்தின் பல இடங்கள் அவனுக்குப் பசியைப் பரிமாறி யிருக்கின்றன. எங்களின் மனநிலைகளையெல்லாம் தாண்டிய வனாக, பசிக்கான காரணத்தைத் தேடுபவனாக, விமர்சிப்ப வனாக அவன் திரிந்துகொண்டிருந்தான்.

அவனுக்கான பின்புலம் அதுவாகத் தானிருந்தது. மாநிலத்தின் முக்கிய அணைக்கட்டுப் பகுதியை அணைத்துக் கொண்டிருந்தது அவன் ஊர். சிமெண்ட் சாலைகள் போடப் படும் என்ற அரசியல் வாக்கு நிறைவேற்றப் படுதலுக்கான அடையாளம் தெரிந்துகொண்டிருந்தது. இன்னமும் மின்சார விளக்குகள் குடியேறாத குடிசை வீட்டுக்குள்ளே அவனது வசிப்பு மட்டும் நிலாவோடு நிகழ்ந்து கொண்டிருந்தது. நிகழ்காலத்தின் நிலைமை எவ்வளவு நெக்கித் தள்ளினாலும் அவன் நாற்காலி அவன் நிலையிலிருந்து நகராது. அடர்ந்த காட்டுக்குள்ளே அரை அம்மணத்துடன் பாறையின் மீது மல்லார்ந்தவனாய், காட்டுமரக் கிளை, இலைகளின் வழியே எண்ணங்களை வானத்திற்கு ஈட்டி எய்தவனாய் ‘மார்க்சியம்’ எனும் தாடிக்காரச் சிந்தனையை அவன் மனம் வருடிக் கொண்டிருக்கும். எந்த வேலையும் கிடையாது ஆனால் எந்த வேலை கிடைத்தாலும் செய்வதே அவன் குடும்பத்தின் வருமான வழி. இவனோடு படித்துக்கொண்டிருக்கும் மூன்று தங்கைகளால், இவனால் தொடர்ந்து படிக்க முடியாமல், தொலைதூரக் கல்வி நிறுவனத்தில் இளங்கலை படிப்பதே இவனுக்குத் தொல்லையாய்தானிருந்தது. மேலும் அவர்களின் கல்யாணத்திற்கும் இவனே கால்வாய். இப்படியாக அடித்துப் பிடித்துக் கொண்டு அடர்ந்த நம்பிக்கையுடனும் அடங்காத மனதுடனும் சென்னைக்குப் படிக்க வந்தவன். பல்பொழுது கள் சாப்பிடாமலே கிடந்து பழகியவனுக்கு, ஒரு வேளைக்கு இல்லை என்றாலும் கவலை கிடையாது. இப்படிப்பட்டவ னிடம் சக்தியைப் பற்றிச் சொன்னால் ‘அவ்வளவுதானா’ என்பான்.

இவ்வாறாகவே நான் கழிவறைக்குள் நுழைந்தேன். காகிதம்போல் கனமற்றுக்கிடந்த அதன் கதவை மெல்லத் தாழிட்டேன். மனதோடு சக்தியின் புலம்பல்களே மாறி மாறி ஒலித்துக் கொண்டிருந்தன. அடங்கமாட்டாமல் வாய்விட்டு அழுதுவிட்டு சிறுநீர் கழித்தேன். கண்ணீரும் சிறுநீரும் இரண்டும் உப்புநீர்தான். ஆனால் கண்ணீர் மதிக்கப்படுகிறது, சிறுநீர் மிதிக்கப்படுகிறது என்றெல்லாம் சிந்தனை மனத்தைத் தோண்டிக்கொண்டிருக்க நிலைக்

கண்ணாடி முன்னிருந்த குழாயிலிருந்து நீரெடுத்து முகத்தைக் கழுவி விட்டு வெளியே வந்தேன்.

பெரும்பாலும் பிரியாணி கேட்டரிங் என்றாலே ராஜா அண்ணன் தலைமையில்தான் நடக்கும். அதுவும் இன்னொரு பாய் (முகமதியர்) ஏஜெண்ட்டுக்கு கீழேதான். அதே மாதிரி ஒருவேளை மட்டும்தான் சாப்பாடு என்பதால் பெரும்பாலும் வேலைக்கான மண்டபங்களும் விடுதிக்கு அருகாமையிலேயே இருக்கக் கூடியதாகவும் இருக்கும். அது மாதிரிதான் அன்றைக்கும் நடந்தது.

பக்கத்திலேயே தண்டையார் பேட்டையில் உள்ள ஒரு மண்டபத்தில் கேட்டரிங்க்குச் சென்றோம். மதியம் ஒருவேளை மட்டும்தான் வேலை என்பதால் நான் கொஞ்சம் சங்கடமானேன். இருந்தாலும் சாப்பாடு கிடைக்குமே என்பதால் நானும் சக்தியோடு கிளம்பிவிட்டேன். ஆட்கள் 18 பேர் தேவை என்ற பொழுதிலும் சுரேஷ் வருவதற்கு மறுத்துவிட்டான். மதிய வேளை மட்டுந்தானே போடா நான் வரவில்லை என்று சோம்பேறித்தனமாகச் சொன்னான். அவன் வராததற்கு அவன் உடல்நிலையும் காரணமாயிருந்தது. முன்னாள் இரவு விடுதிச் சாப்பாடு அவன் வயிற்றோடு சண்டைப் பிடித்திருந்தது. இவன் அதன் காரணமாய் கழிவறையோடு அடிக்கடி சினேகம் வைத்துக்கொண்டிருந்தான். விடுதி அறைக்கு வெளியே பகிரங்கமாக ஒரு குரல் பறையடித்துக் கொண்டிருந்தது.

‘நாராயணா கெளம்பிட்டியா? டே வினோத் கெளம்புங் கடா சீக்கிரம்...’

‘இதோ வந்துட்டண்ணா! பாத்ரூம் போயிட்டு வந்துட் றேன்’ எதிர்ப்புறத்திலிருந்து எதிரொலியைக் கொடுத்தது, அந்த நீளவாக்கிலான குகை விடுதியில் இன்னொரு குரல்.

‘என்னடா இப்பதான் பாத்ரூம் போறேன், சட்டை போட்றனு ஆளுக்கொன்னு சொல்லிட்டிருக்கீங்க. மணி இப்பவே 12 ஆயிடுச்சு. அவன் 12.30 மணிக்கெல்லாம் அங்க இருக்கணும்னு சொன்னான். 12.35க்கு போனாகூட அவன் வானத்துக்கும் பூமிக்கும் குதிப்பானேடா அந்தக் குள்ளன்’ என்று சத்தமான புலம்பல்களால் விடுதி இருட்டை கிழித்துக் கொண்டிருந்தது மீண்டும் அந்தப் பழைய குரல். ராஜா அண்ணனின் குரல்.

‘ஆச்சுடா, சங்கு அடிச்சாச்சு எழுந்திரு போலாம்’ என்றான் சக்தி. மீண்டும் அவனே சுரேஷைப் பார்த்து,

‘டே நல்லவனே நீ இங்கேயே கெட. அதோ உன் தலகாணி ‘சேர்’ மேல கெடக்குது பார். எடுத்துப் படிக்கிறன்னு

அப்டியே தூங்கு' என்று கிண்டலாக பெரிய தடிமனான 'சேகுவேரா' படம் போட்ட சுரேஷின் புத்தகத்தைப் பார்த்துச் சொன்னான். அடிக்கடி எங்களுக்கும் அதுதான் தலையணை. ஏறக்குறைய ஏழெட்டு மாதங்கள் அந்தப் புத்தகம் அறைக்குள்ளே அவர்களோடு குடும்பம் நடத்தியிருக்கிறது.

வெள்ளைச் சட்டைக்குப் பொத்தான் போட்டவாறும், தலைமுடியைச் சீப்பு சீர்படுத்திய படியும், அதிகமாகிவிட்ட பவுடரைத் தேய்த்துவிட்டு முகத்தை அழகுபடுத்தியவாறும், 'இன்சர்ட்' செய்ததை இடுப்பைச் சுற்றி கையால் சரி பார்த்தவாறுமாக எல்லாரும் வாசலில் வந்து நின்றனர். குமார் எத்தனை பேர் இருக்கிறார்கள் என்று கணக்கு எடுத்துக்கொண்டிருந்தான். ராஜா அண்ணனின் ஆணையின் படி மொத்தம் 16 பேர் இருந்தார்கள். இரண்டு குறைந்திருந்தது.

'போச்சுடா இவனுங்கிட்ட இதே தொல்லதான். இன்னும் ரெண்டு பேர் யாருடா? எங்க போயிட்டானுங்க?' என்று தன் கையிலிருந்த பெயர் பட்டியலைச் சரிபார்க்கத் தொடங் கினார். இதற்கிடையே செல்வா எங்களுக்கு முன்பே வெளியே வந்து நிற்பதைப் பார்த்து, சக்தி அவனிடம் சென்று

'எங்கடா உன்ன பக்கத்து ரூமெல்லாம் தேடிகிட்டு இருக்கோம். நீ இங்க வந்து நிற்கிற' என்றும்,

அதற்கு செல்வா,

'நாங்கெல்லாம் டாப் டென் டக்கர்டா. வரவேண்டிய நேரத்துல கரெக்டா வந்துடுவோம்' என்று விரல்களின் துணையோடு ஸ்டைலாக சொல்லியும் பேசிக் கொண்டிருந் தார்கள். கூட்டத்திலிருந்த ஒருவன்,

'அண்ணா! 13ஆம் நெம்பர் சரவணன் வரலண்ணா. அப்பறம் 8ஆம் நெம்பர் ரவியும் வரலண்ணா' என்று அறை எண்களால் அவர்களை அடையாளப்படுத்திக் கூறினான்.

'எங்க அவங்க? எங்க போயிட்டானுங்க? ஏற்கனவே டைம் ஆச்சுடா, இப்டி கடைசி நேரத்தல இப்டி பண்ணா எப்டி ஆவுறது' என்றார் ராஜா அண்ணன்.

'சரவணன் ஏதோ கிளாஸ் இருக்குன்னு போயிட்டா' என்று பதில் வந்தது.

'ஆமா. இப்பத்தான் ரொம்ப முக்கியமா படிப்பாரு அவரு. முன்னடியே சொல்லித் தொலைய வேண்டியதான. பேர் குடுத்துட்டு வேலை இல்லையின்னு சொன்னா மட்டும் எப்டி குதிக்கிறீங்க. சரி, ரவி என்ன ஆனா?' என்று கோபமும் புலம்பலும் கலந்தவாறு ஒரு கேள்வியைக் கேட்டார்.

‘ஏதோ பருத்தி மண்டியில வேல இருக்குன்னு நைட்டே போனான். இன்னும் வரலண்ணே’ என்று வேறொரு பக்கத்திலிருந்து பதில் வந்தது.

‘இதுக்கொன்னும் கொறச்சல் இல்ல. பதில மட்டும் ரெடியா பாக்கெட்லே வச்சிட்டு சுத்துங்க. சரி போயி யார்னா ரெண்டு பேரு புடிச்சிட்டு இழுத்துட்டு வாங்கடா’ என்று தலையிலடித்துக் கொண்டே கத்தினார்.

அதற்குள் கூட்டம் மெல்ல நழுவிக்கொண்டிருந்தது. ஒருவழியாக எல்லாரும் மண்டபத்திற்குள் நுழையும் போதே பிரியாணி வாசனை எல்லார் மூக்கிலும் நுழைந்து வயிற்றைச் சீண்ட ஆரம்பித்தது.

‘இன்னைக்கு வேட்டைதான்’ என்ற படியே உள்ளே வந்தார்கள். எனக்கு மட்டும் அது நாற்றமாகப் பட்டது. நான் அசைவச் சாப்பாடு பழகாததால் மூக்கைப் பிடித்தும், பிடிக்காமலும் தடவியவாறே நுழைந்தேன்.

‘அடப்பாவிகளா! இன்னைக்கு பிரியாணி கேட்ரிங்கா? எவனும் ஒரு வார்த்தகூட சொல்லலியே. அதான் இவ்ளோ கெத்தா கெளம்புனாங்களா?’ என்று எனக்குள்ளே ஒரு மனம் பேசிக்கொண்டும், இன்னொரு மனம் ‘இன்னைக்கு பட்டினி தானா, இதுக்கா காலையிலேயே ஹாஸ்டல்க்கு வந்து காத்துகிட்டு இருந்தோம். அந்த ஹாஸ்டல் இட்லியை யாவது புடிச்சாலும் புடிக்கலன்னாலும் ரெண்டு சாப்ட்டிருக் கலாமே’ என்று கலங்கத் தொடங்கியது. அழுகைக்கான கோபத்துடன் ஒரு மூலையில் சென்று பிளாஸ்டிக் நாற்காலியை இழுத்துப் போட்டு உட்கார்ந்தேன். சக்தி தண்ணீர் குடித்துவிட்டு, மின்விசிறியைப் போட்டுவிட்டு கைக்குட்டை யின் முனைகளை இரண்டு கையாலும் பிடித்துச் சுற்றிக் கொண்டே என் அருகில் வந்து உட்கார்ந்தான்.

‘இன்னைக்கி நாம பட்டினிதான்டி தம்பி. என்னா காலையிலேயே சேத்து கட்டிட்டு வந்துட்டியா?’ என்றான்.

‘போடாப் பொறம்போக்கு. மதியத்துக்கு சேத்து கட்டிக்கிலான்னு காலையிலே பட்டினியாதான்டா வந்தேன். பிரியாணி கேட்ரிங்னு சொன்னயாடா நீ? சொல்லியிருந்தா உங்க ஹாஸ்டல்லயாவது கொஞ்சம் சாப்ட்டிருப்பனே’ என்று பதில் வழியாக என் கோபத்தைக் கரைத்தேன்.

‘இல்லடா உனக்குத் தெரியும்னுதான்டா நெனைச்சேன். மன்னிச்சிட்றா. இப்ப என்னடா உனக்கு சாப்பாடுதான? வெளிய வாடா, நான் வாங்கித்தர்றேன்’ உண்மையான மனதோடு பொய்யான செயலோடு பேசினான்.

‘போடா சாம்பார். அந்த வெங்காயம் எனக்குத் தெரியாதா?’

‘அதான் சாம்பார் வெங்காயமெல்லாம் இன்னைக்கு இல்லன்னு ஆயிப்போச்சே, வேணும்னா மட்டன் பிரியாணிக்கு தயிர்வெங்காயம் வெப்பானுங்க’ என்று கிண்டலடித்துச் சிரித்தான் சக்தி.

அது ஒரு கிறித்துவ நண்பர்களது நிச்சயதார்த்த விழா போலிருந்தது. ஓர் ஊருக்கே அன்னதானம் நிகழ்த்துவது போல பெரிய பெரிய பாத்திரங்களில் பிரியாணி நிரப்பப்பட்டு கொண்டுவந்து வைத்திருந்தனர். பக்கத்தில் கேசரியும், கத்தரிக்காய் பொரியல் கடைந்தது போலவும் பாத்திரங்களில் வைக்கப்பட்டிருந்தன. கத்தரிக்காயில் எண்ணெய் கறுப்பு அமிலமாகத் தேங்கிக்கொண்டிருந்தது. வேலைக்கு வந்த எங்கள் ஆட்கள் பரிமாறத் தொடங்கினார்கள். ஓர் அழகான சமத்துவம் சங்கமித்திருக்கிற சமபந்தி விழா அது.

‘அட நீங்க வேற. சமபந்தியான்னு அதுக்குள்ள வேற கணக்கு போடாதிங்க.’

கிறித்துவர்களின் விழாவில், முகமதியர்கள் சமைத்து, இந்துக்கள் பரிமாறும்போது இதை அப்படித்தானே சொல்லியாக வேண்டும்.

‘நீ போப்பா அந்த வாழப்பழத்தார தூக்கிட்டு வா. பாபு அந்தப் பழத்த புட்டு ஒரு பெரிய தட்டுல போட்டு, அந்த மூலையில ரெண்டு சேர் போட்டு வெச்சிடு’ இது ராஜா அண்ணன்.

எல்லாரும் ஒரு கட்டு கட்டிக் கொண்டிருந்தார்கள். வெறும் ‘பீஸ்’* மட்டுமே சாப்பிட அலைந்தார்கள். பரிமாறிக்கொண்டிருப்பவர்களிடம் ‘பீஸ் போடுப்பா’ ‘பீஸ் இருந்தா ரெண்டு போடு’ ‘பீஸ் எடுத்துட்டு வாங்களேன்’ என்று வாஞ்சனையுடனும், சிலர் அதிகாரத் தோரணையுடனும், கேட்டுக்கொண்டிருந்தார்கள்.

‘ஏன்டா இந்த கறிக்கு இப்படி அலையிறானுங்க’ என்று நான் மட்டும் மனதிற்குள்ளே நினைத்துக் கொள்வேன்.

‘நீ போப்பா வாங்கி வாங்கி பிளேட் அடி*’ கட்டளை ராஜா அண்ணனிடமிருந்து எனக்கு வந்தது.

---

* **பீஸ்:** கறித்துண்டு.

***பிளேட் அடி:** பிரியாணி சமபங்கில் எல்லா இலைகளுக்கும் சென்று சேர அளவுத் தட்டுகள் இருக்கும். அந்தத் தட்டுகளில் பிரியாணி நிரப்பித்தர, மூன்று நான்கு தட்டுகளாக எடுத்துச்சென்று பரிமாறுதல்.

மனக்கசப்போடு கைகள் அந்தத் தட்டுகளைத் தூக்கின. பிரியாணியைச் சரிவிகிதத்தில் தட்டுகளில் நிரப்பி நிரப்பி போட்டார் சமையல்காரர். நான் அதை ஒன்றின் மீது ஒன்றாக அடுக்கினேன் எலும்பும், சதையுமாக கறித்துண்டுகள் சோற்றுக்குள் புதையுண்டு கிடந்தன. எடுத்துச் சென்ற வழியில் என்னிடமிருந்து வாங்கி வாங்கி இன்னொரு நண்பன் பரிமாறினான். திரைப்படப் பாடல் ஒன்று சொல்வது போல 'சோத்துக்குள்ள கறியா, கறிக்குள்ள சோறா' என்றே தெரியாமல் பந்தி முழுதும் பிரியாணி மணம் தன் அகலச் சிறகை விரித்துப் பறந்தது. தூரத்திலிருந்து முன்பக்கத் தலையில் ஒரு பக்கமாக வழுக்கை வாங்கிய ஒருவர், என்னிடம் வந்து என் தோளைப் பற்றியவாறு காதருகே 'தம்பி இந்த வரிசையில அந்தக் கடைசியில இருந்து நாலாவது ஆளா, செவப்பு கலர் கோடு போட்ட சட்ட போட்டுட்டு இருக்காரே, அவருக்கு நாலு பீஸ் எடுத்தும் போயி போடுப்பா' என்று தெளிவான அடையாளத்துடன் சொன்னார். அவர் சொல்கிற தொனியிலும் உரிமையிலும் இருந்து, அவர் இந்த விழா நடத்தும் குடும்ப உறுப்பினராக இருக்க வேண்டும் போலத் தெரிந்தது.

'சரி போய் போடு' என்பதைப் போல கண்ணைக் காட்டினார் ராஜா அண்ணன். இடையிடையே அவரும் ஊன்றி நடக்க வலிமையற்ற தன் கால்களில் நொண்டிய படியே பரிமாறிக் கொண்டிருந்தார். அவரைப் பார்க்கும் போதெல்லாம் எங்களுக்கு ஒரு பக்கம் பாவமும், மனதில் நம்பிக்கையும் ஒருசேர வந்து விடும். இத்தனை சலசலப்புக்கும் நடுவில் மின்சாரம் துண்டிக்கப்பட்டு மின்விசிறி ஓடாமல் இருப்பதை யாரும் கண்டு கொண்டதாகத் தெரியவேயில்லை. இரண்டு பந்திகள் இப்படியாகவே கடந்திருந்தன.

எங்கள் விடுதி மாணவர்கள் லைனுக்கு** வந்திருந்தார்கள். பிரியாணி கேட்டரிங் என்றாலே அழகான உடையுடன், அலங்காரத்துடன், எங்கள் ஹீரோக்கள் ஒரே கோஷ்டியாக வேட்டைக்கு வந்து விடுவார்கள் வேலைக்கு வராவிட்டாலும். சில மண்டபங்களில் வாசலில் காவலர்கள் இதைத் தெரிந்து வைத்துக் கொண்டு உள்ளவே விடுவதில்லை. தனித்தனியாக எங்கள் ஹீரோக்கள் உள்ளே நுழைந்தாலும் கூட எப்படி யேனும் கண்டுபிடித்து விடுவார்கள். எங்களால் இதுவரை கண்டு பிடிக்க முடியாத பரம ரகசியம் இதுதான். சில

****லைன்:** விழாவிற்கு வந்தவர்கள் போல உடையணிந்து கொண்டு விடுதி மாணவர்கள் வந்து, கள்ளத்தனமாக உணவருந்துதல்.

காவலர்கள் 'பாவம் படிக்கிற பசங்க சாப்ட்டு போய் போறானுங்க' என்று விட்டுவிடுவதும் உண்டு.

திடீரென எங்களை நோக்கி ஓட்டமும் நடையுமாக ஒரு பையன் வந்தான். அவனைப் பார்த்து,

'இப்ப பாரேன். அவன் அத வெய்யி, இத வெய்யின்னு சொல்வாம் பாரேன்' என்றான் சக்தி. ஆனால் அவன் அதற்கு மாறாக 'வாங்க சார் ஒக்காரலாம். கடைசில பீஸ் இல்லாம போயிடபோது' என்றான்.

சக்தி மஞ்சள்காமாலை வந்த பிறகு அசைவம் சாப்பிடுவதை அறவே வெறுத்ததால், 'இல்ல நான் சாப்ட மாட்ட நீங்க ஒக்காருங்க' என்றான். அதைக் கேட்ட அந்த பையன் வந்து என்னிடம் கேட்க நான் சிறு மனப்புன்னகை முகத்தில் தெரியும்படி,

'இல்ல நா்ன் எப்பவுமே சாப்பிடுறதில்ல' என்றேன்.

'ஐயோ! ஏன்?'

'பரவாயில்ல அதுக்கென்ன நீங்க சாப்டுங்க'

'அதுக்கில்ல முன்னடியே சொல்லியிருந்தா கொஞ்சம் கம்மியா செய்யச் சொல்லியிருப்பன்ல' என்று அவன் சொன்னதும் மூவரும், அங்கிருந்த இன்னொருவரும் சிரிப்பிற்குள் மூழ்கினோம். கால்கள் பரிமாறும் பொருட்டு நகர்ந்தன.

தண்ணீரும், கத்தரிக்காய் வகையும் கீழே கொட்டிக் கிடப்பதைப் பார்த்து ஒருவர் திட்டிக் கொண்டே போனார்.

'எப்படி அழிக்கிறானுங்க பாரு', யாருகிட்டயாவது கொடுத்தாலும் வயிறாற சாப்பிடுவாங்க, அதுவும் கறிசோறு வேற' என்றவரின் புலம்பல் சன்னமாய் ஒலித்துக் கொண்டே போனது.

போனவர் என்னை இடித்ததும் தெரியாமல் இருக்குமள வுக்கு அவர் மனம் புலம்புவதில் ஆழ்ந்து போயிருந்தது. இடித்ததன் கோபத்தால் நான் அவர் திசை பார்க்க, அங்கு செல்வா யாருக்கும் தெரியாமல் வெளியே மெல்ல நழுவிக் கொண்டிருந்தான். அவன் கண்கள் திருட்டுப் பூனையைப் போல உருண்டை உருண்டையாக யாரேனும் தன்னை கவனிக்கிறார்களா என்று பார்த்துக் கொண்டும், கால்கள் வெளிநோக்கி நடந்து கொண்டும் இருந்தது. அவன் கையில் பாதி உரிக்கப்பட்ட தோலுடன் கூடிய வாழைப் பழமும் இருந்தது.

வெளியே சென்றவன் ஒரு நிமிடம் நொந்து நின்றான். பகீரென்றது அவன் மனது. கண்கள் இயல்பிலிருந்து இறங்கி வந்தன. அங்கே எச்சிலிலை எடுக்கும் வேலை செய்யும் ஒரு கிழவி சாப்பிட்ட இலைகளில் மீதியிருந்த சாப்பாட்டி லிருந்து கறியைப் பொறுக்கிக் கொண்டும், பொறுக்கிய கறித்துண்டுகளை வேறு இலை ஒன்றில் எடுத்து வைத்துக் கொண்டும் இருந்தாள். அந்த அவலத்தைப் பார்த்து ஆச்சர்யம் அடைந்தவன்,

'இன்னா பாட்டி, இத போய் எடுத்து வெச்சிட்டிருக்க இன்னா பண்ண போற?' என்றான். அதற்குக் கிழவி,

'ஒண்ணுமில்லய்யா. வீட்ல எம்பேத்திக்கு கொஞ்சம் எடுத்தும் போலானு' என்றாள்.

'பேத்திக்கா?'

'ஆமா சாமி பள்ளிக்கோடம் போய்கிது. வந்தா ஏதாச்சும் கேப்பா. அந்தப் புள்ளைக்கும் கறின்னா ரொம்ப இஷ்டம்'

'எவனோ சாப்ட்ட எச்சலையில இருக்கிறத போய் எடுக்கிறயே சே... போடு பாட்டி. பந்தி முடிஞ்ச பிறகு மீதியிருக்கிறத எடுத்துக்கலாம்' என்றான்.

'நம்ம வூட்ல யாருன்னா வுட்டா நாம சாப்பட மாட்டமா? அதுமாறிதாய்யா. உள்ள மீந்தாலும் நம்புலுக்கு குடுக்க மாட்டானுங்க இந்த படுபாவிங்க' என்று தேசத்தைத் தன் குடும்பமாகப் பார்த்தாள் கிழவி.

'அதுக்குனு எச்செலயில இருக்கிறதா? விடு பாட்டி உள்ள மிச்சமிருந்தா நான் உனக்கு எடுத்துத் தர'

'பரவாயில்லய்யா. இது சாப்புட்ட எச்ச. அது சாப்புடாத எச்ச. எங்க இருந்தாலும் மீந்து போனதுதான் எங்குளுக்கு. கடைசியால அது கெடைக்குமோ கெடைக்காதோ. இருக்கட்டும் நீ போயி சாப்புடு சாமி' என்றவளின் வேதாந்தம் செல்வாவின் மனதை என்னமோ செய்தது. வெறி வந்தவனாய் கிழவி எடுத்து வைத்திருந்த கறித்துண்டுகளை எடுத்து வீசியெறிந்தான். அதற்குள் கிழவியுடன் இலை எடுக்கும் இன்னொரு பெண் வந்து,

'ஏய் கெழவி எலைய கொட்டிட்டு வர எவ்ளோ நேரம் வந்துத்தொல' என்று கடிந்து விட்டு, குப்பை இலைகளைப் போட்டுவிட்டுப் போய்விட்டாள்.

செல்வா அந்தப் பெண்மணியை முறைத்து விட்டுத் திரும்பி,

'பாட்டி உனக்கு கறிதான வேணும், ஒரே நிமிஷம் இங்கியே இரு' என்று சொல்லிவிட்டு சமையல்காரரிடம் விரைந்தான். அதிகாரமாய் அவரிடம்,

'அண்ணே இன்னும் ரெண்டு பிளேட் போடுங்க' என்று சொல்லி மூன்று தட்டையும் வழியில் இரண்டு வாழை இலைகளையும் தூக்கிக் கொண்டு போனான் கிழவியிடம்.

கிழவியை அழைத்துக் கொண்டு கீழே சமையலறை மூலைப்பக்கம் சென்றான். கையிலிருந்த இலைகளை ஒன்றின் மீது ஒன்றாக பாதியளவு இணைந்தபடி பரப்பி, தட்டிலிருந்த சோற்றோடு கறித்துண்டுகளையும் அதில் கொட்டிப் பக்குவமாய் பரபரப்பாய் பொட்டலம் கட்டினான்.

'இந்தாங்க, இத பத்திரமா எங்கனா எடுத்து வெச்சிக் குங்க' என்று அந்தப் பொட்டலத்தைக் கிழவியின் கையில் கொடுத்தான். அதைக் கையில் வாங்கியபடியே அவள்,

'சாமி, கள்ளங்கபடம் இல்லாத புள்ளையா கீறயே' என்று முகத்தின் முன் புகழ்ந்தும், தலையைக் குனிந்து பொட்ட லத்தைச் சரி செய்துகொண்டே 'உலகந்தெரியாத புள்ள பாவம்' என்று முணுமுணுத்துக் கொண்டாள்.

'ஏன் பாட்டி, வேலை செய்றிங்க சாப்ட்டு எடுத்துட்டுப் போக வேண்டியதான. சமையல்கட்லயே எடுத்து வெச்சிக்க லாம்ல' இது செல்வா.

'எப்பவாச்சும் ஒரு சில ஆளுங்க அவுங்களே குடுப்பாங்க. செல ஆளுங்க அவுங்களே கட்டிகிணுப் போயிடுவாங்க நமக்கெங்க கெடைக்குது'

'பந்தி முடியும் போது கடைசியில ஒக்காந்து நீங்கதான் சாப்டுவீங்கல்ல' என்று கேள்வியைப் பதிலாய் உரைத்தான்.

'ஆமாங்கண்ணு, கடைசியால சாப்பிறதால எல்லா காலியாயிக் கெடக்கும். சுவீட்டு இருக்காது, அது இருக்காது இது இருக்காதுன்னு வெறும் சோறும் கொழம்புந்தாம் போடுவாங்க. ஏதாச்சும் நாங்க கேட்டா கொஞ்சம் நமுத்துப் போன அப்பளத்த ஒன்னு வெப்பாங்க அதான். நீ போயி சாப்புடு சாமி போ..'

'இல்ல பாட்டி நானும் கேட்ரிங்க்கு தான் வந்தேன். பாத்ரூம் போலாமேன்னு கீழ வந்தேன்.'

‘அப்புடியா, போய்யா நீயாவது முன்னாடியே போய் சாப்ட்ரு, உனக்கேதான் நாங்க கடைசியாப்ல ஒக்காருவோனு தெரியுமே’ என்று பாசங்காட்டினாள் கிழவி. மேலும்

‘ஊருக்கெல்லாம் பந்தி வெச்சிட்டு, ஊரு சாப்புட்ட எச்சலைய எடுத்துட்டு, கடைசியால நாங்க பட்டினியாத்தாங் கெடக்கணும். இல்லேனா அரகொற சோறுதான்’ என்ற தன் நிலையை நிர்வாணமாக்கினாள்.

அப்போதுதான் செல்வாவிற்குப் புரிந்தது. ‘ஓ! நம்ம நெலமதான் இவங்களுக்கும்’ என்று நினைத்துக் கொண்டும், ‘ச்சே.. இத்தனை நாளா இதை நாம நெனைச்சுகூடப் பாக்கல பாரு’ என்று தனக்குள் சொல்லிக் கொண்டும்,

‘விடு பாட்டி, வாங்கற சம்பளத்துக்கு வீட்ல நல்லா சாப்டுக்க வேண்டியது தான். இதை நெனச்சி எதுக்கு கவலப்படணும்’ என்றான் வெகுளித்தனமாக. கிழவி தன் நிறம்மாறி போயிருந்த பற்களைக் காட்டிச் சிரித்தாள்.

‘இது இன்னா கவுர்மெண்டு சம்பளமா? மாசாணா ரெண்டாயிரமோ மூனாயிரமோ தருவானுங்க. அத வெச்சி கிட்டு பொழப்பு ஓடுமா? ஆனா அதலதான் பொழப்பே ஓடுது’ என்றாள்.

மேலும், ‘எங்குளுக்கு வேற எங்க வேல கெடைக்கும். அப்புடி இப்படின்னு நகந்து செஞ்சிக்கிட வேண்டியதான். முன்னலாம் நாங்கதான் கூடகூடயாய் எலை எடுப்போம். இப்பெல்லாம் அதுக்கினு வண்டியில எடுத்துப்போட்டுக்கிணு தள்ளிக்கிறாளுங்க. அப்பயும் எங்ககிட்ட வண்டிய வுட்றதில்ல. வண்டிலேந்து வாரிம் போய் வெளிய கொட்றததான் செய்யச் சொல்றாளுக எங்கூட இருக்கிற எஞ்சக்காளத்திங்க’ என்று பாரத்தைப் படிப்படியாக இறக்கினாள்.

செல்வாவிற்கு என்ன பேசுவதென்றே தெரியவில்லை. மனம் கலங்கிக் கொண்டிருந்தது. முகம் சுருங்கிப் போய் இருந்தது. ‘வெச்சத வேணானு வெச்சிட்டு போற ஒரு உலகம், வெச்சிட்டு போனதை வேணுன்னு எடுத்து வெச்சிக்கிற ஒரு உலகம்’ என்று இரு வேறு உலகத்தையும் எண்ணிக் குழம்பிக்கொண்டிருந்தான்.

‘அய்யா, புள்ள.. நீ போயி சாப்புட்டு வாயா போ..’ என்றாள் கிழவி தன் முந்தானையை இழுத்துச் சொருகிக் கொண்டே. எதுவும் பேசமுடியாதவன் கிழவிக்குத் தலையை ஆட்டியவாறே மேலே வந்தான். ஓர் இலையில் பாதி சாப்பாடு அப்படியே கிடந்தது. சோற்றுக்குள் கறித்துண்டின்

சதைக்கிழிந்து எலும்பு தெரியக்கிடந்தது. என்னாச்சோ தெரியவில்லை ஏதாச்சோ தெரியவில்லை. அவன் சாப்பிடப் பிடிக்காமல் மண்டபத்திலிருந்து வெளியேறினான்.

இன்று கிழவிக்காக கறித்துண்டுகளை எடுத்துக் கொண்டு வந்து கொடுத்த செல்வாவிற்கு தைரியம் இருந்தது. ஆனால் நான்கு மாதங்களுக்கு முன்பு . . .

“மண்திணி ஞாலத்து வாழ்வோர்க் கெல்லாம்
உண்டி கொடுத்தோர் உயிர் கொடுத்தோரே”
–சீத்தலைச் சாத்தனார்

‘29A தான் அதிகமா வருதே அப்புற மென்னடா? கூட்டம் கொஞ்சமா இருக்கிற பஸ்ல போலாம் விடு. அப்பதான் உக்காந்துட்டு போக முடியும்’. திட்டவட்டமாகச் சொன்னான் சிலம்பு.

‘இப்படியே ரெண்டு பஸ் போயிடுச்சுடா, அப்புறம் குமரன் நகர் போறதுக்கு நேரமாயிடும். ஏற்கனவே ஒரு முறை போன் பண்ணிட்டாரு அந்த அண்ணன். நீ வரலன்னா போடா நாங்க அடுத்து வர வண்டியில ஏறிடுவோம்’ என்று வார்த்தைகளில் மட்டும் கோபத்தை வெளிப்படுத் தினான் சக்தி.

‘சரி போறதாயிருந்தா போய்க்கோ, நான் தனியா வந்துக்குறேன். எனக்கு வழி தெரியாதா என்ன?’

‘இதோடா இவருதான் சென்னைக்கு ‘மேப்’ போட்டவரு. எல்லா எடத்துக்கும் ஏறி வந்துடுவாரு. மொதல்ல இராசபுரத்திலிருந்து கண்ணகி செலைக்கு எத்தன பஸ் மாறனுன்னு தெரியுமாடா உனக்கு?’ சிரித்துக்கொண்டே சொன்ன சக்தியோடு எல்லாரும் முறுவலித்தனர்.

அதற்குள் மூலையில் எங்கள் பாதைக்கு ஒரு பேருந்து திரும்புவது தெரியவே எல்லாரின் கவனமும் அத்திசை சென்றது. '29A' என்று எல்லாரும் சத்தம் போட ஆரம்பித்தனர். ஆனால் யாரும் பேருந்து நோக்கி நகரவில்லை. காரணம் அது சொகுசுப் பேருந்து. விரைவாக வந்த அந்தப் பேருந்து விரைந்தே சென்றது. நிறுத்தத்தில் நிற்கவேயில்லை. கடந்து சென்ற அப்பேருந்தின் பின்புறம் இருந்த பேருந்து எண்ணையும் மனதுக்குள்ளாகவே வாசித்தான் சக்தி.

'ஏன்டா அதான் உனக்கு பஸ் வந்துச்சே போக வேண்டியதானே', என தனக்கான வாய்ப்பைப் பயன்படுத்திக் கிண்டலடித்தான் சிலம்பு.

'அது டீலக்ஸ் பஸ்ஸுடா ... அதுல எவன் போவான். ரெண்டு மடங்கு டிக்கெட் வாங்குவான் நீதான் தனியா போற ஆளேச்சே ... பஸ்ஸும் காலியாதான இருந்துச்சு நீ போக வேண்டியது..'

சற்று நேரத்தில் அதே எண்ணுடைய அதே வகை பேருந்து இன்னொன்று வந்தது. எல்லாரின் எதிர்ப் பார்ப்பும் ஏமாற்றமானது. ஆனால் சிலம்பு சக்தியை மட்டும் பார்த்து, பட்டெனச் சிரித்து விட்டான். சக்தியின் தரப்பில் நின்றிருந்த நாங்களும் சிரித்து விட்டோம். உடனே முகம் சுருங்கியவன்,

'ஆமான்டா நல்லா சிரிங்க. எனக்கு மட்டுந்தான் கேட்டரிங்க்கு டைம் ஆகுது. உங்களுக்கெல்லாம் ஆகல...' என்று பொறுப்பை உணர்ந்தவனாய் போட்டியாய் பேசினான். அப்போதுதான் எல்லாருடய ஞாபகமும் வேலையை நினைக்கலானது.

இதுதான் எனக்கு முதல் கேட்டரிங். ஆனால் என் சகாக்கள் ஏற்கனவே 3, 4 முறை செய்து பழக்கப் பட்டவர்கள். மண்டபத்தின் வாசலில் பெரிய அளவிலான ஒரு 'பேனர்' பாதி வழியை அடைத்து இருந்தது. மணமக்களின் நிழற்படம் சிறியதாகவும், ஏதோ ஒரு குழந்தை சைக்கிள் ஓட்டுவதாக இருக்கும் படியான பிம்பமும், இன்னொரு குழந்தை சிவப்பு நிற தொப்பி அணிந்து இடுப்பில் கைவைத்து நின்று கொண்டிருக்கும் பிம்பமும், மணமக்களின் பெற்றோர்களில் ஏதோ ஒரு சோடியினரின் நிழற்படமும் பெரியதான அளவில் அந்த பேனரை ஆட்சி செய்து கொண்டிருந்தது. வானவில் போல வளைவாக வாயிலின் மேற்புறத்தில் 'வெல்கம் பை வி.ஆர்.டி பேமிலி அன்ட் ப்ரண்ஸ்' என்று ஆங்கிலத்தில் தெர்மாகோல் எழுத்துகள் கவர்ச்சியான காட்சியாக இருந்தன. வேடிக்கைப் பார்த்தபடியே உள்ளே நுழைந்தனர்.

மண்டபத்தை நெருங்கியதும் என் மனநிலை பதற்றமானது. முகத்தைத் தைரியமாக வைத்துக் கொண்டு அவர்கள் பின்னே நானும் சென்றேன். முன் அனுபவமில்லாத வேலை. என்ன செய்ய வேண்டும், எப்படிச் செய்ய வேண்டும் எது ஒன்றும் தெரியாது. மற்றவர்கள் சற்று பழக்கமிருக்கவே உள்ளே நுழைந்ததிலிருந்து, இங்கும் அங்கும் உலாவிக்கொண்டி ருந்தனர். 'இஞ்சித் தின்ன குரங்கு' என்பது போலவே மௌனமாகவே உட்கார்ந்திருந்தேன். சுற்றும் முற்றும் பார்த்துக்கொண்டிருந்தேன். மண்டபத்தின் மின்விசிறிகள், நாற்காலிகள், மேசைகள் போன்றவற்றின் நிலைகளை கவனித்துக்கொண்டிருந்தது மனசு. தூரத்திலிருந்து ஒரு குரல்,

'டேய் சக்திவேலு! கீழ தண்ணி கேன் வந்துடுச்சாம். எல்லாரும் போய் ஆளுக்கொரு கேன் தூக்கிட்டு வந்து ஓரமா வெச்சிருங்கடா' என்று வேலையிட்டது.

'ஏ வாங்கடா போலாம், வாங்கடா போலாம், தண்ணி கேன் எடுத்துட்டு வந்துட்லாம்' என்று எல்லாரையும் அழைத்து எழுப்பினான். அதற்காக சுரேஷ் என்னருகே வந்து 'வாடா' 'ஏன் அமைதியா இருக்க?' என்று தோளில் கைவைத்து என்னையும் அழைத்துக் கொண்டான்.

'யாருடா? வேலை வெக்கிறாரே அவருதான் ஏஜெண்ட்டா?' என்று கேட்டேன்.

'இல்லடா அவரு தெரியாதா? அவருதான் தியாகு. நம்ம சீனியருடா' என்றான் சுரேஷ்.

திரும்பி அவரை இன்னொரு முறை பார்த்தவாறே மாடியிலிருந்து கீழே இறங்கினோம். இருபது, இருபத்தைந்து பிளாஸ்டிக் கேன்களில் தண்ணீர் அடைத்து அடுக்கப்பட்டி ருந்தது. தூக்கி தோள்பட்டை மீது வைத்தவாறும், தலையின் மீது வைத்தவாறும் ஆளாளுக்கு அந்தக் கேன்களை எடுத்தனர். சுரேஷ் முதலில் ஒன்றைத் தூக்கி என் தோள்மீது வைத்தான். அதனை என் இரு கைகளாலும் அழுந்தப் பற்றினேன். சென்னையில் முதல் பாரம் என்னை அழுத்தியது.

தூக்கிக்கொண்டு மீண்டும் மாடிப்படிக்கட்டுகளில் ஏறினேன். தோளிலிருந்த கனம் இடுப்பிலிருந்து முதுகுத் தண்டை லேசாக இழுத்தது. சுமந்து சென்று இறக்கியதும் திரும்ப எடுத்துவர அழைத்தனர். மீண்டும் கீழிறங்கி நின்றதும் தோள்மீது பாரம் ஏறியது. இந்த முறை நெற்றியெல்லாம் வியர்த்தது. முன்பை விட எடை கூடுதலாகத் தெரிந்தாலும் ஏற்கனவே சுமந்ததால் குறைவாகவே பட்டது. எடுத்து வந்து கேனை போடுவதுபோல் கீழே தொப்பென்று வைத்ததும் அது 'தடதடதடவென ...' தரையில் சத்தத்தை ஏற்படுத்தியது.

‘முடிந்தது இன்னும் ஒரு கேன் தூக்கிட்டு வந்தாப் போதும்’ என்று மீண்டும் அழைத்தனர்.

சென்றேன். எனக்கான ஒரு கேனை நானே தூக்கினேன். ஏற்கனவே இடப்பக்கத் தோளில் இரண்டு முறை சுமக்கவே இம்முறை வலப்பக்கம் சுமக்க எண்ணினேன். ஆனால் எனக்கு நானே வலதுபுறம் தூக்கிவைக்க முடியாமல் மீண்டும் இடது தோளிலேயே வைத்துக்கொண்டே மாடிப்படியேற கால்கள் நிதானித்தன. இடுப்பின் பின்புறம் வலி கூடியது. நெற்றியோடு முதுகும் வியர்த்தது. புதுசாக செய்யும் சந்தோஷத்தில் செய்தாலும் வலி தெரியாமலில்லை.

‘இன்னடா, இதுக்கு முன்னாடி வேலையே செஞ்ச தில்லபோல இருக்கு? நெத்தியெல்லாம் இப்படி வேர்த்துக் கொட்டுது’ என்று என் புதுமையைப் புரிந்தவனாகக் கேட்டான் சுரேஷ். என்னிடமிருந்து பற்கள் தெரியாது புன்னகைத்ததைத் தவிர வேறெந்த பதிலும் இல்லை. மீண்டும் அவனே,

‘இன்னா பண்றது வெளில வந்துட்டாலே செஞ்சித் தான்டா ஆகணும். இப்ப தெரிஞ்சிக்குங்க. உழைக்கிறவங் களுக்கு எவ்ளோ உடம்பு வலிக்கும்னு. நான் கட்டட வேல, கூலி வேலன்னு செஞ்சிப் பழகியிருக்கேன். பாவம் நீதான் இத தூக்குனதுக்கே கஷ்டப்படுற, நெத்தியெல்லாம் வேர்த்துக் கொட்டுது’ என்றான். பேசிக்கொண்டே வந்து உட்கார்ந்தோம். மனம் கலங்க ஆரம்பித்தது. படித்தே ஆக வேண்டுமென்று வீட்டிலிருந்து சண்டை போட்டு வந்தது, வந்த இடத்தில் உறவுகள் வீட்டில் கூட உரிமையாக இருக்க முடியாமல் அல்லாடியது, பத்து ரூபாய்க்கு மூன்றே இட்டிலி சாப்பிட்டது, முதன்முதலாக இரயில் பயணத்தின் ஆனந்தத்தைப் பயத்தோடு களித்தது என்று ஏதேதோ நினைவுக்கு வந்துகொண்டிருக்க, இரயில் பயணம் மட்டும் மனத்தில் நிதானமாக சுழன்றது.

மஞ்சள் நிறம் பூசிய கற்பலகையில் கறுப்பு எழுத்துகள் ‘பட்டாபிராம்’ என இரயில் நிலையத்தின் முகவரி ஒரே ஒரு வார்த்தையாக எழுதப்பட்டிருந்தது. அதற்குக் கீழே கம்பிக் கோலத்தைக் ‘கட்’ பண்ணி ‘கட்’ பண்ணி போட்டது போல வேறொரு மொழியில் எழுதப்பட்டிருப்பது பெயராக இருக்க வேண்டும் என்று புரிந்து கொண்டேன். நடை மேடையைக் காலால் அழுத்தியவாறே அக்கம் பக்கம் பார்த்துக்கொண்டே மெதுவாக நடந்தேன். பயணச்சீட்டு வாங்கும் வரிசையில் முன் நின்றவர்கள் போலவே காசு கொடுத்து ஏற்கனவே ஒருவர் சொல்லிக் கொடுத்தது போல

'சென்ட்ரல் வழி திருவல்லிக்கேணி ஒன்னு' என்றேன். 'இரயில் பெரிசா இருக்கிறதால டிக்கெட்டும் பெரிசா இருக்கும் போல' என்று நினைத்துக்கொண்டு சுற்றிலும் ஓட்டையிடப் பட்ட அந்தக் காகிதத்துண்டைக் கீழ் பாக்கெட்டில் பத்திரப் படுத்திக்கொண்டிருக்கும் போதே எதிர்பார்க்காத சத்தத்துடன் இரயில் கண்ணெதிரேயே வந்து கொண்டிருந்தது. வண்டி தண்டவாள இரும்புகளைக் கீறிக்கொண்டே மெதுவாக வந்து நின்றது. நின்றதும் கூட்டத்தை வியந்தவாறே கிடைத்த சந்துக்குள் நுழைந்தேறினேன்.

படி ஓரத்திலேயே பயணம். விருப்பத்தால் அல்ல கூட்டத் தால். வண்டி கொஞ்சம் கொஞ்சமாக நகர நகர மனம் சிறகசைத்தது. இந்துக்கல்லூரி நிலையத்தைத் தாண்டி ஆவடி வழியில் செல்லும் போதே இரயிலிலிருந்தவாறே கீழே தார்சாலையைப் பார்த்ததும் ஏதோ 'அனில் அம்பானி பரம்பரையில பொறந்து விமானத்துல பறக்கிற மாதிரியே' இருந்தது. அப்படியே என் கனவு சென்ட்ரலில் இறங்கி பூங்கா நகரில் மீண்டும் ஏறிக் கொண்டது. தேடிக் கொண்டி ருந்த திருவல்லிக்கேணி பெயரைப் பார்த்ததும் பதறிக் கொண்டு இறங்கினேன். நடைதளத்திலிருந்து ஒவ்வொரு படிக்கட்டாய் இறங்க இறங்க மனமும் கனவிலிருந்து இறங்கிக் கொண்டே வந்தது. இறங்கிய வழி தெருவுக்கு வந்து, கடைசியில் 'ரோட்டுக்கு'க் கொண்டு வந்து விட்டது.

சென்னை ஓர் இயந்திரத்திற்குப் பிறந்த நகரம் போலத் தெரிந்தது. இங்கு எங்கு பார்த்தாலும் மனித மரங்களே நகர்ந்து கொண்டிருந்தன. இவ்வளவு பேர் மத்தியிலும் நடுக்காட்டில் தனியாக மாட்டிக்கொண்டது போலவே அது என்னை பயமுறுத்தியது. சாலை தெரியாமலும், பேருந்து புரியாமலும் இருட்டுக்குள் மாட்டிக் கொண்டதுதான் மிச்சம். இந்தக் கட்டிடக் காட்டில், இத்தனை பெரிய காட்டில் நாம் அடைவதற்கு ஒரு கிளை கிடைக்காதா? தங்குவதற்கு ஒரு பொந்து கிடைக்காதா?

அதான் கெடைக்கலையே. நாயா பேயா அலைஞ்சாலும் நம்மள ஏன்னு கேக்கறதுக்கு இங்க ஒரு நாதியில்லையே. கூட இருக்கிறவனுங்களயாவது வாங்கடா ஒன்னா சேர்ந்து ஒரு கூடு தேடலாம்னு கூப்ட்டா, அப்புறம் இங்க வலிக்கும், அங்க வலிக்கும்னு ரொம்பதான் கொரக்கி பண்றானுங்க. 'எந்தலையில எலுமிச்சங்கா கீது நான் ஆப்பிள் ஜூஸ்க்குலாம் அலையிலடா சாமி'ன்னு சொன்னவனுங்களுக்கு கடைசியில எலுமிச்சங்காயிலிருந்து சாறே வராம போய்டுச்சு. எரைய தேடி வந்தவங் கண்ணுக்கு இப்புடி எல்லாம் முள்ளாவேவா தெரியணும்...' என்று என் முகாரி முடியாத முன்பே.,

'ஏய் வாங்கடா! ரோல்* போடுங்க. அந்த எலைய ஒருத்தன் எடு' என்று கட்டளையிட்டது அந்த மெல்லிய குரல்.

'டே அவரு தான்டா வேலு அண்ண. அவருகிட்ட தான் நாம வேலைக்கு வந்திருக்கோம்' என்று அவரை மட்டும் எனக்குக் காட்டி என்னை அவருக்குக் காட்டாமலேயே அறிமுகம் நடந்தது.

நாங்கள் அந்த இடத்தை நெருங்கும் முன்பே மற்றவர்கள் ரோலையும், வாழை இலைகளையும், எவர்சில்வர் வாளியில் தண்ணீரையும் அதனை மொண்டு வைப்பதற்கு பிளாஸ்டிக் டம்ளர்களையும் ஆளுக்கு ஒருவராக எடுத்துக் கொண்டனர். நான் எதை எடுப்பதென்றே தெரியாமல் தவித்தேன்.

'இந்த முறை ஒழுங்கா வேல செஞ்சா அடுத்த முறையும் நம்மள வேலைக்கி கூப்பிடுவாங்க' என்று சக்தி சொன்ன ஞாபகத்தால் எல்லா வேலைகளையும், சொல்லுகிற வேலை யெல்லாம் தவறாமல் ஒழுங்காகச் செய்ய வேண்டும் என்கிற பதற்ற பயம் ஆரம்பித்துக் கொண்டது. என் தோளைத் தட்டியபடி,

'தம்பி நீ ஸ்வீட் எடு' என்றார்.

நான் அங்கிருந்த அத்தனை வாளிகளில் இனிப்பு எந்த வாளியில் இருக்கிறது என்பதே தெரியாமல் தேடினேன்.

'டே அதோ பேசின்ல இருக்கு பாருடா குலோம் ஜாமுன்னு' – சிலம்பு சொன்னது மகிழ்ச்சியை ஏற்படுத்தி யது. எடுத்துக் கொண்டு வந்து நின்றேன். எனக்குப் பின்னால் யாரோ முறுக்கு தின்பது போல சத்தம் கேட்டதும் திரும்பிப் பார்த்தேன். ஒருவன் வாய்மீது கை வைத்து மறைத்தவாறே வாயை மட்டும் அசைத்துக்கொண்டிருந்தான். அவன் கையில் காலிஃப்ளவர் பக்கோடா நிரம்பிய பாத்திரத்தைப் பிடித்துக் கொண்டு நின்றான். ஏற்கனவே சமைத்து வைத்திருந்த பொருட்களைப் பார்த்தவுடனே பசியெடுத்துக் கொண்ட எனக்கு அவனது செயல் இன்னும் எதிர்பார்ப்பை ஏற்படுத் தியது.

'தம்பி ஒவ்வொரு எலயிலயும் ஒரு ஒரு குலோப்ஜாமுன் வச்சிக்கிட்டு போ'

நானும் உடனே சென்று வேகமாக எடுத்து வைத்தேன். மூன்று இலை கடந்து நான்காவது இலையில் வைக்கும் பொழுது,

---

*ரோல்: மேசையின் மீது விரிக்கும் காகித விரிப்பு.

'டே டே டே ஸ்வீட்டு எங்க வெக்கணும்னே தெரியாதா உனக்கு. எடுத்து ஒழுங்கா வைடா' மனம் பகீரென்றது. நான் இடது மூலையிலிருந்த அதை எடுத்து இலையின் நடுவினில் வைத்தேன்.

'டே ... எப்பவுமே ஸ்வீட்ட இங்க தான் வெக்கணும் சரியா' என்று இலையின் வலதுபுற மூலையைக் காட்டினார்.

'இன்னைக்குத்தான் புதுசா வேலைக்கு வரயா?'

'ஆமாண்ணே, இதான் பர்ஸ்ட் டைம்' என்று தப்பு செய்துவிட்டோமே என்ற பயத்தோடவே பேசினேன். அதற்குள் மூர்த்தி அண்ணன் என்னிடமிருந்த பாத்திரத்தை வாங்கி வரிசையாக, வேகமாக எல்லா இலைகளுக்கும் வைத்துக் கொண்டே சென்றார். வேலை செய்யுமிடத்தில் வகுப்பு நண்பர்களைத் தவிர எனக்கு அறிமுகமாயிருந்த ஒரு முகம் அவர் மட்டுமே.

'சரி சரி ரெண்டு நாளைக்கு செஞ்சா எல்லாம் பழகிடும். இது ஒன்னும் பெரிய கம்ப சூத்திரமில்ல' என்றார் ஆதரவாக. அதற்குள் இலையில் கட்லட், பொரியல், கூட்டு, தயிர் வெங்காயம், பக்கோடா என்று ஏதேதோ இருந்தது. நான் எதை வைப்பது என்றே தெரியாமல் முழித்தேன். வேலை செய்யாமல் நிற்பது இன்னொரு பக்கம் பயம். செய்கிற மாதிரி நடிக்கவும் தெரியவில்லை. சமைத்த வகைகள் அடுக்கி வைக்கப்பட்டிருக்கும் மேசையின் மீது பொத்தென்று இரண்டு வாளியை வைத்துவிட்டு,

'தம்பி இங்க வா. இந்த சாம்பரை எடுத்துட்டு போ' என்று சமையல்காரர் தன் நெற்றியைத் துண்டால் துடைத்த படி சொன்னார். அப்படி இப்படி தேடிக் கொண்டிருந்த நான் சாம்பார் வாளியைத் தூக்கிக் கொண்டு வந்து நின்றேன்.

'டே சாம்பாரு வந்து ஊத்துடா' என்று அதட்டலாக அழைத்தான் சுரேஷ்.

அவன் சாம்பார் வேண்டுமென்பதற்காக அழைத்தானா இல்லை என்னை 'சாம்பாரு' என்றானா என்றெல்லாம் யோசிக்காமல் இலையைப் பார்த்தால், அதற்குள்ளாகவே தயிர் சாதம், பிரிஞ்ச் சாதம் வைக்கப்பட்டு நடுவில் வெள்ளை சோறும் போடப்பட்டிருந்தது. வேகமாக சென்று சாம்பார் ஊற்றினேன். அப்படியே பக்கத்து இலைக்கும், அப்படியே அடுத்த இலைக்கும், அதற்கடுத்து என்று ஊற்றிக் கொண்டே சென்றேன். இடையில் ஒருவர் கோஸ் பொரியல் கொஞ்சம் எடுத்துட்டு வா என்றார். நான் சாம்பாரைத் தொடர்ந்து

ஊற்றவா இல்லை அதை வைத்துவிட்டு பொரியலை எடுத்துக்கொண்டு வரவா என்றே தெரியவில்லை. வேறு யார் பொரியல் வைத்திருப்பது? அதுவும் தெரியவில்லை.

சுற்றி முற்றி பார்த்துவிட்டு 'இதோ எடுத்துட்டு வர்றேன்' என்று சொல்லிவிட்டு சாம்பார் ஊற்றிக் கொண்டே சென்றேன். 'அடடா ஒருத்தர நானும் ஏமாத்திட்டேன். கேட்ரிங் வேல பழகிட்டேன்'னு எனக்கு பின்னாடி தான் தெரிஞ்சது. அவசர அவசரமாக பார்த்துப் பார்த்துப் பரிமாறி, எங்களுக்கும் பசி அதிகமாகி நான்கு பந்தி கடந்திருந்ததால் கொஞ்சம் ஓய்வு கிடைத்தது. கையிலிருந்த வாளியை மேசை மீது வைத்துவிட்டு, வியர்வையைக் கைக்குட்டையால் துடைத்துக்கொண்டே நின்றேன். தலையைக் கவிழ்த்துக் கொண்டே இரண்டு பக்கமும் இலைகளைப் பார்த்தவாறே சிலம்பு என்னருகே வந்ததும், அந்தக் கடைசியிலிருந்து 'ஒரு ஆளு தண்ணி ஊத்துங்கடா' என்றார் வேலு அண்ணன். உடனே தண்ணீர் ஊற்றுவதற்காக நான் நகர்ந்ததும் சிலம்பு,

'டே இருடா. அவரு கூப்டுவாரு அவருக்கு வேற வேலயில்ல' என்றவன்,

'புதுசு இல்ல அதான் சுறுசுறுப்பா செய்ற. எவன் எவன் என்னென்ன பண்றான்னு கவனி. எப்டி இருக்கு கேட்ரிங் வேலை?' என்று விசாரித்தான்.

'எங்கடா எடுத்ததுமே ஸ்வீட் வெக்கத் தெரியாம அசிங்க மாயிருச்சுடா. ஒரு மாதிரி ஆயிடுச்சு' என்றேன்.

'இன்னா மயிரு அசிங்கம். எல்லாந் தெரிஞ்சிகிட்டா வர்றான்! செஞ்சா பழகிடுது. எனக்கும் மொத டைம் அப்டிதான் இருந்தது.

'இல்லடா திரும்பவும் வெக்கச் சொல்லும்போது நடுவுல வெச்சிட்டன்டா அப்புறம் அந்த அண்ணனே இங்க வெய்யுன்னு சொன்னாரு'

'ஆமான்டா இங்க எழுதப்படாத சட்டமெல்லாம் ஏகப்பட்டது சொல்வானுங்க. ஸ்வீட்ட எலைக்கு ரைட்ல வெக்கணும், தயிர்வெங்காயத்தை கொஞ்சமா எடுக்கச் சொல்லித் திட்டுவான். ஆனா சாப்பிட்றவன் இத எதுக்கு வைக்கிற இன்னுங் கொஞ்சம் வெய்யின்னு அவந் திட்டுவான். கைக்கு கிளவுஸ் மாட்டணும் அதுகூட மொத பந்திக்குதான். ரெண்டாவது பந்திக்கு மாட்டலன்னா எவனும் கேக்க மாட்டான், ஒரே ஒரு பூரிதான் வெக்கணும், பிரிஞ்ச் வெச்ச பின்னாடிதான் தயிர் சாதம், சாம்பார் சாதம் வெக்கணும் அதுவும் ஒரு கரண்டிய தாண்டக் கூடாது. இது மாதிரி

இன்னும் நெறைய இருக்குடா. மொதல்ல கொஞ்ச கொஞ்சமா வெய்யின்னு திட்டுவானுங்க கடைசியில மீந்து போனா 'ஆளுங்க கேட்டா நெறைய வைப்பா. இப்பிடி மீந்து போனா என்னா பண்றது? ஏன் வீணாக்கிறீங்க'ன்னு நம்மளயே கேப்பானுங்க எதையுமே கண்டுக்காத. 'நீ பாட்டுன்னு வந்தயா எதையோ ஒன்னு கையில எடுத்துக் கிட்டு சுத்திகிட்டு இரு அவ்ளோதான்' என்றான். 'எதைப் பத்தியும் நீ கவலப்படாத' என்று புலம்பித் தள்ளினான்.

'நம்ம பசங்க யார்ன்னா ஒரு நாலு பேர் ஒக்காந்து சாப்டுங்கடா' என்றார் வேலு அண்ணன்.

அதைக் கேட்டதும் சுரேஷ் கண்ணைக் காட்டினான் என்னைச் சாப்பிடுமாறு. நான் 'நீ வா' என்பது போல் தலையாட்டினான். 'நீ போய் சாப்டு' 'நான் அடுத்து சாப்புடு றேன்' என்பது போல சைகை காட்டினான். நானும் பசியின் ஆசையால் நான் மட்டும் சாப்பிடத் தயாரானேன். வேக வேகமாக வெளியில் சென்று கைகழுவி விட்டு வந்து இலையில் உட்கார்ந்தேன். அது ஏற்கனவே வைக்கப் பட்டிருந்த இலை. அதில் யாரும் சாப்பிட உட்காராததால் அப்படியே ஸ்வீட், பொரியல் வகைகள் மட்டும் வைக்கப்பட்டு ஆறிக் கிடந்தன.

என்னுடைய சகாக்களில் இருவர் அதில் உட்காராமல் புதிய இலை வைக்கச் சொன்னார்கள். இன்னொருவன் என்னைப் போலவே அதே இலையிலேயே உட்கார்ந்து சாப்பிட்டான். எனக்கு ஏற்கனவே பசி அதிகமாகியிருந்ததால் 'இன்னைக்கு எவ்ளோ முடியுதோ அவ்வளவும் தின்னனும்' என்று நினைத்துக் கொண்டே ஆசையோடு பொரியல் எடுத்துச் சுவைத்தேன். உடனே சக்தி வந்து பிரிஞ்ச் சாதம் கொஞ்சம் வைத்துவிட்டு 'டே என்னாடா வேணும்? எதுவா யிருந்தாலும் கேளுடா, உனக்கு என்ன வேணுமோ எடுத்துட்டு வர்றன்னு' சொன்னான்.

'காலிஃப்ளவர் பக்கோடா வெக்கவேயில்லடா' என்றேன்.

'என்னாது பக்கோடாவா எப்ப வந்து கேக்கற? அது மூணாவது பந்திக்கெல்லாம் காலி' என்றான். ஆசைப் பட்டதைச் சாப்பிட முடியவில்லையே என்று நொறுங்கிப் போய்

'கட்லட்டு?' என்றேன்.

'அதுவுங் கூட காலியாயிட்டிருக்கும்' என்றான். உடனே அருகிலிருந்தவர்கள் சிரித்தார்கள்.

'சார் இருக்காது சார். அதெல்லாம் பரிமாறும் போதே கொஞ்சம் வாயில போட்டுப் பாத்துக்க வேண்டியதான்' என்றான் ஒருவன்.

'போய்ப் பாருடா சக்தி. இருக்கும் பாரு. ஒன்னே ஒன்னு எடுத்துட்டு வா' என்றேன்.

சென்றவன் மீண்டும் வந்து கொஞ்சம் தீய்ந்து போனதைக் கொண்டு வந்து,

'இந்தா இதுதான் இருக்கு' என்று வைத்தான்.

மனம் பொருமிக்கொண்டே சாப்பாட்டிற்குக் கொஞ்சம் சாம்பார் ஊற்றிக்கொண்டு சாப்பிட்டேன். என்னால் சாப்பிடவே முடியவில்லை. பசித்துப் பசித்து வயிறு அடங்கி விட்டிருந்தது. சாப்பிடவே முடியவில்லை. வயிறு இழுத்துப் பிடித்துக் கொண்டது போல் ஆகி விட்டிருந்தது. இரவு 7 மணியிலிருந்து சாப்பாட்டைப் பார்த்துப் பார்த்து பரிமாறி விட்டு, வாசனைகள் முகர்ந்து விட்டு பசி அடங்கி 10.30 மணிக்கு எங்கிருந்து வயிறாறச் சாப்பிட முடியும்? இருந்தும் ரசம் கேட்டு வாங்கினேன். அதையும் இரண்டு வாய்க்கு மேல் சாப்பிடவே முடியவில்லை. சாப்பாடு கிடைக்கும் பொழுது சாப்பிட முடியவில்லையே என்று மனம் அழுதது.

தண்ணீர் நிறைய குடித்தால் நிறைய சாப்பிட முடியாது என்பதால் தண்ணீர் கூட இடையில் குடிக்காமலிருந்தேன். கடைசியில் கண்ணும் கலங்குவது போல் தெரிந்ததும் இலையை மூடிவிட்டு எழுந்து வந்து விட்டேன். கை கழுவி விட்டு அடுத்துச் சாப்பிடும்போது பார்த்துக் கொள்ளலாம் என்று மனதைத் தேற்றிக்கொண்டு வந்து பார்த்தால் சிலம்புவும், சுரேஷும் ஒன்றாக அமர்ந்து சாப்பிட்டுக் கொண்டிருந்தார்கள்.

'சரி நாமதான் சரியா சாப்பிடல. அவங்களுக்காவது பரிமாறுவோம்' என்று அருகே சென்றால் எல்லாமே ஓரளவு அவர்கள் இலையில் வைக்கப்பட்டிருந்தது. சுரேஷ் பிரிஞ்ச் மட்டும் இன்னும் கொஞ்சம் கேட்டான். சிலம்பு அப்பளம் வேண்டும் என்றான்.

'நீ போய் ஐஸ்கிரீம் வாங்கி வெய்டா' என்றான் சுரேஷ்.

ஒரே களேபரமாக நடந்த பந்தியில் ஐஸ்கிரீம் பார்த்தது எனக்குள் பதியவேயில்லை. ஐஸ்கிரீம் விருப்பம் அதிகம் இல்லையென்றாலும் இலவசம் தானே என்று நானும் சென்றேன். அங்கு ஐஸ்கிரீம்காரன்,

'இல்லே சார். காலி ஆச்சு, பொண்ணு மாப்ளேக்குத் தான் இர்க்கு' என்றான்.

பருக்கை

‘ஆமா இது ஒன்னுத்துக்குத்தான் இப்ப கொறச்சல்’ என்று வந்துவிட்டேன். காலியாகிவிட்ட செய்தியை சுரேஷிடம் தெரிவித்தேன்.

‘சரி பரவாயில்ல விடு. இருக்கிறத சாப்டலாம்’ என்று முன்பே அவனுக்காக அவன் வாங்கி மறைத்து வைத்திருந் ததை எடுத்துக் கொடுத்தான். ஒன்றுதான் இருந்தது.

‘இல்லடா எனக்கு வேண்டாம். சளி புடிச்சிக்கும் நீயே சாப்டு’ என்றேன்.

பின்பு எல்லாரும் மண்டபத்திலேயே உறங்குவதென முடிவெடுக்கப்பட்டதும் ஆளுக்கொரு மேசையை இழுத்து, மின்விசிறி இருக்கும் இடமாகப் பார்த்து அதன் கீழே இடம் பிடித்தனர்.

‘டொமீல்...’ லென கண்ணாடி உடையும் சத்தம் கேட்டது. திரும்பிப் பார்த்தால் திரவம் வழிந்தது. யாரோ ஓர் ஆள் போதையில் கையிலிருந்த மதுபானப் பாட்டிலைக் கீழே தவறவிட்டு உடைத்துவிட்டான். அவனுடன் இருந்த இரண்டு பேரும் அவன் கூடவே தள்ளாடிக் கொண்டே மாடியேறிப் போயினர் மீண்டும் குடிக்க.

நாங்கள் வேடிக்கைப் பார்த்துவிட்டு, சாப்பிடுவதற்காக மேசை மீது போடப்படும் ரோலையே கிழித்துக் கொண்டு படுக்கும் அளவிற்கு அந்த மேசை மீது விரித்துக் கொண்டு படுத்துக் கொண்டோம். மின்விசிறிக்குக் கீழே இருந்ததால் எனக்குக் கொசு தொல்லையாகத் தெரியவில்லை. ஆனால் பனி இருப்பதைப் படுத்தப் பின்பு தான் உணர முடிந்தது. வகுப்பிலிருந்து நேராக வேலைக்கு வந்ததால் கையில் கொண்டிருந்த புத்தகத்தை எடுத்து வைத்துக் கொண்டு படிக்க உட்கார்ந்தான் சுரேஷ்.

‘டேய் என்னடா இது? படிக்கப் போறாயா?’ என்றேன் விடை தெரிந்தும். அதற்கு ஆமாமென்று அவன் தலை சொன்னது. அதைப் பார்த்துவிட்டு என் சிந்தனை எனக்குள் ளாகவே பேச ஆரம்பித்துவிட்டது. வேலை செஞ்ச டையார்டுல அவன் அவன் நீட்டிப் படுத்துகிட்டு தூங்குறான். இவன் என்னடான்னா தூங்கி எழுந்து விடியக்காலம் படிக்க ஒக்காரவன் மாதிரி இப்பதான் தெளிவா ஒக்கார் றானே’ என்று வியந்தேன். இந்த வியப்பினைக் கணித்தவனாய்,

‘நீ தூங்குடா நான் அப்புறமா தூங்குற’ என்றான் அவன்.

‘எனக்குத் தூக்கம் வரலடா. கொஞ்ச நேரம் கழிச்சு படுக்குறேன்’ இதனைக் கேட்டுக்கொண்டே படித்துக்

கொண்டிருந்தவன் ஐந்து வரிகள் படித்திருப்பான், பின் புத்தகத்தின் இரண்டு ஏடுகளைத் தள்ளிப்பார்த்து விட்டு மூடிவைத்துவிட்டான். அதனை மறைப்பது போல் தன் மங்கிய நிறக் கைக்குட்டையை அதன்மேல் போர்த்தி விட்டான்.

'ஏன் மூடி வெச்சிட்ட, படிக்கலையா?'

'வா படுக்கலாம். எனக்கும் படிக்கிற மூடு இல்ல' என்று ஒரே வரியில் பதிலளித்துவிட்டு மௌனமானான்.

'நாம படுக்காம ஒக்காந்திருந்ததனாலதான் அவனும் படிக்காம படுத்துட்டான்னு' சிறு குற்ற உணர்வுடன் அவன் அருகிலே படுத்தேன்.

பனி லேசாக ஆளை உலுக்க ஆரம்பித்தது. சன்னல் கதவுகளில்லாமல் கொசு வலையால் அடைக்கப்பட்டிருந்தது. பனிக்கு நிவாரணம் தெரியவில்லை. போர்த்திக் கொள்வதற்கு போர்வையும் ஏதும் எடுத்து வரவில்லை. மற்றவர்களில் சிலர் கையும் காலும் முடக்கிக் கொண்டு ஒடுங்கிக் கிடந்தனர். சிலர் காகித ரோலையே ஒரு ஒத்தாசைக்கு மேலே போட்டுக் கொண்டு தூங்கியிருந்தனர். எனது பார்வையின் அர்த்தம் விளங்கியவனாய்,

'பனியன் போட்டுருக்கீறயாடா?' சுரேஷ் கேட்டான். ஆம் என்பதாய் தலையசைத்தேன்.

'அப்பறமென்ன சட்டையைக் கழட்டிப் போத்திக்கோ' என்றான்.

'சட்டையைப் போத்திக்குணுமா' என்று குழம்பியவாறே முழித்துக் கொண்டிருக்கையில், சிலம்பு வாயைப் பிளந்து கொண்டு தூங்குவது தெரிந்தது. சொன்னதைப் போலவே அவன் சட்டையைக் கழற்றிப் போர்த்திக் கொண்டிருந்தான்.

'சட்டைய போத்திக்கிட்டா குளுரு தாங்குமாடா. அதுக்கு சட்டையோடவே படுத்துக்கிலாமே எதுக்கு கழட்டிப் போர்த்திக்கணும்' என்று அறிவாளித்தனமாக நான் பேசிய தில் எரிச்சலானவன்,

'அப்ப அப்டியே தூங்கு. இன்னா வெங்காயத்துக்குக் குளுருது எரியுதுன்ற?' என்று கத்தியவன் தணிந்த குரலில்,

'சட்டையப் போட்டுக்கிட்டு படுக்கிறதுக்கும், போத்தி கிட்டு படுக்கறதுக்கும் வித்தியாசம் இருக்கு, படுத்துப் பாரு தெரியும்' என்றான்.

அமைதியாக பதிலெதுவும் பேசாமல் மல்லார்ந்து கொண்டேன். மின்விசிறியின் சுற்றுகளைக் கவனித்துக்

பருக்கை

கொண்டிருந்த கண்களைத் தூக்கம் தொற்றிக் கொண்டதே தெரியாமல் தூங்கிப் போயிருந்தது, காலையில் எழுந்த போதுதான் தெரிந்தது.

வடை வாசனை மூக்கிலேறியது. பாத்திரங்கள் உருட்டும் சத்தமும் கேட்டுக் கொண்டிருந்தது. செல்வா நாற்காலியில் உட்கார்ந்து கொண்டு மேசை மீது காலைப் போட்டவனாய் செல்போனை நோண்டிக் கொண்டிருந்தான். பக்கவாட்டில் சிலம்பு தனது ஒரு கையால் தலையைச் சுமந்தவாறு பாம்பு படுக்கையில் படுத்துக்கொண்டிருக்கும் ரங்கநாதனைப் போல என்னைப் பார்த்த படியே படுத்துக் கிடந்தான். ஆனால் அவன் சிந்தனை என்னிடமில்லை. சக்தியையும் காணவில்லை. சுரேசும் தெரியவில்லை. நான் சற்று தாமதமாக எழுந்திருப்பது தெரிந்து கொண்டவனாக எழுந்து, செல்போன், பர்ஸ் போன்றவற்றை ஆடையோடு தொட்டு சரி பார்த்துக் கொண்டு கழிவறை நோக்கிக் கிளம்பினேன். சக்தி முகம் கழுவிக் கொண்டே,

'வாடா தம்பி தூக்கம் தெளிஞ்சதா இல்லயா ?' கேட்டான்.

'ஏன்டா! எழுப்பி விடலாம்ல. ரொம்ப நேரம் தூங்கிட்டு இருக்கனே. சரி பல்லு வெலக்கணும்டா நீ வெலக்கிட்டியா ?'

'நானா ? பல்லுதான ? வெலக்கிட்டேனே' என்று சொல்லிக் கொண்டே முகம் துடைக்கக் கைக்குட்டை எடுத்துக் கொண்டே போனான்.

நான் கழிவறைகள் உள்ள வாயிலில் நுழைய முற்பட்டேன். எவனோ ஒருவன் தன் கழிவறைக் கதவைத் திறந்து கொண்டு வெளி வரவே நான் நுழைய முடியாமல் வழி தடைபட்டது. வெளி வந்தவன் மீண்டும் கதவைச் சாத்தினான். வேறு யாருமில்லை வெளிவந்தவன் சுரேஷ்தான். என்னைப் பார்த்ததும்,

'வாடா டுபுக்கு. வயித்த நல்லா காலி பண்ணிகிட்டு வா. கேட்ரிங் முடிஞ்சதும் நேரா காலேஜ்க்குப் போகணும். மதியத்துக்கு சேத்து இப்பவே ரொப்பிக்கோ' என்றான்.

நான் கழிவறைவிட்டு வெளியே வந்து முகம் கழுவிக் கொண்டிருக்கையில் 'எலைய எடு, ரோல் போடு' என்று குரல் கேட்டுக் கொண்டிருந்தது. முகத்தைத் துடைத்துக் கொண்டே உள்ளே சென்றேன். மந்தை மந்தையாய் கூட்டம் உள்ளே நுழைந்தது. 'எந்தப் பக்கம் ஸ்வீட் வெக்கிறது, எந்தப்பக்கம் தண்ணி வெக்கிறது' புரியாமல், இதற்கும் அதற்கும் பரிமாறுதல் அவசர அவசரமாக நடந்தது. இட்டிலி வைக்கும் ஆனந்திடம், இரண்டு இட்டிலி எனும் விதியைத்

தாண்டி 'எனக்கு இன்னும் ரெண்டு சேத்து வை' என்றார் ஒருவர். அவனும் சுற்றும் முற்றும் பார்த்துவிட்டு இரண்டு சேர்த்து வைத்து விட்டு அடுத்த இலைக்கு நகர்ந்தான்.

'இல்லப்பா எனக்கு இட்லி வேண்டாம் ஊத்தாப்பம் எடுத்துட்டு வா' என்றார் அந்த இலைக்காரர்.

'காலையிலேயே வந்துட்டாம் பாரு கழுத்தறுக்க' என்று புலம்பிக் கொண்டே ஊத்தப்பம் எடுத்து வரப் போனான் அந்த ஆனந்த். இரவு போலவே நான் சாம்பார் ஊற்ற எடுத்துக் கொண்டேன். சமையல் கட்டிலிருந்து வடையைத் தூக்கிக்கொண்டு ஒரு பையன் வேகவேகமாக வெளி வந்தான். புதிதாக சூடாக வெளியே வந்த வடை எங்கள் பசியைக் கிளறியது. வெளியே வந்தவன் வாயில், சாப்பிடுவதற்காக மறைத்த பாதி வடை இருக்கவே அவனது ஒரு கன்னம் சற்று உப்பியிருந்தது. அதைப் புரிந்து கொண்ட செல்வா அவசர அவசரமாக வந்தவனைப் பிடித்து நிறுத்தி,

'இன்னாடா நைட்டு கனவுல வந்தவ கன்னத்த கடிச்சிட்டாப் போல இருக்கு' என்று கிண்டலடித்தான். அந்தப் பையன் கிண்டலை ஏற்று சிறு புன்னகையைத் தெரிவித்து விட்டுப் போனான்.

'ஏ செல்வா! அங்க என்னடா பேச்சு. அந்த வொயிட் சட்னி எடுத்துனு வா இங்க' என்றார் ஏஜெண்ட். 'ஏஜெண்ட் பார்த்து விட்டானே' என்று சுறுசுறுப்பாய் சட்டினி வாளியைத் தூக்கிக் கொண்டு வேகவேகமாய் போனவன் திடீரென்று குப்புற விழுந்தான். அவன் கையில் வாளி இல்லை. வாளியிலிருந்த சட்டினி எல்லாம் கீழே ஊற்றிக் கொண்டு தரையில் ஒரு வெள்ளை ரோடு போட்டிருந்தது. அவ்வளவுதான் அவன் மனம் பயத்தில் எரிந்தது. எழுந்து கீழே பார்த்தான். யாரோ தரையில் தண்ணீரை ஊற்றிவிட்டு இருந்ததுதான் தான் வழுக்கி விழுந்ததற்கு காரணம் என்று தெரிந்து கொண்டான். இருந்தும் அவன் பதற்றமும், பயமும் உடம்பையே எரித்தது. சாப்பிட்டுக்கொண்டிருந்தவர்களெல்லாம் அதைப் பார்ப்பதற்காகவே எழுந்து நிற்கவே, ஏஜெண்ட் முதல் சமையல்காரர்கள் வரை எல்லாரும் அங்கே கூடிவிட்டனர்.

'ஏன்டா எருமாடு! கண்ணா தெரியில. தூக்கந் தெளியில யாடா மூதேவி. எவன்டா பதில் சொல்றது இதுக்குல்லாம்?' என்று கோபமாக முறைத்துக் கொண்டே பேசினார் ஏஜெண்ட். 'சமையல்காரனுக்கு பதில் சொல்றதா? இல்ல கல்யாணக்காரனுக்கு பதில் சொல்றதா?' என்ற குழப்பத்தில் அவர் மனம் திளைத்தது. இதனாலேயே கடுகடுவென்று

பேசினார். அதற்கேற்றாற் போல தடியான உடல்வாகும் தலையில் சிவப்புத்துண்டும் கட்டிக்கொண்டிருந்த சமையல் காரர் ஒருவர்,

‘இருந்ததே வொயிட் சட்னி ரெண்டு பக்கெட் தான். இன்னும் ரெண்டு பந்திக்கு வேற வெக்கணும் எனக்குத் தெரியாதுப்பா என்வேலய நான் முடிச்சிக் குடுத்திட்ட’ என்று ‘எரியும் நெருப்பில் எண்ணெய் ஊற்றிக் கொண்டே’ பழியிலிருந்து நழுவினார் அவர். இதனால் கோபம் அதிகமான ஏஜெண்ட் செல்வாவைப் பார்த்து,

‘நீ வேலையும் செய்ய வேணா ஒண்ணுஞ் செய்ய வேணா, வெளியில போ’ என்று கத்தினார். தவறு தன்னுடையதாகத் தெரியவே செல்வாவும் தலைகுனிந்து கொண்டே வெளியே போனான்.

எங்கள் யாராலும் எதுவும் பேச முடியவில்லை அந்நேரத் தில். கீழே கொட்டிக் கிடந்த சட்டினியை வழித்து வாரிக் கொண்டிருந்தான் சிலம்பு. எல்லாரும் புலம்பிக் கொண்டே வேலையைத் தொடர்ந்தோம். இன்னொரு பாத்திரத்தில் இருந்த வெள்ளைநிற தேங்காய் சட்டினி தண்ணீர் ஊற்றப்பட்டு வெள்ளை ரசமானது. பந்தி முடிந்து கல்லூரிக்கு நேரமாகவே வேகவேகமாய் நாங்கள் சாப்பிட்டு விட்டு, ஓர் இலையில் செல்வாவுக்கு ஊத்தப்பம் இரண்டு கட்டிக் கொண்டு வெளியே வந்தோம். வெளியே செல்வா இல்லை கல்லூரிக்குப் போய்விட்டிருந்தான்.

முதல் பாடவேளை முடிந்து இரண்டாம் பாடவேளை தொடங்கும் நேரமாக இருந்தது நாங்கள் கல்லூரிக்குச் சென்றபொழுது. ஐயோ ஆசிரியர் என்ன சொல்லப் போகி றாரோ? திட்டுவாரோ அல்லது வேறு ஏதேனும் தண்டனை இருக்குமோ? ‘படிப்பதற்குத்தான் வந்தீர்களா’ கேள்வி கேட்பாரோ? உள்ளே அனுமதிக்கப்படுவோமா வெளியே துரத்தப்படுவோமா? முதல் பாடவேளையில் என்ன பாடம் நடத்தப்பட்டதோ? வகுப்பறை நெருங்க நெருங்க பதற்றம் மனதைத் தின்றது. உடலின் வெப்பநிலை உச்சமடைந்தது. இன்னும் நெருங்க நெருங்க சந்தேகம் சடையைப் பிடித்தது. காரணம் வகுப்பறையில் பாடம் நடத்தும் குரலைத் தவிர மற்ற எல்லாக் குரல்களும் ரீங்காரமிட்டன. மாணவர்கள் முதல் வகுப்பில் விவாதத்துக்குள்ளான கருத்தைப் பற்றியே சலசலவென பேசிக் கொண்டிருந்தனர். செல்வா மட்டும் மௌனமாக ஓரமாய் உட்கார்ந்து கொண்டிருந்தான். சக்தி அவனருகில் சென்று அமர்ந்தான்.

‘ஏன்டா சொல்லாம கொள்ளாம வந்துட்ட. நாங்க வெளிய வந்து தேடிப் பாத்தோம். நீ ஆளே இல்ல’ என்றான்.

செல்வா பதில் எதுவும் பேசவில்லை. அந்த நிகழ்விலிருந்து மீளாதவன், மீண்டவன் போல் அன்பரசியிடம் பேசத் தொடங்கினான்.

'அன்பு நேத்து எச். ஓ. டி. நடத்துன தலைப்புக்கு நோட்ஸ் வெச்சிருக்கியா?'

'இருக்கு செல்வா. ஆனா நோட் இங்க இல்லையே ஹாஸ்டல்ல இருக்கே' என்று பதிலளித்தது அன்புக்குரல்.

ஆமாம் பெயருக்கேற்ற அன்பு அவளிடம் எப்போதும் உண்டு. அன்னபூரணி என்று கூட அவளுக்கு பெயர் வைத்திருக்கலாம். மதிய உணவு வேளைகளில் பெரும்பாலும் அவளுடைய சாப்பாட்டை நண்பர்களுக்கே கொடுத்திருக் கிறாள். அவளுடைய டிபன் பாக்சை எனக்காகத்தான் அதிகம் சுமந்திருப்பாள். மற்ற பையன்கள் வளாகத்திலுள்ள கேண்டீனில் சாப்பிடுவார்கள். சில வேளைகளில் சாப்பிடா மலே சாப்பிட்டுவிட்டதாகவும் சொல்லிவிடுவர். எனக்கு கேண்டீனின் மதிய உணவுகள் ஒத்துவராது போகவே எப்போ துமே நான் அன்பு உள்ளிட்ட தோழிகளோடு உணவைப் பகிர்ந்துக் கொள்வேன்.

அதோ! அன்புவின் பக்கத்தில் உட்கார்ந்திருக்கிறாளே அவள்தான் அவள். எல்லாருடைய வாலிபத்திலும் ஏதோ ஒன்று காலியானப் பக்கங்களில் கவிதை எழுதச் சொல்லி விட்டுப் போகுமே அதற்காகப் பிறந்தவள். அழகான தைரியம் அவளிடம் இருக்கும். சுறுசுறுப்பான கண்களோடு தெளிவான பேச்சு. வாத்துக்கு வால் முளைத்த மாதிரி வகுப்பில் சுற்றிக் கொண்டிருப்பாள். மழைக்குக் குடை பிடிச்சது போல இதமாகப் பழகுவாள். மொத்தத்தில் பருவம் அந்த கூந்தல மூகிக்கு எந்த ஒரு பஞ்சமும் கொடுக்கப் பெறாதவள். எனக்கு அவளை உணர்ந்ததிலிருந்து அவளது ஆழமான நெருக்கமான நட்பைப் பெற வேண்டுமென்பதே லட்சியமாக இருந்தது. அவளின் பேச்சுச் சுதந்திரத்தில்தான் பெண்ணினத்திற்கு சிறகு கிடைத்துவிடும் என்ற நம்பிக்கை பிறக்கும். என்னோடு பழகுவதும், பலவற்றை விவாதிப்பதும் அவளுக்குப் பிடித்தி ருந்தது. அன்று நானே சென்று அவளிடம் பேச நெருங்கினேன். அருகில் சென்ற எனைப்பார்த்த அன்பு,

'வா எரும, ஏன் கிளாஸ்க்கு லேட்டா வந்த?'' என்றாள்.

'வேலைக்குப் போயிருந்தோம் அதான் சீக்கிரம் வர முடில' என்றேன்.

அடுத்து அன்பு ஏதாவது கேட்டுவிடும் முன்னர் நான் பேச வந்தவளிடம் பேசுவதற்காக அவள் பக்கம் திரும்பினேன்.

திடீரென்று உட்கார்ந்திருந்த மாணவர்களில் ஒரு சிலர் எழுந்து நின்றனர். ஆசிரியர் வருகிறாரோ என்று நானும் திரும்பிப் பார்த்தேன். ஆனால் வந்தவர் ஆசிரியரல்ல என்றதும் எல்லாரும் மனதாலும் வெளியிலும் சிரித்துக் கொண்டே உட்கார்ந்தோம். வந்தவர் 'சுற்றறிக்கை' கொண்டு வந்திருந்தார். அதில் பருவத் தேர்வுக்கான தேதி அறிவிக்கப் பட்டிருந்தது. வந்தவர் வாசித்துவிட்டு வெளியே சென்று கொண்டிருக்க, எனக்கு அப்பொழுதுதான் சென்னைக்கு கல்லூரிக்கு வந்து நான்கு மாதங்கள் கடந்திருப்பது நினைவுக்கு வந்தது. நான்கு மாதங்கள் போனதே தெரியவில்லை. பருவத் தேர்வும் நெருங்கிவிட்டது. இன்னும் எனக்கென்று தங்குவ தற்கு இடம் கூடத் தயாராக இல்லாமல் பகலில் வகுப்பு, இரவில் கேண்டீனில் ஒண்டிக்கொள்வது என்றிருக்கும் வாழ்க்கை கண் கலங்க வைத்தது. சுரேஷ், சக்தியெல்லாம் இராசபுரம் விடுதியில் இடம் கிடைக்காவிட்டாலும் வேறு வழியின்றி தெரிந்தவர் ஒரு சிலரோடு சென்று எப்பொழுது வெளியே துரத்தப்படுவோம் என்ற பயத்திலேயே எப்படியோ தங்கிக் கொண்டிருந்தனர்.

எனக்குக் கேண்டீனில் வேலை செய்யும் பாலு மிகவும் பழக்கமாகயிருந்தான். அதனால் அவன் உதவியுடன் கொசுக் களோடு கும்மியடித்துக்கொண்டே தங்கிக் கொண்டேன். 'படிக்கணும்னு' ஆசையிருந்தும் முடியாமல் போகவே, படிப்பவர்களுக்காவது உதவி செய்வோமே என்றிருப்பவன் அவன். அதனால் எல்லாருடைய நட்புக்கும் உரியவன் ஆகியிருந்தான்.

என் நாட்காட்டியில் சில தேதிகள் கிழிக்கப்பட்ட பிறகு அன்று ஞாயிற்றுக்கிழமை என்று காட்டியது செல்போன் தினசரி. சனி, ஞாயிறுகளில் கேண்டீன் வழக்கமான விடுமுறையில் இருந்தது. காலைக்கடன்களை முடித்துவிட்டு, கன்னிமாரா நூலகத்திற்குப் போவதாக திட்டமிட்டிருந்தேன். ஆனால் சென்று வர பேருந்து செலவு, காலை மதியம் உணவுச் செலவு என்பவற்றை யோசித்துக்கொண்டிருக்கும் போது கையிலிருந்த பணம் போதுமானதாக தோன்றவில்லை. அதனால் திட்டம் திசை திருப்பப்பட்டது. சக்தி இருக்கும் விடுதிக்குச் சென்றால் சாப்பாடும் இலவசமாகக் கிடைத்து விடும். அவர்களையும் பார்த்தாற் போல இருக்கும் என்பதால் 6D எண் கொண்ட பேருந்தைப் பிடித்து இராசபுரம் இறங்கி விடுதி இருக்கும் கீழ்மண்டபம் பகுதிக்கு நடந்து சென்று சேர்ந்தேன்.

இருக்கும் இடமே தெரியாத ஓர் எளிமையான கட்டடம் அது. நுழைவாயிலின் இடப்பக்கம் மீதியாகிப் போன

சாப்பாட்டைக் கொட்டியிருந்த குப்பைத் தொட்டியும், வலப்பக்கம் குப்பைகள் கொட்டப்பட்டிருக்கும் பகுதியும் வாயில் காவலர்களாக நின்றன. கொஞ்சம் காக்கைகளும், நிறைய ஈக்களும் குப்பைத்தொட்டிச் சோற்றோடு பேசிக் கொண்டிருந்தன. தாழ்வாரத்தில் இரண்டு மிதிவண்டிகளும்,

'ஊனமுற்றோர்க்காக வழங்கப்பட்டது' என்று எழுதப் பட்டிருப்பது அரைகுறையாய்த் தெரிந்த பழைய மூன்று சக்கர வண்டி ஒன்றும் நிறுத்தியிருந்தனர். அதை ஒட்டியது போல மாடிக்குச் செல்லும் படிக்கட்டு வழி இருந்தது. மாடி அறைகளில் பள்ளிக்கூட மாணவர்கள் தங்கியிருப்பதை பின்புதான் நண்பர்கள் தெரிவித்தனர். வாசற்படியைத் தாண்டினால் இரண்டு பக்கமும் வழிகள். அதில் வலது பக்கம் சென்று திரும்பினால், இருபுறமும் அறைகள் அடுக்கப் பட்டிருக்க மத்தியில் வெளிச்சமற்றுக் கிடந்த சிறு இடைவெளி பாதாளக்குகையைப் போன்று இருக்கும். ஏற்கனவே சக்தி சொல்லியிருந்த அறை எண் ஞாபகத்திலிருக்கவே அறை எண்ணைத் தேடிக்கொண்டே சென்றேன். வெள்ளையடிக்காத அந்தச் சுவர்களில் ஓர் அறைக்கு முன் சுவற்றில் சுண்ணாம்புக் கட்டியால் அதன் எண்ணை எழுதியிருந்தனர். இன்னொரு அறைக்கு காகிதத்தில் பேனாவால் வரையப் பட்டிருந்த எண் அடையாளம் காட்டியது. அந்த வரிசையில் நான் தேடிய எண் ஒரு கதவில் தெரிந்தது. இரண்டு விரல்களை மடக்கி அதன் பின்புறத்தைக் கொண்டு கதவைத் தட்ட, இடுப்பில் துண்டு மட்டும் கட்டிக்கொண்டிருந்த ஒரு பையன் கதவைத் திறந்து,

'சொல்லுங்க சார்' என்றான்.

'சக்திவேல், சுரேஷ் இருக்காங்களா?'

'அப்படியா வாங்க சார், உள்ள வாங்க' என்றழைத்து நான் உள் நுழைந்ததும் கதவைத் தாழிட்டுக் கொண்டு வந்து அறைக்கென்றிருக்கும் இரு பிளாஸ்டிக் நாற்காலிகளில் ஒன்றில் அமர்ந்துகொண்டான். அங்கிருந்த இன்னொருவன்,

'அட பன்னி! சேர் அவருக்கு விட்றா உக்காரட்டும்' என்று முன்பின் தெரியாத எனக்காக சிபாரிசு செய்தான். அந்தப் பையனும் எழுந்து கொண்டு 'சாரி சார்' என்று சொல்லிவிட்டு தரையில் படுத்துக்கொண்டான்.

'வாடா வெங்காயம். ஒரு ஃபோன்கூட பண்ணல நீ வர்றன்னு' என்று அழைத்தான் சுரேஷ்.

ஆமாம் வெங்காயம் என்றுதான் அழைப்பான் அவன். வெங்காயம், சாம்பார் என்பதெல்லாம் எங்களின் மாற்றுப்

பருக்கை

பெயர்களாகிப் போயிருந்தன. நான் உங்களிடம் சொல்ல மறந்துவிட்டேன். இரண்டு மூன்று முறை கேட்டரிங் சென்றதில், நான் கற்றுக்கொண்டது ஒன்றுதான். சாம்பார் வாளி தூக்கிக் கொண்டால் வேலை மிகவும் எளிது. அதை வைத்துக் கொண்டே பாதிநேரப் பந்தியை ஓட்டிவிடலாம் என்பதுதான். அதனால் அடிக்கடி என்னை அழைப்பவர்கள்,

'சாம்பாரு எடுத்துட்டு வா'

'சாம்பாரு ஊத்துடா' என்றுதான் கூப்பிடுவார்கள். சில நேரங்களில் அந்தத் தொடர் என்னைச் 'சாம்பார்' என்பது போலவே எனக்குப்படும். அதையே நான் என் நண்பர்களைத் திட்டுவதற்கும், கூப்பிடுவதற்கும் பயன்படுத்திக் கொள்ள அது வகுப்பிலும் பரவிவிட்டது. தயிர்வெங்காயம் பரிமாறு பவனை நாங்கள் பந்தியின் பொழுதே 'டே வெங்காயம் வைடா வாடா' என்றும்,

'பக்கோடா தலையா இங்க வா' என்றெல்லாம் கேலியோடு அழைப்போம். எங்களுக்கான சொல்லாடலாக இது மாறிப்போகவே நாங்கள் அழைக்கிறவர்களும் எதுவும் கோபித்துக் கொள்ளமாட்டார்கள். வேலை செய்யும் பொழுது களில் இது எங்களின் சந்தோஷமாக மாறி இருந்தது.

'சும்மா தான்டா. அப்டியே கௌம்பி வந்துட்டேன்' சுரேஷின் அழைப்பிற்குப் பதிலளித்தேன். பதிலளித்துக் கொண்டே நாற்காலியில் உட்காராமல் அவனருகில் சென்று கீழே அமர்ந்தேன். அமர்ந்தவாறே அறையை நோட்டமிட்டது என் கண்கள். சென்னை நகரப் பேருந்து போல் கூட்ட நெரிசலாய் அடைந்து கிடந்தது அந்த அறை. சுவற்றைச் சுற்றிலும் உடைகள் மாட்டப்பட்டு தொங்கிக்கிடந்தன. குறுக்கே இரண்டு கயிறுகள் கட்டப்பட்டு அதில் உள்ளாடை வகையறாக்களும், துண்டுகளும் தொங்கியிருந்தன. ஒரு கைக்குட்டை மட்டும் கீழே விழும் நிலையில் ஊசலாடியது. சுவரில் இருந்த அலமாரிகளில் ஆங்காங்கே பெட்டிகளும், புத்தகங்களும் பரவியிருக்க, துணிகளும் சொருகி வைத்திருந் தனர். பார்ப்பவர் முகத்தை இரண்டாய் காட்டக் கூடிய பாதியாய் விரிசல் விட்டிருந்த சிறிய கண்ணாடி மாட்டப்பட்டிருந்த இடத்திற்கு கீழே ஒரு பெரிய எவர்சில்வர் வாளியில் இட்டிலியும், இரண்டு சிறிய வாளிகளில் சாம்பார் சட்டினியும் வாங்கி வைத்திருந்தனர்.

'சரி நீ சாப்டியா இல்லியா, சாப்பிட்றயா?' என்று என்னைக் கேட்டான் சுரேஷ்.

'இல்லடா சாப்ட்டுதான் வந்தேன்' என்று சாப்பாட்டு வாளிகளைப் பார்த்துக் கொண்டே பொய் சொன்னேன்.

'சாப்ட்டாலும் பரவாயில்ல. ரெண்டே ரெண்டு இட்லி சாப்டு' என்று சொல்லிக்கொண்டே தட்டு எடுத்துப் பரிமாறத் தொடங்கினான். பசியில் என்னாலும் மறுக்க முடியாமல் சாப்பிட ஆரம்பித்தேன்.

'ஆமா, சக்தி எங்கடா ஆளக் காணோம்? சென்னையில புதுசா எதாவது ஒரு தெருவ கண்டு பிடிக்கப் போயிருக் கானா?'

'அவனுக்கு ஒடம்பு சரியில்லடா பயங்கரமான ஜொரம். அதான் ஊருக்கு போயிருக்கான்' புத்தகத்தைப் புரட்டிக் கொண்டே சொன்னான்.

'என்னடா சொல்ற. கிளாஸ்ல நல்லாதான இருந்தான்?'

'இல்லடா அவன் அப்பவே லேசா ஒடம்பு சரியில்லாம தான் இருந்தான். ஒரு வாரமாவே காய்ச்சல் இருந்திருக்குது. அவன் ஏதோ மாத்திர வாங்கி சாப்டுகிட்டு இருந்திருக்கான்'

'அடப்பாவி ஒரு வார்த்தைகூட சொல்லலயே அவன்'

'அதோட விட்டிருந்தா சரியாயிருக்கும். தலைவரு ரெண்டுநாளா நைட்ல பெட்ரோல் பங்க்ல வேலைக்கு போயிருக்கான். அடிச்ச குளிரு இப்ப அவன அவங்க ஊருக்கே அடிச்சிகிட்டு போயிருச்சு'

'என்னடா இப்படி பேசற, பாவம்டா அவன். வருத்தமே இல்லாம பேசறயே'

'பின்ன என்னடாப் பின்ன. பொறம்போக்கு எதுவுமே எங்ககிட்ட சொல்லல. நேத்து ராத்திரி எம் பக்கத்துல தான் படுத்துகிட்டிருந்தான். நெருப்பா கொதிக்குது அவன் ஒடம்பு. பக்கத்துலேயே படுக்க முடியல. திடீர்னு ஒடம்பு தூக்கித் தூக்கிப் போடுது. எல்லாருமே பயந்துட்டோம் தெரியுமா. கேட்டா 'ஆக்ஷன் பைவ் அண்ட்ரர்டு' மாத்திர போட்டுக்கிட்டுதான் படுத்தன்னு சொல்றான். ரூம்ல எல்லாரும் திட்னாங்க. சுந்தரன் என்ன வேற திட்னான். 'ஒரு வாரமா லேசா இருந்ததுண்ணே. சரியாயிடும்ன்னு பாத்தேன். ஆனா அதிகமாயிடுச்சு'ன்னு மூர்த்தி அண்ணன் கேட்டதுக்கு சொல்றான்.

'ஏன்டா ஒடம்பு சரியில்லன்னு தெரிஞ்சதில்ல அப்பவே ஆஸ்பிடல் போய் பாக்க வேண்டியதுதான'ன்னு அவர் கேட்டார். அதுக்கு அவன்,

'ஆஸ்பிடல் போறத்துக்கு காசு வேணும்னு தாண்ணா பெட்ரோல் பங்க்குக்கு வேலைக்கு போன. சரியான குளிரு

தாங்க முடியல. காய்ச்சல் இன்னும் அதிகமாயிடுச்சு' ன்னு சொன்னான்.

'பணம் வேணுன்னா எங்கிட்ட கேக்க வேண்டியதானடா பன்னி'ன்னு நான் திட்னதுக்கு அமைதியாவே இருந்தான்.

நாங்கள் பேசிக் கொண்டிருக்கும் பொழுதே வேலைக்கு வந்து கூப்பிட்டதால் அறையிலிருந்தவர்கள் வெளியேறினர். ஒருவன் குளிப்பதற்காகச் சென்றான். ஒருவன் மட்டும் தூங்கிக் கொண்டிருந்தான். நாங்கள் முன்னமே பெயர் கொடுக்காததால் எங்களால் அன்று வேலைக்குப் போக முடியவில்லை. வேலை இருக்கிறதென்று எங்களுக்கும் தெரியாது. எல்லாரும் போய் விடவே அறை நாங்கள் இன்னும் பேசுவதற்கு வசதியானது. பிறகு மீண்டும் அவனே தொடர்ந்தான். கையிலிருந்த புத்தகத்தை மூடிவிட்டு அவன் தூக்கிப் போட்டதில், புத்தகம் விழுந்த இடத்தில் நின்றிருந்த காலியான தண்ணீர்புட்டி கீழே விழுந்து உருள ஆரம்பித்தது. ஆடிக்கொண்டே ஓடிக்கொண்டிருந்த மின்விசிறியின் சத்தம் அவன் பேச்சுக்கு இசையமைத்துக் கொண்டிருந்தது.

'அப்புறம் விடியக்காலைல மூர்த்தி அண்ணந்தான் டாக்டர்கிட்ட கூட்டிட்டுப்போய் வந்தாரு. மருந்தெல்லாங் கூட அவரு காசுலயே வாங்கிட்டு வந்தாரு'

'டாக்டர் என்ன சொன்னாராம்?'

'இன்னா சொல்வாரு திட்டியிருக்காரு. 'ஏம்பா நீங்கள்லாம் படிச்சப் பசங்கதான சென்ஸ் இல்ல. ஒடம்பு சரியில்லன்னா ட்ரீட்மெண்ட் எடுத்துக்க தெரியாதா? இது சாதாரண பீவர் இல்ல, வைரஸ் பீவர். தொடர்ந்து ட்ரீட்மெண்ட் எடுத்துக்கணும் சரியா'ன்னு சத்தம் போட்டு மாத்திர எழுதிக் குடுத்திருக்காரு. அந்த டாக்டர் எப்பமே ஆஸ்டல் பசங்களுக்கு உதவுவாரு. பீஸ் வாங்கல' என்று சுரேஷ் சொல்லிக் கொண்டிருக்கும் பொழுதே மனம் பொறுக்க முடியாமல் கேள்வி கேட்க ஆரம்பித்தேன் உச்சத் தொனியில்...

'வைரஸ் பீவரா? அப்ப அவனுக்கு டைபாய்டா?'

'ஆமான்டா. அப்பிடித்தான் நெனைக்கிற. அப்டி இருக்கும் போது இங்க இருந்தா அவனோட ஒடம்பு எப்டி சரியாகுன்னு ஊருக்கே அனுப்பிட்டோம். அவரு மூர்த்தி தான் டிக்கெட்டுக்கு காசு கொடுத்து டிரெயின் ஏத்திவிடப் போயிருக்காரு' என்று சுரேஷ் முடிக்கும் பொழுது அவனுடைய குரலிலும் அனுதாபம் தெரிந்தது. நானும் சாப்பிட்டு விட்டு கை கழுவுவதற்காக எழுந்தேன்.

‘டே... டே ... இங்கே கழுவிக்கோ. அப்டியே அந்த ஜன்னலுக்குள்ள கைவிட்டு வெளியே கழுவிக்கோ’ என்றான் சுரேஷ்.

சன்னலுக்கு வெளியே கைநீட்டி கழுவிக் கொண்டே வெளிப்பக்கம் பார்த்தால் இட்டிலிகளும், சோறு, குழம்பு எல்லாம் கொட்டப்பட்டுக் கிடந்தன. குழம்பிலிருந்த திரவத்தைப் பூமி ஈர்த்துக்கொண்டு, மீதியிருந்த காய்த்துண்டுகளில் ஈக்களை மொய்க்க விட்டிருந்தது. அவையும் கொட்டி நாள் கணக்காகி இருக்க வேண்டும். கழிவுநீர் செல்லும் கால்வாய் ஒன்றும் சேற்றோடு குழம்பிக் காய்ந்து போயிருந்தது. பெருச்சாளிகள் இங்கும் அங்கும் ஓடி மறைந்து கண்ணாமூச்சி விளையாடிக் கொண்டிருந்தன. இல்லை இல்லை அவை பெருச்சாளிகள் அல்ல. அங்கிருக்கும் எலிகள் கூட மெலிந்து போய்தான் கிடந்தன. கொசுக்கள் மட்டுமே கொஞ்சம் குண்டாய்த் தெரிந்ததாக ஞாபகம்.

‘ஏன்டா சாப்பாட்ட எல்லாம் இப்படி கொட்டி வெச்சிருங்கிங்க?’ கொசு வேற நெறைய இருக்குது’ என்று முகஞ் சுளித்தவாறே கேட்டேன்.

‘ஆமா பின்ன, இந்த சோத்த எவந் தின்னுவான்? ஏதோ பசி நேரத்துல என்னத்த பண்றதுனு தெரியாம கடமைக்கு கொஞ்சம் வயித்துல போட்டுக்க வேண்டியதுதான். மத்ததெல்லாம் இப்டி கொட்ட வேண்டியதுதான்’

‘அதுவும் சரிதான். எப்படித்தான் சாப்பிட்றிங்களோ? எனக்கே புடிக்கலடா. ஏதோ நீ தட்டுல போட்டு வெச்சிட்டியேன்னு சாப்டேன். இட்லிக்கு அந்த சாம்பார் ஒட்டவே மாட்டேங்குது, அதுவும் அதுல ஒரு டேஸ்ட்டும் தெரியல. சட்டினி சொல்லவே வேணாம்டா சாமி.’

‘கவர்மெண்ட் ஆஸ்டல் பின்ன எப்பிடியிருக்கும்? எல்லாமே இங்க பிரச்சனதான். அந்த பாத்ரூம் சுத்தமா சரியில்ல. இதோ பாத்ரூம் நாத்தம் இங்க அடிக்குது பாரு. இன்னோரு மேட்டர கேளு குளிக்கிறதுக்குன்னு பாத்ரூமே கெடையாது. ஒரு தொட்டி ஒன்னு கட்டிவிட்ருக்கானுங்க. அங்க கும்பலா போக வேண்டியது, ஆளுக்கொரு பக்கெட்ல கயிறு கட்டி தொட்டி தண்ணிய மொண்டு ஊத்திக்கிறதோ இல்ல தெளிச்சிக்கிறதோ அவ்ளோ தான் குளியல். அதுங்கூட கார்ப்பரேஷன் தண்ணி லாரி வந்து தொட்டி ரொப்பலன்னா அதுவும் கோயிந்தா தான்.’

‘என்னடா இப்டி சொல்ற? நீங்கல்லாம் ஃப்ரீ ஹாஸ்டல்ல இருக்கீங்கன்னு நெனைச்சா, இங்க இப்டி இருக்கே.’

‘ப்ரீ ஆஸ்டலா? அட போடா! அதுக்குப் பேசாம கடன் வாங்கியாவது நல்ல ஹாஸ்டல்லேயே சேந்துக்கலாம். இங்க இருக்குற பாத்ரூம்க்கு போற வழியிலேயே வழுக்கி விழுந்து இடுப்பு ஒடைஞ்சவன்லா இருக்கான். 9ஆம் நெம்பர் ரூம்ல ஒருத்தனுக்கு விழுந்தடிச்சி பல்லுக்கூட ஒடைஞ்சிருக்குது. எங்க ரூம்ல ஒருத்தன் கையில கட்டு போட்டுக்குன்னு வருவாம்பாரு அதுக்கும் அத்தாங்காரணம். குளிக்கிற எடத்துல இருந்து குடிக்கிற தண்ணி வரைக்கும் கொடுமைதான். நானும் ஆஸ்டல் கட்டுறன்னு கடமைக்கு ஒரு கட்டடத்த கட்டிட்டுப் போயிட்றானுங்க. அப்புறம் அந்தக் கட்டடம் இருக்குதா மழையில மெதக்குதானு கூட அவனுங்களுக்கு தெரியாது. இன்னும் நெறய இருக்குது அதெல்லாம் எதுக்கு விடு. இப்டி இருக்கிறப்போ காய்ச்சல் வராம என்ன பண்ணும்?’ என்று விடுதிப் பிரச்சனைகளிலிருந்து அவன் பேச்சு சக்திக்கு மாறியது.

‘வீட்ல வாங்கியிருக்கிற கடனுக்கே நம்மல வேலைக்குப் போடான்னு சொல்றாங்க. அதையுந்தாண்டி இங்க படிக்கணுன்னு வந்தா பொழப்பு இப்பிடியிருக்குது. பெத்தவங்கள சொல்லி மட்டும் என்ன பண்றது? இங்க வந்து சோத்துக்கு சு . . . ஊம்பும்போதுதான் அவுங்க கஷ்டம் புரியுது. இப்பிடில்லாம் சோத்துக்கு வழியில்லாம திரியறதுக்கு பேசாம எங்கனா வேலைக்கே போலான்டா’ என்று சொல்லி முடிக்கிற தருவாயில் என் கண்கள் கலங்கிவிட்டிருந்தன.

‘அட வெங்காயம். இதுக்கெல்லாம் போயி இப்டி பேசறதாடா? எல்லாக் கஷ்டத்தையும் தாங்கித் தான்டா ஆகணும். நம்பிக்கையை கொறைச்சிக்காதடா’ என்றான் அவன்.

‘என்ன மயிரு நம்பிக்கை. வீட்ட சுத்திகிட்டு ஊருப் பக்கம் இருக்கிறவரைக்கும் என்னமோ இருந்துட்டோம். பசின்னா என்னனே தெரியாது. இங்க வந்து சாப்பாட்டுக்கும், தங்கறதுக்கும் எங்கெங்க, எப்டியெல்லாம் அலையிறப் போதான்டா வாழ்க்கையின்னா என்னன்னே புரியுது’

‘இப்ப தெரியுதாடா வறுமையோட கஷ்டம். ஏதோ மூணு வேளை சாப்பாடு கெடைக்கிற குடும்பத்துல இருந்து வந்த உன்னாலயே சாப்பாட்டுக்கு வழி பண்ணிக்க முடியலையே, அப்ப வழியே இல்லாதவங்க நெலைமய கொஞ்சம் நெனைச்சிப்பாருடா. அவங்கலாம் இன்னாடா தப்பு பண்ணாங்க? இந்த நாட்ல பொறந்ததுக்கு அவங்களுக்கு பட்டினிதான் மிச்சம். உழைச்சாலும் உழைப்புக்கான கூலி கொடுக்குறதும் இல்ல, கொடுத்தாலும் கைக்கு கெடைக்கிற தும் இல்ல.’

'நீ வேற ஏன்டா ஒரு பக்கம் தாலியறுக்குற. நான் ஒன்னு பேசனா நீ ஒரு கதைய பேசற' என்றேன். அதற்கு,

சுரேஷ், 'கதையா இது, கதையில்லடா. இதுதான் சமூக வரலாறு. காலங்காலமா கஷ்டப்படுறவன் கஷ்டப்பட்டு கிட்டேதான் இருக்குறான், அடக்கி ஆள்றவன் அடக்கிகிட்டே இருக்குறான். ஏழை மக்களுக்கு பசியும், பட்டினியுந்தான்டா தலையெழுத்துன்னு இருக்கு. அதெல்லாம் யாரு மாத்துறது, நாமதான்டா மாத்தணும். நாமலும் படிச்சோம், முடிச்சோம், வேலைக்குப் போனோம்னு ஆயிட்டா யாருக்கும் இதப்பத்தி அக்கறையே இருக்காதுடா. இன்னைக்கு உன் பசியப்பத்தி நீ யோசிக்கிற மாதிரி மத்தவங்க பசியையும் கொஞ்சம் யோசிச்சுப் பாருடா' என்றான்.

'என்னத்த யோசிக்கிறது?'

'பீச்ல எத்தனை பேரு பசியோட சுத்துவான்? ப்ளாட்பார்ம்ல பழைய சோத்துப் பொட்டலத்தோட எப்படில்லாம் படுத்துக் கெடக்குறாங்க? ஒரு பக்கம் சாப்பிட முடியாம கொட்றவன் இருக்கான், இன்னொரு பக்கம் சாப்பாடே கெடைக்காம அலையிறவனும் இருக்கான். எல்லாத்தையும் பாக்குறோம்ல இதெல்லாம் நாம கேக்காம யாரு கேப்பா? நம்மள மாதிரி தான்டா அவங்களும். அதைவிடு நம்மள மாதிரி படிக்கிற பசங்களே எத்தன பேரு நமக்குத் தெரியாம இப்படி இருப்பானுங்க? நைட்ல பீச்ல படுத்து இருந்துட்டு காலைல கிளாஸ்க்கு வர்றவன்லாம் இருக்காந் தெரியுமா? எம்.ஏ படிக்கிற நம்ம பொழப்பே இப்டின்னா எதுவுமே தெரியாத மத்தவங்க நெலம?' என்று மனம்பொங்கப் பேசினான்.

எனக்கு என்ன சொல்வதென்றே தெரியவில்லை. அவன் பேசுவதன் நியாயங்கள் புரிந்தாலும், என் பசியே என் கண்முன் வந்தது. கண்ணீரோடு வார்த்தைகளும் வெளிவராமல் நெஞ்சுக்குள்ளேயே முட்டிக்கொண்டு நின்றது. ஏதேதோ தோன்றினாலும் எதுவும் பேச முடியவில்லை. என் மன நிலையை உணர்ந்தவனாய் அவன் நெருப்பு வார்த்தைகளை கொஞ்சம் நிறுத்திக் கொண்டு, தணிந்த குரலில் அவனே பேசினான்...

'நெறைய பசங்க இதனாலதான்டா, படிக்கனும்னு வந்துட்டு படிக்கிறதுக்கு முடியாம கடைசியில ஏதேதோ வழியில போயிற்றாங்க. ஏன் நான்கூட காலேஜ் சேந்த மொத வருஷமே ரெகுலர்ல படிக்கிறதுக்கு வழியில்லாமதான டிஸ்கண்டினியூ பண்ணிட்டு மூணு வருஷம் கரஸ்ல படிச்சேன். படிக்க வர ஒவ்வொருத்தனும் எதனா ஒரு லட்சியத் தோடதான்டா வரானுங்க. ஆனா வந்த எடத்துல சோத்துக்கே

வழியில்லாம திண்டாடும் போதுதான், வயித்த அரிக்கிற மாதிரி பசி அவங்க லட்சியத்தையும் அரிச்சிடுது. நம்ம சக்தியைப் பத்தி தெரியுமா உனக்கு? அவன் குடும்பம், ஊரைப் பத்தியெல்லாம் தெரியுமா?

சூரியன் பட்டே சுண்டிப் போய் காஞ்சி கெடக்குற ஊருடா அவங்க ஊரு, அங்க யாருமே அவங்க ஊரு பள்ளிக் கூடத்த தாண்டினது கெடையாது. ஊர்லயே ரெண்டே பேருதான் டிகிரி படிச்சிருக்காங்களாம். மூனாவது ஆளா அதுவும் எம்.ஏ படிக்கிற மொத ஆளு சக்திதான். இங்க தான் இவன் லூசு மாதிரி சுத்திகிட்டு இருக்கான். ஆனா அவன் ஊர்ல எதனா பிரச்சனை, சண்டை சச்சரவுன்னா முன்னநின்னு நாட்டாம பண்றவன் இவந்தான். ஊரு தண்ணிப் பிரச்சனைக்கு கலெக்டர் ஆபிஸ் வரைக்கும் போய் மனு கொடுத்த ஆளும் இவந்தான். எப்படின்னா நல்லா படிச்சி, ஒரு நல்ல வேலைல இருந்துகிட்டு, அவன் ஊரு பசங்க நெறைய படிக்கிறதுக்கும், ஊரு விவகாரத்த எல்லாந் தீக்கிறதுக்கும் மொத்தத்துல ஊருக்கே ஒரு கலங்கரையா இருக்கணும்றதுதான் அவன் எண்ணம்... அப்புடி ஒரு நெனப்போடதான் இங்க வந்தான்.

ஆனா அவன் நெலமய பாத்தியா? இங்க தாக்குப்புடிக்க முடியாம, ஒடம்பு சரியில்லாம ஊருக்குப் போயிட்டான். எனக்குத் தெரிஞ்சி அவன் எத்தன நாளு காலைல சாப்ப டாமலே கிளாஸ்க்கு வந்துருக்கான் தெரியுமா? ஆனா அதை அவம் மூஞ்சில காட்டிக்கவே மாட்டான். சாப்பாடு இல்ல, பணம் இல்லன்னு அங்கங்க வேலைக்கு போயிட்றான். ஏன் அவன் மட்டுமில்ல நாமலுந்தான போறோம். அப்புறம் எப்டி படிக்கிறது? கிளாஸ்ல நடத்திறதயே ஒழுங்காப் படிக்க முடியல, அப்புறம் இன்னும் சப்ஜெக்ட்ட தாண்டி, எப்படி வாசிக்க முடியும் சொல்றா?'

என்று கலங்கிப்போய் பேசியவன் தன் பேச்சுக்கு இடைவெளி கொடுத்தான். அவன் பேசியதையெல்லாம் கேட்கக் கேட்க சக்தியின் முகமும், அவன் செயல்களுமே என் நெஞ்சுக்குள் ஊடாடிக் கொண்டிருந்தன. சித்தம் சுத்தமாகக் கலங்கிக் கசிந்திருந்தும் வார்த்தைகள் மட்டும் ஏனோ வறண்டே கிடந்தன. வார்த்தைகளோடு வறண்டுவிட்ட தொண்டைக்குள் எச்சிலைக் கூட்டி முழுங்கினேன்.

சுரேஷ், 'இத்தனப் பிரச்சனைக்கும் இடையில நமக்குன்னு இருக்குற ஒரேஒரு பிடிமானம் இந்தப் படிப்புதான்டா. அதலயும் இங்க வந்து சேந்தது...' என்றான்.

‘ஆமாண்டா அதுவும் சரிதான். வேறெங்கனாப் போயி ருந்தா இன்னும் பழைய புராணத்தையேதான் படிச்சிட்டி ருந்திருப்போம். நாம எப்டி இருந்திருப்போம்னு நமக்கே தெரியாது’

‘இவ்ளோ கெடைச்சும் நம்மலாள இதை பயன் படுத்திக்க முடியலன்னு நெனைக்கும்போதுதான் ...’ முடிக்க முடியாமல் அவனுக்குத் தொண்டை அடைத்தது.

‘ஏன்டா இப்டி பேசற?’

‘தெரியலடா. வேறு என்னப் பண்றதுனே தெரியல. இத படி, அத படி, இது மாதிரி படிக்கணும், இத இப்டிதான் பாக்கணும்னு எல்லாஞ் சொல்றானுங்க. ஆனா நம்மலாள ஒன்னுமே படிக்க முடியலையே ...’

‘உண்மதான். வந்து இவ்ளோ நாள்ல எவ்ளோவோ கத்துக் குடுத்திருக்காங்க. என்னப்பண்றது எல்லாத்தயும் காதுலதான் வாங்கிக்க முடியுது. எங்க, காலைல கெளம்பி வர்றோம், கிளாஸ்ல இருக்குறோம், கிளாஸ் முடிஞ்சி கேம்பஸ்ஸ விட்டு வெளிய வந்ததும் என்னவோ திரும்பவும் அனாதை ஆயிட்ட மாதிரி இருக்குது. இராத்திரிக்கு எங்க படுக்கிறதுன்னு எடந்தேடறதுக்கே இராத்திரி முடிஞ்சிடுது. இதுல ஒன்னு ரெண்டுநாள் வேலை, சனி ஞாயிறு வேலைன்னு போயிட் றோம். அடப்போடா என்னப் பொழப்போ ...’

‘இவங்க சொன்னதுல அரையுங்கொறையுமா படிச்ச துக்கே நமக்கு நெறைய விஷயங்கள புரிஞ்சிக்க முடியுதே ... அப்போ சொன்னது எல்லாத்தயும் படிச்சிருந்தோம்னா.?’

‘ஆனா ஒன்னுடா சுரேசு. ஆரம்பத்துல இங்க வந்து சேந்ததுமே மண்டையப் பிச்சிகிட்டு எங்கனா ஓடிப் போயிட்லானுதான் தோணுச்சி. ஏதோ இந்திக்காரங்கிட்ட வேலைக்கு வந்து மாட்டிக்கின மாதிரி இருந்திச்சு. என்னப் பேசறாங்க, எத சொல்லவராங்க ஒன்னுமே வெளங்காது. நாம இதுவரைக்கும் படிச்சப் பாடமெல்லாம் ஒரு மாதிரி இருக்கு, இப்ப படிக்கிறது வேற மாதிரி இருக்கேன்னு ஒரே கொழப்பமா இருக்கும். உனக்கு இருந்திருக்காது நீங்களாம் பெரியாளாச்சே ...’

‘பொத்து. கத்துக்க வேண்டியது எவ்ளவோ இருக்கு. அதுக்கு நம்ம வாழ்நாள் முழுசுங் கூட பத்தாது. அப்புறம், அன்னைக்கு ஒரு நாளு நீ சொன்ன மாதிரிதான் சக்தி கூட நம்ம பிஎச். டி படிக்கிறாருல்ல ரகுநாதன் அண்ணன்? அவருகிட்ட அப்டிதான் பேசிட்டு இருந்தான். ‘இன்னாங்கணா

இது, எதுவுவே புரியமாட்டேங்குது. ‘அ’வும் புரியல ‘ஔ’வும் புரியல. நாங்கலாம் பாஸ் பண்ணுவோமான்னே பயமா இருக்குது’ன்னு சொன்னான். அதுக்கு அந்த அண்ணன், ‘இப்ப இதுமாதிரிதான்டா பேசுவீங்க. அதே செகண்டு இயர் வரட்டும், அப்புறம் நீங்க வாத்யேருங்களயே கேள்வி கேட்க ஆரம்பிச்சுடுவிங்க’ன்னு சொன்னாரு’ என்றான் சுரேஷ்.

‘ஆமாம் பின்ன. மொத மொதல்ல காலேஜ் சேந்து வகுப்புக்கு வரும் போதுலாம் இந்தக் கட்டடத்தயே அதிச யமாப் பாத்துட்டு வந்தோம். ஆனா இப்போ இதுக்குள்ள பாத்ரூம் சரியில்ல, கம்யூட்டர் சரியில்ல, கேண்டீன் சரியில்லனும் நாமளே கேள்வி கேக்குறோம்ல...’

‘திட்டின மரத்துலயே கூர் பாக்குறதுக்கென்ன நம்ம நாட்டுக்காரனுங்களுக்கு சொல்லியா தரணும்? இதெல்லாம் கேப்பீங்கடா. எங்க, ஆஸ்டல் வேணும்னு கேளுங்களேன் பாக்கலாம்... பாத்ரூம் சரியில்லயாம் பாத்ரூம்...’ என்று கோபமானான்.

‘டே ஆமான்டா. ரோஜா முத்தையா நூலகத்துல பாத்தல்ல.. எப்டியிருக்குது பாத்ரூம்? விட்டா.. அங்கியே புத்தகத்த வெச்சிப் படிச்சிகிட்டும், படுத்துகிட்டும் தங்கிக்கலாம் போல இருக்கு. பெருசா பேசற.?’

‘நான் எங்கடாப்பா பெருசா பேசறேன். பெருசா பேசற மாதிரி அப்டியே இந்த நாடு இருந்துட்டாலும்... அந்த நூலகம் தனியார் நிர்வாகத்துல இருக்கும் அதான் அப்படி யிருக்கு. அதுவும் நம்ம அரசாங்கத்துக்கிட்ட இருந்தா அவ்ளோதான். ஒருவேள அதனாலதான் எல்லாத்தையும் தனியார்கிட்ட விட்றானுங்க போலருக்கு. நம்ம கவுர்மெண்ட் டுக்குதான் கை, காலு வெளங்காமக் கெடக்குதே. எது வொன்னு செய்யிறதா இருந்தாலும் நோவும்...’

‘எல்லாத்துலயும் இப்டி ஒன்னு இருந்தா அப்டி ஒன்னு இருக்கத்தான் செய்யுது நம்ம தலையெழுத்து.. என்ன பண்றது’

‘ம்ம்.. போய் வத்தி, கற்பூரம் ஏத்தி பூஜ பண்றது. மொதல்ல எதுக்கெடுத்தாலும் இந்த தலையெழுத்துன்னு சொல்றத நிறுத்துங்கடா. இங்க வந்து படிச்சுங்கூட இன்னும் இந்த வார்த்தை நம்மல விட்டுப் போகல பாரு...’

‘எப்டி போகும்? இங்கியேதான் ஜாதி இல்லன்னு பேசறாங்க அப்புறம் இங்கியே ஜாதியப்பத்தி பேசி அடிச்சிக்கிறானுங்க..’

‘எது? அன்னைக்கு ‘தலித் கருத்தரங்கத்’துல நடந்துச்சே அந்தப் பிரச்சனையை சொல்றயா?’

‘ஆமா. சீனியருங்களுக்குள்ள ஏதோ வாக்குவாதம் ஆயிடுச்சே . . .’

‘அது தெரியில என்ன விஷயம்னு. அதுக்குள்ள என்ன அரசியல் இருக்குதோ? மொதல்ல நாட்டு அரசியல்லயே தான் ஜாதிப்பேரைச் சொல்லி ஆள் சேக்குறானுங்களே அப்பறமேட்டுக்கு எப்டி நாடு உருப்படும்? ஒன்னு ஜாதிக்கட்சி ஆரம்பிச்சிட்றாங்க இல்லனா கட்சிய ஜாதியா மாத்திட்றானுங்க’ என்றான் அவன்.

இவன் என்ன எதற்கெடுத்தாலும் நாடு நாடு என்று ஆரம்பித்துக் கொள்கிறான் என்று நினைத்துக்கொண்டே,

‘அப்டியாவது அந்த மக்களுக்காவது செய்றானுங்களா அதுவும் இங்கு கெடையாது. அவங்க முதுகு மேல மெறிச்சி இவனுங்க மேல ஏறதுக்குதான் பாக்குறானுங்க பண்ணா டைங்க. தலித்தியம் பேசுறேன், பெண்ணியம் பேசுறேன்னு அத தனக்கான அடையாளமாதான மாத்திக்குறாங்க. எவனா ஒருத்தன் ரெண்டு பேருதான் உண்மையா பிரச்சனைய பேசுறான்’ என்றேன்.

‘எப்டிலாம் பணம் சேக்க முடியுமோ அப்படியெல்லாம் சேக்குறானுங்க. என்னதான்டா பண்ணப்போறாங்க இந்தப் பணத்தயெல்லாம் வெச்சிக்கிட்டு.?’

‘ஊருல இருக்கிற கூத்தியாளுக்கெல்லாம் சோறு போடதான். அதான் வயித்துக்கு சாப்டுங்கடா போதும்னா, இவனுங்க வாய்வரைக்கும் சாப்பறானுங்க. அதையுந்தாண்டி மூக்கு முட்ற வரைக்கும் சாப்ட்டுகிட்டேதான் இருப்பானுங்க போல. மூச்சடைச்சி சாவற வரைக்கும் இவனுங்கலாம் சும்மா இருக்க மாட்டானுங்கடா. மத்தவனுக்கும் வயிறு இருக்குதேன்னு கண்ணு தெரிஞ்சாதான..’

‘அடத் தீனிபண்டாரம்! நீ இந்த சோத்தத் தாண்டி வெளியவே வரமாட்டியா? எப்பப்பாத்தாலும் அதலயே வந்து நின்னுக்குற?’ என்று கேட்டுக்கொண்டே சிரித்தானோ, சிரித்துக்கொண்டே கேட்டானோ மொத்தத்தில் கேட்டு விட்டான்.

‘நீ இந்த நாட்டைத் தாண்டி வரமாட்றல்ல. அது மாதிரிதான்டா. எம்பிரச்சனை எனக்கு...’

‘அதான் ஏதோ ஸ்காலர்ஷிப் பணம் வந்துச்சுல்ல. எங்கனா நாலு நாளுக்கு நல்லா சாப்புட்டு ஒம் பிரச்சனைய தீத்துக்க வேண்டியதான?’

‘தீத்துக்கலாமே . . . அவங்குடுத்த 1200 ரூபா பணத்தல. மெட்ராஸ்ல ரெண்டு இட்லி சாப்டவே சரியாப் போயிடும்

அந்தப் பணம். ஆனா எஸ்.சி, எஸ்.டி பசங்களுக்கு மட்டும் 4000 ரூபா தரானுங்க ...'

'என்னடா, நீயும் ஜாதி பாக்க ஆரம்பிச்சிட்டியா?' சுரேஷின் மனம் சந்தேகித்தது.

'நான் பாக்கலன்னாலும், பாக்க வெச்சிருவானுங்க போலருக்கே. எதனா அப்ளிகேஷன் வாங்கனாலும் அவங்களுக்கு அவ்ளோ, மத்தவங்களுக்கு மிச்சம். நான் பி.எட் படிக்கும்போது கூட எஸ்.சி., எஸ்.டி. ஸ்காலர்ஷிப் 6000 ரூபாய்க்கு குடுத்தானுங்க. ஆனா மத்தவங்களுக்கு ஸ்காலர் ஷிப்பே இல்லனு சொல்லிட்டாங்க. இது மாதிரிதான் ஒவ்வொன்னும் நடக்குது. இதுலாம் எப்படிப்பட்ட மனநிலைய உருவாக்கும்னு நெனைச்சிபாரு?

'அந்தப்பணமே ஒழுங்கா வந்து சேருதா? அதக்கூட இடையிலே அவன் அவன் முடிஞ்ச அளவுக்கு சுருட்டிக்கிறான். அத அப்படி பாக்கக்கூடாதுடா லூசு. இது காலங்காலமா தாழ்ந்துக்கெடக்க வெச்ச ஒரு சமூகத்துக்கு கெடைக்கிற நீதிடா. அவங்க பொருளாதார நிலைக்கான குற்றத்துல ஏதோ கொஞ்சம் புண்ணியம் தேடிக்கிற மாதிரிதான் இது'.

'அதுக்கில்லடா. படிக்கிற இடத்துல மட்டுந்தான். ஜாதிக்கான வேர் வளராம இருக்குது. ஆனா இதுமாதிரி விஷயங்களால பசங்க மத்தியில மனஸ்தாபம் ஏற்படுதுடா. பசங்களுக்குள்ளவே தனித்தனியா பேச ஆரம்பிச்சிட்றானுங்க. ஜாதி பாக்கறாங்க. ஒரு போலிஸ் வேலைக்கு ஆள் எடுக்குறாங்க, அதுல உடல் தகுதியில உயரத்துல 2 செ.மீ, 3 செ.மீ இவங்களுக்கு குறைக்குறாங்க. இதுலாம் தகுதிக் குறைபாடு இல்லையாடா. வேணும்னா இந்தக் கோட்டாவுக்கு இத்தனை சீட்டு அதிகப் படுத்துறோம்னு சீட்டு மிச்சமா தரலாம்ல. இதுலாம் என்னன்றா நெனைக்கிறது. எனக்குந் தெரியிலடா ...'

'டேய் அதெல்லாம் அப்டிதான்டா சொல்வானுங்க. உள்ளப்போய் பாத்தாதான் தெரியும் கடைசியில அதுல எவ்ளோ ஊழல் நடந்திருக்குன்னு தெரியும். உனக்குத் தெரியாதுடா ஒரு பட்ஜெட்டுக்கு தாழ்த்தப்பட்டோர் மேம்பாட்டுக்குன்னு கோடியா கோடியா பணம் ஒதுக்குறன்னு கணக்கு காட்றாங்க. ஆனா அதெல்லாம் மக்களுக்கு போய் சேருதா? கெடையாதுடா. திருடித்தின்னுட்றானுங்க. திரும்பவும் அடுத்த பட்ஜெட்டுக்கும் நிதி ஒதுக்குறானுங்க. அரசாங்கத்துல ஒதுக்குற நிதியில பாதி பணம் அந்த மக்கள போய் சேந்திருந்தாலே எவ்ளவோ முன்னேற்றம் கெடைச்சிருக்கும்டா. எல்லாமே ஒரு கண்துடைப்பு வேல. இங்க

இதுமாதிரி நாமதான் அடிச்சிக்கிட்டு சாகணும். அவனுங்க நல்லாதான் இருப்பானுங்க. ஒரு உயிரே இல்லாத ஜாதி, எத்தன உயிர்கள கொல்லுது பாத்தியா? மதம்மாற்றச் சட்டம் மாதிரி ஜாதிமாற்றச் சட்டத்த உள்ள விடுவானுங்களா?'

'பின்ன எப்படிதான்டா இந்த சனியன் ஒழியும்?'

'நாமதான்டா, நம்ம தலைமுறைதான்டா அந்தப் பாகுபாடுகள தாண்டி வளரணும். வர்க்கம் ஒழியணும்.. இங்கப் படிக்கிற ஒவ்வொருத்தரும் இங்கருந்து வெளிய போனாக்கூட இந்தக் கண்ணோட்டத்துலருந்து மாறிடக்கூடாது'.

'கிழிஞ்சது. கண்ணோட்டத்த வளத்துக்குறதுக்கே நேரமில்ல. இதுல எங்க மாறிடப்போறது. ஓலைச்சுவடி டிப்ளமோ கோர்ஸ்க்கு அப்ளிகேஷன் வாங்கவும், டிடி எடுக்கவும் பணம் இல்லன்னு சேராம விட்டுட்டேன். இப்ப சுவடி கிளாஸ்க்கு போற பசங்கள பாத்தா வயித்தெரிச்சலா இருக்கு. இருக்குற நல்ல விஷயங்களக்கூட பயன்படுத்திக்க முடியாத வாழ்க்கையா இருக்கு'.

'இப்ப தெரியுதா? இதுக்குத்தான் அன்னைக்கே சொன்னேன். யார்கிட்டயாவது கடன் வாங்கியாவது சேரலாம், கேட்ரிங் போய் திருப்பி குடுத்துடலாம்னு..'

'எது எதுக்குதான்டா கேட்ரிங் காசையே நம்பி இருக்குறது? போனவாரம் செருப்பு வாங்குறதுக்கு காசு வேணும்னு கேட்ரிங்க்கு வந்துதான்டா 'மேடை' நிகழ்வுல கவிதை வாசிக்கிறதையே விட்டேன். இப்பவும் மனசுக்குள்ள குத்திக்கிட்டே இருக்கு தெரியுமா அந்த விஷயம்? இதுல வாத்யாருங்க வேற ஒவ்வொருத்தனும் ஒவ்வொன்னுத்துல எக்ஸ்பர்ட்டா இருக்காங்க. ஒவ்வொருத்தரும் பாடம் நடத்தும்போது எதப்படிக்கிறது, எத விட்றதுனே தெரில. எல்லாத்தையுமே படிச்சி முடிச்சிடணும்போல இருக்குது. ஆனா எதையுமே படிக்க முடியலை. ஒவ்வொன்னுத்தயும் உள்வாங்கிக்க முடியுதே தவிர, எதையுமே படிக்கமுடியாமத் தவிக்கும்போது அழுகையா வருதுடா...' என்றவாறே என் குரல் ஈனஸ்வரமாய் கம்மியது.

சுரேஷ், 'இதையெல்லாந் தாண்டிதான்டா நாம ஜெயிக்கணும். இன்னும் ஒவ்வொருத்தங் கதையுங் கேட்டா நமக்கு மேல கொடுமையா இருக்கும். இதுக்கெல்லாம் காரணமென்ன? அடிப்படைப் பொருளாதாரங்கிறது எல்லாருக்கும் கெடைக்காததனாலதான். அது கூட கெடைக்காம அவ அவன் அலையவேதான் முன்னேற முடியாம கெடக்குது சமூகம். அடிப்படையானது இருந்தா

முன்னேறதுக்கு வழி பாப்பானுங்கள்ல. மூணு வேளை சாப்பாடும், தங்க எடமும், நல்ல படியா கெடைச்சா நீ ஒழுங்காப் படிக்க மாட்டியா?' என்று கேள்வியோடு தன் பேச்சை நிறுத்தியவன் என் முகத்தைப் பார்த்தான். நானும் அவனுக்கு ஆமோத்தித்துத் தலையாட்டினேன்.

இவ்வளவு நேரமாய் தொலைந்து விட்டிருந்த மின்விசிறி யின் ஓசை மெதுவாக கேட்க ஆரம்பித்தது. அந்தச் சத்தத்தைப் பொறுக்காதவனாய் நிமிர்ந்து பார்க்கையில் அதற்கும் மண்டை சுற்றிக்கொண்டிருந்தது.

> "சுதந்திரத்தை என்னால்
> சாப்பிட முடியவில்லை
> சோறு கொடு.!"
>
> – ஈரோடு தமிழன்பன்

கூடுமான அளவு அலை கரையை அடித்துக் கொண்டே இருந்தது. மெல்லியதாயும் வலியதாகவும் தன் எண்ணம் போல் வந்து வந்து அடித்து விட்டுச் சென்றது. 'கரையே!' ஒரு நட்புக்கூட்டம் உன் ஆனந்தப் பெருவெளியில் நிம்மதி நிழல் தேடி வந்திருக்கிறது. போ! அவர்களுக்கு வரவேற்பு வழங்கு! உன் மணற்பாயை விரி. அமர்ந்து கொள்ளட்டும் மடி தாங்கு' என்றும்

'என்னில் கால் நனைக்கும் எண்ணம் கொண்ட சிலரை யாவது எழுப்பி என்னிடம் அனுப்பு. அவர்களது நட்பில் நானும் கொஞ்சம் நனைந்து கொள்கிறேன். அவர்தம் பாதங்கள் கழுவி என் தவறுகளுக்காய் பாவ மன்னிப்பு கேட்டுப் பரவசப்பட்டுக் கொள்கிறேன்' என்ற படியும் வசனங்களைச் சத்தமாய் வாரியிறைத்துக் கொண்டிருந்தது அலை.

'மண்புதையலில் பொதியும் தன் காலடிச் சுவடுகள் தெரிகின்றனவா' என்று திரும்பித் திரும்பி பார்த்துக்கொண்டே நடந்தாள் கூந்தலழகி. கடற்கரையில் செருப்புகள் கூட

பிரிய மனமின்றி சோடியாய் இணைந்து தொங்கிக் கொண்டிருந்தன அவள் இடது கையில். நேற்றுக்கு முன்தினம் எடுத்த முடிவின்படி வகுப்பு நண்பர்கள் எல்லாரும் கடற்கரைக்கு வந்திருந்தோம். ஒவ்வொரு நாளும் கல்லூரி முடியும் மாலை வேளையில் எங்கள் எல்லார் மனதும் வெள்ளிக்கிழமை மாலையைதான் நினைக்கும். ஏனென்றால் வாரக்கடைசி வெள்ளிக்கிழமை மாலையில் கடற்கரைக்குப் போவது எங்களுடைய வழக்கமாகியிருந்தது. ஆகவே நண்பர்கள் நாங்கள் அன்றைய பொழுதை வாரம் முதற் கொண்டே எதிர்பார்ப்பது வழக்கம்.

அன்று அந்த எதிர்பார்ப்பு ஈடேறி கடற்கரை மணலில் நடந்து கொண்டிருந்தோம். யாரோ ஒருவர் கையிலிருந்து விடுதலை பெற்று சுதந்திரமாய் சுற்ற விரும்பிய பலூன், காற்றின் கையில் சிக்கிக்கொண்டு தாழப்புரண்டு கொண்டிருந்தது. அதை எப்படியாவது பிடித்து விட வேண்டுமென்று அதன் பின்னாலே செல்வா ஓட ஆரம்பித்தான். மற்றவர்கள் முன்னேறும்படி நான் மட்டும் தயங்கிக் கொஞ்சம் மெதுவாய் நடந்தேன். அன்று வகுப்பறையில் நடந்த விவாதத்தைப் பற்றிய சிந்தனைகள் தோன்றி என் சிந்தனையை நிகழ் காலத்திலிருந்து பிரித்திருந்தது. 'பெண்ணியம் பேசுறவங்களாம் ஏன் உடலரசியலையே பேசுறாங்க? இந்தப் பொண்ணுங்க பெண்ணியப் படைப்புக்கு ஆதரவு தராங்க, ஆனா தன்னை ஏன் அது மாதிரி மாத்திக்க மாட்றாங்க?' என்றெல்லாம் கிளறிக் கொண்டிருந்தது. தன் பார்வையின் ஓர எல்லையில் கூட நான் தென்படாததை அறிந்தவள் பின்னால் திரும்பிப் பார்த்தாள். அவளைத் தீண்டி தாண்டிவந்த காற்று என் மீது பட்டு அவள் பார்ப்பதாய் அறிவுறுத்தியது. நான் நிமிர்ந்து பார்க்கையில், கடற்காற்று அவள் மேலாடையைக் கைப்பற்றியிருக்க அதன் கைகளிலிருந்து தன் ஆடையை விடுவித்துக்கொண்டவளாக எனை நோக்கி வந்துகொண்டிருந்தாள்.

'என்னங்க சார்! பயங்கரமான யோசனையில இருப்பீங்க போல. கடற்கரைக்கு வந்தவுடனே கவிதை எழுத ஆரம்பிச்சிட்டீங்களா?'

பற்களைக் காட்டிக் கொடுக்காத ஒரு மெல்லியப் புன்னகையை அவளுக்கு முன்மொழிந்துவிட்டு,

'அதெல்லாம் ஒண்ணுமில்ல' என்று வழிமொழிந்தேன்.

''இல்லையே உன் மூஞ்சியப் பாத்தா, இவ்வளவு நேரம் நீ எதையாவது எழுதியிருக்கணும்னு தோணுதே' என்று

தன் சந்தேகத்தை ஆழத் தோண்டினாள் அழுத்தமான உச்சரிப்புடன்.

'நீ வேற ஏன்? சும்மா மெதுவா நடக்கணும்னு தோணுச்சு, அதான் பொறுமையா வந்துட்டிருக்கேன்' என்றேன்.

'நான் நம்பமாட்டம்பா இப்போ நீ சொல்லல அப்புறம் எல்லாரையும் கூப்ட்டு உன் கவிதைய மேடை ஏத்தச் சொல்லச் சொல்லிடுவ. என்ன கூப்டவா.? கூப்டவா.? ஏ அன்பு...'

'ஏய் ஏய் இப்ப எதுக்கு அவள கூப்புட்ற? நான் கவிதையை இன்னும் முழுசா எழுதி முடிக்கல. முடிச்ச பிறகு ஒரு பேப்பர்ல எழுதித்தரேன் அப்புறம் நீ அணிந்துரையே கூட எழுதிக்கொடு'

'இல்ல இல்ல அதெல்லாம் முடியாது. இப்ப நீ சொல்லியே ஆகணும். எழுதின வரைக்கும் சொல்லு பரவாயில்ல' என்றவாறு அடம் பிடித்தாள்.

'ஏ சாம்பார், கடற்கரைக்கு வந்தா கவிதை வரும்ன்றது எல்லாம் அந்தக் காலம். இப்போ இருக்கிற கடற்கரைக்கு வந்தா காதல்தான் வரும்' என்றேன்.

சட்டென்று அஸ்தமனத்தைக் கண்டவளாய் அவள் முகத்தாமரை சுருங்க ஆரம்பித்தது. நான் ஏதாவது தவறாகப் பேசி விட்டேனா என்று எனக்கே புரியாமல்,

'ஓய் என்ன டல்லாயிட்ட? நான் தப்பா ஏதாவது சொல் லிட்டனா? சும்மா கிண்டலாத்தா பேசனம்பா' என்றேன்.

எங்கள் தனிமையின் உரையாடலில் உதிர்ந்த வார்த்தை களில் 'காதல்' எனும் வார்த்தை மட்டும் அவளை ஏதோ செய்திருக்க வேண்டும் போலிருக்கிறது.

'அப்படில்லாம் ஒண்ணுமில்லையே' என்றவள் அமைதி யானாள். அவள் மனதை மீட்க,

'சரி, கவிதை சொல்லவா கொஞ்சம்தான் யோசிச்சேன். அத மட்டும் சொல்றேன் ஓ.கே.வா?' என்றேன்.

'ம்...' என்று ஒற்றை எழுத்துக்குத் தலையால் ஒத்திசைத்தாள்.

'என்ன, கேக்கற மூட்லயே இல்லபோல தெரியுதே'

'இல்ல இல்ல நீ சொல் கேக்கறேன். நீ சொல்லு' என்ற வளுக்கு என் மனதை அரித்துக்கொண்டிருந்த வகுப்பறை விஷயங்களுக்குச் சாதகமாய் ஓரிரு வரிகளை அவளைப் பார்த்துச் சொன்னேன்.

“எல்லா அழுக்குகளையும்
உனக்குள்ளே வைத்துக்கொண்டு
எப்படி அலையே
வெள்ளையாய்ச் சிரிக்கிறாய்...”

‘அவ்ளோதான் இதை மட்டுந்தான் யோசிச்சேன். எப்டி பரவாயில்லையா?’ என் முகத்தை உறுத்துப் பார்த்துக் கொண்டே மௌனங் காத்தவள், ‘ஒருவேளை காதலை மனசுக்குள்ளயே வெச்சிக்கிட்டு வெளியில ஃப்ரண்டா பழகுறான்னு நம்மள சொல்லிக்காட்றானா’ என்று யோசித்தவாறே

‘என்ன எதையோ குத்திக்காட்ற மாதிரி தெரியுதே’ என்றாள்.

‘அதெல்லாம் இல்ல ஆனா அப்படியும் வெச்சிக்கலாம்’

‘அப்படியும் வெச்சிக்கலாம்னா எப்டி? எத வெச்சிக் கிறது?” என்று சிறிது ரோஷத்தோடு கேட்டாள்.

“அம்பை’யினுடைய புத்தகம் பத்தி விவாதம் பண்ணமே அதத்தான் சொல்றேன்’

‘எது ‘காட்டில் ஒரு மான்’ புக்கா?’

‘ஆமா அதத்தானே பேசனோம்’

‘அதுக்கும் நீ இப்ப சொன்னதுக்கும் என்ன சம்மந்தம்?’ தன் நினைப்பு தவறாகிப் போன கோபத்தையும் சேர்த்துக் கொண்டு கேட்டாள்.

‘பின்ன கிளாஸ்ல அதப்பத்திப் பேசும்போது எல்லாம் பொண்ணுங்களும் எவ்ளோ சப்போர்ட் பண்ணி பேசுறிங்க. ஆனா கிளாஸ் முடிஞ்சி கொஞ்ச நேரத்துல அதெல்லாத்தை யும் மறந்துட்டு மரபுக்குள்ள ஊறிப்போன பழைய மனசோட தான சுத்துறீங்க? பெண்ணியத்தைப் பத்தி பேசும்போது படிக்கும்போது ஒரு மாதிரியும், உள்ளுக்குள்ளவும் நட வடிக்கையிலும் வேற மாதிரியும் இருக்கீங்கல்ல. படைப்புக்கும் வாழ்க்கைக்கும் என்னமோ சம்மந்தமே இல்லன்ற மாதிரி யில்ல இருக்குறீங்க?’

‘சரிதான் சார். ஏன் சொல்லமாட்டீங்க? பொண்ணா பொறந்து பாருங்க தெரியும்..’

‘ஒத்துக்குறேன். நான் ஒன்னும் ஒரேடியா மாறிருங்கன்னு சொல்லலயே, சின்ன சின்ன விஷயத்திலிருந்து மாற்றத்தை கொண்டு வாங்கன்னுதான சொல்றேன்’ என்றேன்.

‘பாக்கலாம். நாங்களும் ஒன்னும் அடிமையாவே எல்லாம் வாழ்ந்துடமாட்டோம் தெரிஞ்சிக்கோ. சமூகத்துக்கு தகுந்த மாதிரியும் கொஞ்சம் அடங்கித்தான் போக வேண்டியிருக்கு.’

‘நல்ல விஷயங்கள ஏத்துக்கோங்க. அப்டி உங்கள அடக்கி வைக்கிற சமுகத்துக்குள்ள நீங்க ஏன் அடங்கிக் கிடக்கணும், அதை விட்டுட்டு வெளிய வாங்க’

‘என்ன சொல்ற நீ. அப்ப குடும்பத்துல அடக்கி வெக்கிறாங் கன்னா குடும்பத்த விட்டே வெளிய வந்துட சொல்றயா?’

‘இத பாரு, குடும்பமோ சமூகமோ உங்களுக்கான குரல நீங்க எங்கயும் கொடுத்துத்தா ஆகணும். அதே சமூகம் தான் இன்னைக்கு பெண் படைப்பாளிகளுக்கு எந்த அளவு முக்கியத்துவம் தருதுன்னு தெரியுதில்ல. நீங்களும் அது மாதிரி உங்க வாழ்க்கைய, உங்க அனுபவத்த எழுதுங்க. ஒரு நல்ல படைப்பாளியா வரப்பாருங்க’

‘படைப்பாளியா? என்ன கவிஞரே ஆள் சேக்குறிங்களா?’

‘ஏ சீரியஸா பேசறேன். லூசு மாதிரி பண்ணாத’

‘நானும் சில சமயம் நெனைப்பேன் ஏதாவது எழுதலாம்னு. அப்படி கவிதை, எழுதனுன்னு ஒக்காரும் போதெல்லாம் ஒரு கண்றாவியும் வராது’ என்று அலுத்தாள்.

‘கவிதை எழுதனுன்னே ஒக்காராத. ஏதாவது எழுது அது கவிதையாயிக்கும் ‘தோண்டத் தோண்ட தான தண்ணி?’ அது மாதிரி தான் எல்லாம். படைப்புகள்ல தான் உங்க அடிமைத்தனத்தை களையக்கூடிய ஒரு போர்க்குரல் தொனிக்க முடியும். உங்க உரிமை பறிக்கப்படும்போது நீங்கதான குரல் கொடுக்கணும்?’

‘இவ்ளோ பேசறல்ல. நாளைக்கு உன் பொண்டாட்டிய, அக்கா தங்கச்சிங்கள நீ எப்படி நடத்துறன்னு பாக்குறேன்’

‘ம் . . . பாரு . . .’

‘பாக்கத்தான போறேன்’ என்றே பொய்யான முகபாவத் தோடு மேலும் கீழுமாக தலையை ஆட்டினாள்.

‘டேய்’ என்ற அடைமொழியுடன் என் பெயரைக் கூவிய சக்தி, ‘இன்னாடா பண்றிங்க பின்னாடி ரெண்டு பேரும்? சீக்கிரமா நடந்து வாடா’ என்று எங்கள் உரையாடலைக் கலைத்தவன் அவசரப்படுத்தினான். சக்தி யாரை அழைக் கிறான் என்பது போல் எங்கள் திசையில் பார்த்த அன்பு, அதுவரை எங்களை மறந்திருந்ததை உணர்ந்தவளாய் சக்தியிடம்,

‘அவங்கள எதுக்குடா சக்தி கூப்புட்ற? அவங்க பேசி முடிச்சி வர்றதுக்குள்ள பொழுதே விடிஞ்சிடும். வா நாம போலாம்’ என்று மனம் வெம்பிப் பேசினாள். ஆனால் நாங்களோ இன்னும் பேச விரும்பினோம். ஆனால் பேசாமலே அவர்களை நோக்கி விரைந்தோம்.

‘ஏன்டா வாங்குனதே ரெண்டு சுண்டல். அதலயும் பாதி கீழே கொட்டிட்ட. அதகூட ஒழுங்கா வெச்சிக்கத் துப்பில்லயா உனக்கு?’ என்று சுண்டலைக் கொட்டிவிட்டு பல்லைக் காட்டிக் கொண்டிருந்த சுரேஷின் தலையிலேயே கொட்டிக் கொண்டிருந்தாள் ப்ரியா. அவனுக்கேயான தொனியில் ‘சனயனே’ என்று உச்சரித்தவன்,

‘உனக்கு இப்போ சுண்டல்தான வேணும்? வேற வாங்கிக் குடுத்துட்றன் விடு. அதுக்கு எதுக்கு இப்டி அடிக்கிற’ என்றான். இதற்குள்ளாக அவர்களிடம் நாங்கள் நெருங்கி விடவே,

‘என்னடா தம்பி டேன்ஸ் ஆடுற? ஏன் என்ன பிரச்சன?’ என்றேன்.

‘இதோடா வந்துட்டான்டா நாட்டாம. இவ்ளோ நேரம் எங்கடா போயிருந்த? நீ இங்க இருந்திருந்தா இந்தப் பிரச்சனையே இல்ல. இதோ இந்தப் பொண்ணு ஒரு சுண்டல் வாங்கிக் குடுத்துட்டு பத்து அடி அடிக்குதுடா’ என்றான் ஒரு சந்தோஷ வலியில்.

‘டே நீ இங்க வாடா, அவம் பஞ்சாயத்த நான் சொல்ற’ என அதிகாரமாய் என் கையைப் பிடித்து இழுத்து மணல் பூமியில் அமர வைக்கப் பார்த்தாள் ப்ரியா. அதற்குள் தான் பிடித்து வந்த பலூனை விளையாடி வெடித்துவிட்டு, கிழிந்த அதில் பலூன் முட்டையிட்டுக் கொண்டு வந்த செல்வா, அதை ப்ரியாவின் தலையில் உடைத்துவிட்டு அவள் தன்னை அடிப்பாள் என்று முன்னமே தெரிந்தவனாய் குடுகுடுவென மணலில் கால் புதைய ஓடினான்.

‘செல்வா நாயே! இதோ வரண்டா மகனே’ என்று என்னிடம் பேச வந்தவள் எனை மறந்துவிட்டு துருதுருவென அவனைத் துரத்திக் கொண்டு ஓடினாள். அதற்கு முன்னதாகவே ஓடிய செல்வா நீண்ட தூரம் ஓடிவிட்டிருந்ததை அவன் மெல்லிய உருவம் தெரிவித்ததால் அவனைப் பிடிக்க முடியாது என்பதையுணர்ந்து திரும்பி வந்துவிட்டாள். காற்று கலைப்படுத்திய அவள் முன்முடிகளை மீண்டும் அதன் பீடத்திலேயே உட்கார வைத்து மூச்சு வாங்கிக் கொண்டே அவளும் உட்கார்ந்தாள். அந்தப் பொழுதே அன்பு,

‘எழுந்து வாடி ஒக்காராத தண்ணிகிட்ட போலாம்’ என்றழைத்தாள். அதற்கேற்ப அலைகளும் கரை வந்து வந்து எங்களை அழைத்தன.

அதற்குள் கருத்தமேகம் தன் கண்ணீர்த்துளிகளை பூமியின் பசிக்காக சிந்த ஆரம்பித்தது. சிந்தியதில் ஒரு சொட்டு சுரேஷின் புறங்கையின் மீதும் விழுந்தது.

‘சக்தி இங்க பார்ரா. அங்க அடிக்கிற அலைச்சாரல் இங்க வந்து விழுதுடா’ என்று எதையும் தெரியாதவன் போல் புனைந்து பேசினான்.

ப்ரியா ‘மழை வருதுடா எரும மாட’ என்று மீண்டும் அவன் தலையில் கொட்டினாள். கூடவே மழையும் கொட்ட ஆரம்பித்தது.

உடனே செருப்பைக் கழட்டியிருந்தவர்கள் அதைக் கையில் எடுத்துக் கொண்டும், புத்தகங்களை உள்ளடக்கிய புத்தகப்பை நனையாதவாறு கூடுமான அளவு அதை கையால் பொத்தி மார்போடு கட்டிக்கொண்டும், பை இல்லாத இரண்டு நோட்டுக்களை மட்டும் வைத்திருந்த பையன்கள் அதனை தன் சட்டைக்குள்ளே மறைத்தவாறும் ஓடத் தொடங்கினோம். ‘அலையில் கால் நனைக்காமல் போகாதீர்கள்’ என்பது போல மணல் எங்களை வேகமாக ஓட விடாமல் தடுத்தது. ஒருவழியாக எல்லாரும் கண்ணகி சிலை பேருந்து நிறுத்தத்தை அடைந்தோம். மேலாடை ஈரம் மேனியை இறுக்கிப் பிடிக்கும் அளவுக்கு நாங்கள் நனைந்து விட்டிருந்தோம். மழை எங்களைச் சிறைப் பிடித்ததில் தனக்கான பஞுவைக் காட்டியது. பத்து நிமிடங்கள் வரை அதன் பலம் நீடித்து தூறல் சிரிப்புகளைத் தூவிக்கொண்டிருந்தது. தன் கால் சட்டையின் அடியில் பிடித்திருந்த மணலைக் கீழே தட்டி விட்டவாறே சிலம்பு கேட்டான் எங்களிடம்,

‘மக்களே கொஞ்சம் கவனிங்க! மணல் ஒருமையா? பன்மையா?’

கேள்விக்கு மூளையைப் பயன்படுத்தி முடிவு சொல்ல முடியாத நிலையிலிருந்த எங்கள் எல்லாரின் சார்பாகவும் செல்வா சமாளித்தான்.

‘ஆமா இப்ப இது ரொம்ப முக்கியம், உங்களலாம் இலக்கியத்துறையில சேத்துவிட்டுட்டு, நோண்டி நோண்டி கேள்வி கேட்க ஆரம்பிச்சிட்டீங்கடா’ என்றான்.

அதற்குள் என் சட்டைப்பையிலிருந்த செல்போன் வெளிச்சம் காட்டி குறுஞ்செய்தியால் என்னைக் கூப்பிட்டது.

எடுத்து வாசித்தேன், அதில் 'Naan unkuda konjam pesanum' என்று அவள், தன் மனதை ஆங்கில எழுத்துகளில் அனுப்பியிருந் தாள். அதற்கு நானும் 'இப்பவா? மழை வருதே?' என்று பதில் அனுப்பினேன். மீண்டும் குறுஞ்செய்தி கூப்பிட்டது. அதில்

'அது தெரியாதா? தெரியாமதான் கூப்பிட்டனா? என்றிருந் தது. என்னால் எதுவும் சொல்ல முடியாமல், காலங்கருதி,

'சரி சரி எல்லாரும் என்னப் பண்ணப் போறிங்க?' என்றேன்.

'ம்ம் ... இங்கேயே படுத்துத் தூங்கிட்டு, காலைல இப்டியே கிளாஸ்க்கு போயிட்லானு இருக்கோம்' என்று சுரேஷிடம் பதில் வந்தது.

'டேய்! என்ன நக்கலா?'

'என்ன பண்ணப்போறீங்கனா? எல்லாரும் அவங்கவங்க ஆஸ்டல்க்கும், வீட்டுக்கும் போக வேண்டியது தான்' என்றான். எல்லாருக்கும் சொல்லிக் கொண்டு ஆளுக்கொரு பக்கமாகக் கிளம்ப ஆரம்பித்தோம். சங்கீதா மட்டும் 'நான் இங்கயே பஸ் ஏறிக்கிறேன்' என்றாள். சக்தியிடம்,

'இன்னாடா நம்ம போய் சேர்றதுக்குள்ள ஆஸ்டல்ல சோறு இருக்குமா? இல்லனா வெளியில இட்லி எதனா சாப்ட்டு போலாமா?' கேட்டான் சுரேஷ்.

ஆங்கிலேயன் விட்டுச்சென்றும் ஆண்டாண்டு காலமாக நம்மை ஆண்டுகொண்டிருக்கும் ஒரு சொல்லைப் பயன்படுத்தி சக்தி,

'ஆமா இவரு பெரிய தொரை, இவருக்கு ரெடியா எடுத்து வைப்பாங்க' என்றான்.

'நான் தொரையா இருந்துதான் அந்த சாப்பாட்ட சாப்டணும்னா, அந்த சாப்பாடே எனக்கு வேணான்டா'

'ஐயா சாமி சும்மா சொன்னன்டா, நீ ஆரம்பிச்சுடாத'

'அப்ப வெளில சாப்ட்டு போலாம்'

'காசு?'

'ஏன் உங்கிட்ட இல்லயா?'

'ம்ம் ... வெச்சிருந்தேன், காலையில குதிர ரேஸ்க்கு போனனா எல்லாம் காலியாயிடுச்சு' என்றான் சக்தி.

'டே மூதேவி, நான் மதியமே சாப்பிடல. நூலகத்துல தான் இருந்த. விளையாடாத ...'

'யார் விளையாட்றது? முந்தாநேத்து கேட்டரிங் போன காசு இன்னும் குடுக்கல. நான் என்னா பண்ணட்டும் எங்கிட்ட ஏதுடா காசு? இருவரும் அமைதியானார்கள். நான் நிலையை அறிந்தவனாய் அவர்களிடம்,

'ஒரு நிமிஷம் இருங்கடா வர்ற' என்று நான் திரும்ப, என்னுடைய கையைப் பிடித்திழுத்து என்னடாப் பண்ணப் போற?' என்று கேட்டான் சுரேஷ்.

'வர இரு' என்று அன்புவிடம் சென்று,

'பணம் ஏதாச்சும் வெச்சிருக்கியா' என்றேன்

'இல்லையேடா. ஏன் ஏதுக்கு?'

'இல்ல . . . வேணும் . . . சுத்தமாவே இல்லயா அன்பு, காலையில குடுத்தர்றேன்'

'சத்தியமா இல்லடா, இருந்தா உனக்குத்தராம இருப்ப னாடா முட்டக்கண்ணா' என்றவள் மேலும், 'உனக்குதான் தெரியுமே எங்க அப்பாவைப் பத்தி 'சல்லடையில பணத்த போட்டு சலிக்கிறேன் கீழே விழுறத நீ எடுத்துட்டுப் போ'ன்னு சொல்ற ஆளாச்சே' என்று அவள் புராணத்தைப் பாடினாள்.

'சரி நீங்க ஹாஸ்டல்க்கு கெளம்புங்கடா நாளைக்கு பாக்கலாம் . . . பாய்' என்று சுரேஷையும் சக்தியையும் வழியினுப்பிவிட்டு அன்புவிடமும், அவளிடமும்

'நீங்க எப்டி போறீங்க?' என்றேன்.

'நாங்க அண்ணா ஸ்கொயர் போய் போலான்னு இருக் கோம்' என்று அன்பு மட்டும் பதிலளித்தவள், பிறகு என்னை

'நீ சாப்பாட்டுக்கு நைட்டு என்ன பண்ணுவடா?' என்றாள்.

'அதான் நானும் உங்க கூடதான் போற வழியில எங்கனா கையேந்திபவன்ல முடிஞ்சா சாப்புட்றேன். இல்லனா பார்சல் கட்டிக்கிறேன்.'

தூறல் தொலைந்து விட்டிருந்தது. மூவருமாக நடந்தே சென்றோம். மழையின் துளிகளைப் பேருந்துச் சக்கரங்கள் சாலையிலிருந்து நடைபாதைக்கு வீசியெறிந்து விட்டுச் சென்றன.

அன்புவை அனுப்பி வைத்துவிட்டு நானும் அவளுமாக இருவரும் ஒரே தனிமையில் அறையப்பட்டோம். இருவருக் கும் இப்போதுதான் புதிதாக வந்து இறங்கியது போலிருந்தது.

'சொல்லு என்ன பேசனும்னு மெசேஜ் அனுப்புன?' நான்தான் ஆரம்பித்தேன்.

‘இங்கயேவா, கொஞ்சம் எங்கயாவது ஒக்காந்து பேசலாமா?’

‘மழை வந்துட்ருக்கு விளையாட்றியா, ஏற்கனவே டைம் ஆச்சு, நீ அப்புறம் எப்ப வீட்டுக்குப் போறது? அதான் பேசனமே நீ வீட்டுக்குக் கௌம்பு நாளைக்குப் பேசிக்கலாம்’ மனசாட்சியைக் கேளாமல் உதடுகள் மட்டுமே உச்சரித்தன.

‘இல்ல பரவாயில்ல. நான் வீட்ல சொல்லிக்கிறேன். பேசிட்டு போலாம்’ துண்டுத்துண்டாக வார்த்தைகளைப் பிரசுரித்தாள். பிறகு இருவரும் அண்ணா சமாதிக்குள் நுழைந்தோம். கூச்சம் இருவரையும் தொற்றிக் கொண்டது இதுவரை இருவரும் இப்படி நுழைந்தில்லை. இன்று ஏன் நுழைந்தோம் என்றும் புரியவில்லை. அங்கிருந்த எல்லார் கண்களும் எங்களையே குத்துவது போல் இருந்தது. ஏன் உள்ளே வந்தோம் என்றிருந்தது. இத்தனை குறுக்கீடுகளுக்கும் இடையில் ஏதோ ஒரு தைரியம் எங்களை இடம் பார்த்து அமர வைத்தது. இரண்டடி தூரம்தான் இருவரையும் பேதம் பார்த்திருந்தது.

நட்பில் இப்படி ஒரு தனிமை தேவைதானா? இது நட்பு தானா? இதுவரை நண்பர்களோடு இருந்ததெல்லாம்?’ இல்லை அங்கு விவாதிக்க வழியில்லாததால் இந்த விலாசம் தேடி வந்திருக்கிறோமா? வினாக்களும் விடைகளும் என் சுயநினைவைச் சூழ்ந்துகொண்டன. கைகோர்த்த ஒரு சோடி சந்தோஷமாய் கத்திக்கொண்டு வந்தது மீண்டும் என் சுயத்தை எனக்குச் சொந்தமாக்கியது. அவளைப் புதிதாய்ப் பார்த்தேன். அமைதிப் பாதாளத்தின் அடி ஆழத்திலிருந்து ‘பேசு’ என்றாள்.

‘ஏய்! பேசவா? இப்ப எதுக்கு இங்க வந்தோம்? ஒரு மாதிரி இருக்கு எனக்கு’

‘நான் மட்டும் என்ன அடிக்கடி இங்க வந்து போறனா? தப்பா எடுத்துக்காத. உங்கிட்ட பேசிகிட்டே இருக்கணும் போல தோணுச்சு, நீ பேசுற எந்த விஷயமும் அர்த்தத்தோட இருக்குது அதான்....’

‘எனக்கும் மத்தவங்கள விட உங்கூட பேச விருப்பம் தான் ஆனா எல்லாரும் தப்பா நெனைக்கிறாங்களே’

‘நாம அது மாதிரி இல்ல. ஆனா காலேஜ்ல எல்லாரும் அது மாதிரி தான நெனைக்கிறாங்க. அதுக்கு நாம என்ன பண்ண முடியும்? எனக்கும் லவ் பண்றதுலாம் பிடிக்காது’ என்றவள், ஆனா உங்கிட்ட நெறைய பழகணும்னு தோணுது. பேசவே முடியறதில்ல அதனாலதான் பேசணும்னு கேட்டேன்’ என்றாள். இவ்வளவு வார்த்தைகளை அவள் பேசினாலும்

‘லவ் பண்றதுலாம் பிடிக்காது’ என்பது மட்டுமே என் காதுக்குள் ஒலித்துக் கொண்டிருந்தது. மனைவி இறந்து குழந்தை பிறந்த மனநிலையோடு நின்றேன்.

‘எனக்கும் அப்படில்லாம் எண்ணங்கெடையாது. ஆனா இங்க நம்மள யாராவது பாத்துட்டாங்கன்னா அது தப்பாயிடும். போலாம் நாளைக்குப் பேசிக்கலாம்’ என்றேன் பேசிக்கொண்டே அவளுடனே இருக்க வேண்டும் என்றிருந் தாலும்.

‘ஓ.கே. ஸாரி. போலாம்’ என்றாள்.

ஆனாலும் இருவரும் ஐந்து நிமிடங்கள் மௌனம் காத்தோம். என்னன்னவோ தோன்றினாலும் எதையுமே பேச முடியாமல் எழுந்தேன். அவளைப் பார்த்தேன் அவளும் என்னைப் பார்த்தாள். வேறென்ன நான் சொல்ல இங்கு கம்பனைத்தான் அழைக்க வேண்டும். பிறகு ஓர் அசட்டு உரிமை என் அடிநெஞ்சைப் பற்றிக் கொள்ள,

‘வா! கை கொடு. எழுந்து வா போலாம்’ என்று என் கைக்காந்தத்தை நீட்டினேன். அது அவள் கையையும் ஈர்த்தது. கை கொடுத்தாள்.

ஒரு மின்சார வீணை என் விரல் ரேகையை மீட்டுவது போல் இருந்தது. மனதின் ஆசைப் பெருக்கு அதன் கரையை உடைத்தெறியத் தொடங்கியது. அவள் பார்வை சாதுவான யானையின் பலமான தந்தம்போல என் இதயத்தின் மதில் சுவரை இடித்துத் தள்ளுகிறது. இருக்கட்டுமே காதலில் நுழைந்தவன் எல்லாம் கோழையாகிட என் வார்த்தைகளுக்கு மட்டும் எப்படி வலு முளைக்கும்? கை பற்றித் தூக்கினேன். அது வெறும் இணைப்பா அல்லது அழுத்தமான அணைப்பா ஆராய்ச்சிக்கு நேரமில்லை. கிணற்றிலிருந்து நீரற்ற வாளியை இழுப்பது போல இருந்தது. அவளும் எழுந்து வந்து வெட்கத்தை அடக்கிய முகத்தோடு எனக்கு நிகராய் நின்றாள். இமைகளை மேல்தூக்கி எனைப்பார்க்க ஒரு கல்லறை வந்து மலர்கிறது காதல். அந்த இரவில்தான் எங்களுக்கு விடிந்தது.

ஆனாலும், என்ன செய்வது தமிழ் நாடக சாம்ராஜ்யத்தில் நாணேற்றியவனின் நினைவிடத்தில் நாங்களும் நடித்து விட்டு நட்பாகவே வெளியே வந்தோம். கார்த்திகை மாதம் மாவளி செய்ய பனம்பூவைக் கொளுத்திப் புகையைவிட்டு பப்பாளி இலையையும், மண்ணையும் தள்ளி மூடிவிட்டுப் போவது போல நாங்கள் வெளியே வந்தோம். இரண்டு ‘இரண்டு’களை எண்ணாய்க் கொண்ட அந்தப் பேருந்து அவளை அழைத்தது. அனுப்பிவிட்டு ஐந்து மீட்டர் நடந்திருப்

பேன் மீண்டும் குழப்ப வலைக்குள் குடும்பம் நடத்தத் தொடங்கிக் கொண்டே நடக்கத் தொடங்கினேன். எந்த நிகழ்வுகளையும் என்னால் ஒரு நிலையில் நிறுத்திப் பார்க்க முடியாமல் வந்துகொண்டிருந்தேன். இறுதியில் நட்பா? காதலா? நங்கூரம் பாய்ந்தவன் போல் நின்றேன். அப்போது தான் தெரிந்தது போகவேண்டிய நான் இருக்கும் இடத்திற்கு போகாமல் கல்லூரித் திசையிலேயே இருபது மீட்டர் வந்திருந்தது. இத்தனைக் குழப்பங்களுக்கிடையில் எப்படித் தூங்கப் போகிறோம் என்று நினைத்தவன் எப்படித் தூங்கினேன் என்பதே தெரியாமல் தூங்கி எழுந்தேன்.

மறுநாள் வழக்கம் போல் வகுப்பு. என்னுடைய வழக்கம் மட்டும் மாறியிருந்தது. இருப்பினும் வெளிச்சப் போர்வைக்குள் இருள் ஒளிந்திருப்பது யாருக்குத் தெரியுமென்று முகத்தில் பொலிவைப் பூசிக்கொண்டுச் சென்றேன். எல்லாரும் அன்றைய தினத்தின் இரண்டாவது பாடவேளையை எதிர்ப் பார்த்துக் கொண்டுதான் வகுப்பறைக்கே வந்தோம். காரணம் அன்று கவிஞர் கரைசலில் படிமமாய் நின்ற படிமக்கவிஞன் பிரமிளின் படைப்பு ஒன்றினைப் பற்றிய விவாதம் நடைபெற இருந்தது. விமர்சனத்திற்கான அந்தத் தலைப்புக்குரியவன் சிலம்பு. நான் சென்ற சிறிது நேரத்திற்கெல்லாம் அவனும் வகுப்பிற்கு வந்துவிட்டான். வியர்வை அவன் நெற்றியின் ஓரமெல்லாம் பிசுபிசுத்துப் பூத்திருந்தது. காற்றாடியைச் சுழல விட்டவன் அதற்கு நேராய் கீழே சுருங்கி உட்கார்ந்தான்.

'என்னடா சாம்பார் படிச்சிட்டியா? 'பிரமிள்'ல பரோட்டா மாதிரி பிச்சிபோட ரெடியா?' என்றேன்.

'அட நீ வேற ஏன்டா? கடுப்பேத்துற. சென்னைக்கு வந்தது என்னமோ படிக்கிறதுக்குதான் ஆனா அந்த வேல தான் ஒழுங்கா நடக்கமாட்டேங்குது'

'ஏன்டா! மாட்டுக்கு வாலு மூணு மொழமா'ன்னு உங்கிட்ட கேட்டா, நீ ஆட்டுக்கு வாலே இல்லன்னு சொல்லிக் கிட்டிருக்க?'

'மாட்டு வால அளந்துபாக்குறது உம் பேச்சு, ஆட்டுக்கு வாலே இல்லன்றது எம் பேச்சு'

'ஐயோ நல்லவனே! படிச்சிட்டியா? இல்லையா?

'பாதிதான்டா படிக்க முடிஞ்சது. முழுசாப் படிக்க முடியல'

'படிக்கலையா! ரெண்டு நாளா என்னடாப் பண்ண?' கேட்ரிங் போய் சம்பாதிக்கவே சரியாப் போச்சா டைம்மு?'

‘அதுதான் பிரச்சனையே’

‘எது கேட்ரிங்கா?’

‘ஆமா, ரெண்டு நாளும் கேட்டரிங் போகவே இல்ல’

‘அப்புறம் என்ன? ஹாஸ்டல்ல ஒக்காந்து நல்லாப் படிச்சிருக்கலாமே’

‘ஓ... எப்டி படிப்ப பாரு. அந்த ஆஸ்டல்ல இருக்குற கொசுக் கூட்டத்துக்கு மேல இருக்கானுங்க ரூம்ல. அப்புறம் எப்டி படிக்கிறது’ என்றவனிடம் எதுவும் சொல்லாமல் நான் மௌனமானேன். பிறகு அவனே தொடர்கதை எழுதினான்...

‘ஒரு ஆளுக்கு ஒரு ரூமா இருக்கு நாம பாட்னு நம்ம வேலைய பாக்குறதுக்கு? போட்றது ரூமுக்கு ஆறு பேர், ஏழு பேர். அதுலயும் ரூம் கொஞ்சம் பெருசா இருந்தா 10,12 பேர ஒரே ரூம்லயே அடைச்சிட்றானுங்க. இந்த ஆறேழு பேர சமாளிக்கிறதே பெரிய விஷயம். அதோட இருந்தா கூட பரவாயில்லை, ஆறேழு பேரோட போய்த் தொலையும். இதுல கெஸ்ட்டா வந்து தங்கறவனுங்களே பத்துபாஞ்சி பேர் இருக்கானுங்க. ஒவ்வொருத்தனும் பாரு ‘இருக்க எடங்கேட்டு வந்தானுங்க படுக்கப் பாய் போட்டானுங்க.’ ஒருத்தன் மாத்தி ஒருத்தன் எதனா ஒரு குசும்பு வேல பண்ணிகிட்டே இருக்காணுங்க. பாத இராத்திரி வரைக்கும் பேசறானுங்க, விடியக்காத்தாலயும் எழுந்து ஒக்காந்துக் கிறானுங்க பேசறதுக்கு. நம்மலாள ஒன்னும் பண்ண முடியல. நாமளே என்னைக்காவது அங்க போறோம். ரெண்டுநாள் தங்குறோம். இந்த ரெண்டு நாளைக்கு நம்மள வெளிய தள்ளாம இருக்கிறதே பெரிய விஷயம்’ என்றவன்,

‘சுரேசும் சக்திவேலும்மே...’ என்று எண்ணும்மையை இழுத்தான்.

‘சொல்றா... அவனுங்களுக்கு எதனா?’ கேட்டேன்.

‘அது இல்ல. அவனுங்க ரெண்டு பேருமே கெஸ்ட்டா தான் ஒட்டிகிட்டு இருக்காணுங்க, அவுங்க சாக்குலதான் நானே போற. இதுல நான் இன்னா மத்தவங்கள சொல்ல முடியும்?’ என்று அவனுடைய இரண்டு நாட்களை இரண்டு நிமிடங்கள் புலம்பித் தீர்த்தான்.

சிலம்பு சொல்லியதும் சரிதான். விடுதியில் இடம் கிடைத்து இருப்பவர்களில் பெரும்பாலும் ஆரம்பத்தில் விருந்தினர்களாக வந்து நுழைந்து தங்கியவர்கள்தான். விடுதியில் இடம் கிடைக்காமல் தாம் அனுபவித்த துன்பத்தைப் புதிதாக

வருபவர்கள் அனுபவிக்கக் கூடாது எனும் சிறந்த எண்ணத்தில் எவ்வளவு நெருக்கடியானாலும் இடம் கொடுத்துத் தங்க அனுமதிக்கிறார்கள்.

‘ஒருத்தன் மேல ஒருத்தன் படுத்துக் கெடப்பானுங்கடா மாப்ள. சத்தியமா சொல்றேன் ஏ.சி.யே போட்டாக்கூட அங்க அந்த நெருக்கடில புழுங்காம இருக்காது’ என்று மயிலாப்பூர் அரசு மாணவர் விடுதி பற்றி வகுப்பில் ஒருவன் சொன்னதையும் நினைத்துக் கொண்டிருந்தேன்.

‘இன்னாடா இவன் ‘ஒண்டிக்க வந்த நாய் குண்டிய சொறிஞ்சிப் பாத்த கதையாப் பேசறானே’ன்னு நெனைக் குறியா?’என்று கேட்டான்.

‘ச்சே ... ச்சே ... அப்டிலாம் இல்லடா. ஒவ்வொருத்தனுக்கும் ஒவ்வொரு கஷ்டம். ஒருத்தன் கஞ்சி சூடா இருக்குதே காத்தே வரலன்னு ஒக்காந்துட்ருக்கான், ஒருத்தன் கஞ்சியே இல்லன்னு வந்து நிக்கறானேன்னு யோசிச்சிக்கிட்டிருந்தேன்’ என்றேன்.

‘யாரடா சொல்ற? நீ இன்னா சொல்றன்னே புரியல’

இதற்குள் மாணவிகள் சிலரும் வகுப்பிற்கு வந்து விட்டிருந்தனர். சுரேஷ் முகத்தை இறுக்கிக்கொண்டே வந்தவன் எங்களருகே வந்தமர்ந்தான். அவனை ‘வாடா’ என்றழைத்து விட்டு சிலம்புவிற்கு பதில் கூறத் தொடங்கினேன்.

‘நம்ம மோகன தான்டா சொல்றேன்’ என்றேன்.

மோகன் எங்கள் வகுப்பு நண்பன். உடல்வாகு இருப்பதைப் போலவே மூளையாலும் திறம் கொண்டவன். எங்களுக்கெல்லாம் காது காதாக மட்டும்தான் இருக்கும். ஆனால் அவனுக்கு காது காதாகவும் இருக்கும் கண்ணாகவும் இருக்கும். வகுப்பின் எல்லா நிகழ்வுகளையும் இம்மி பிசகாமல் நினைவில் வைத்திருக்கும் ஒரே ‘மெமரி கார்டு’ அவன்தான். எல்லாப் பாடவேளைகளிலும் எல்லார்க்கும் முன்பாகவே மூக்கை நுழைக்கும் முந்திரிக்கொட்டையும் அவன்தான். படிப்பில் முதல் தரமாய் இருப்பவன். அவன் பார்வையற்ற மாணவன் என்பதால் எங்கள் கல்வி நிறுவனத்தின் விடுதியில் அவனுக்கு இடம் கிடைத்திருந்தது.

‘மோகனையா? அவனுக்கென்னாடா மெயின் ஆஸ்டல்லதான இருக்கான்’

‘சும்மா அவன பாக்கிறதுக்காக அவன் ரூம்க்கு போயிருந்தன்டா. பயபுள்ள நல்லா தூங்கிகிட்டிருந்தான். போயிட்டு அவ மேல கைவெச்சு ரெண்டு தட்டு தட்னா ‘யாரு ...

யாரது'ன்னு கேட்டான். நான் அதுக்கு 'க்கீக்கீ...'ன்னு கத்துனனா, உடனே 'வாடா எப்படா வந்தன்னு' கரெக்டா எம்பேர சொல்லிட் டான். சரி நானும் இப்பதான்டா வந்தன்னு சொல்லிட்டு கொஞ்சநேரம் ஒக்காந்து அவங்கூட பேசிகிட்டிருந்தேன். அவனுக்கு ஆர்டர் பண்ண காலிஃப்ளவர் பக்கோடாவை அவன் மெஸ்ல இருந்து எனக்கு வாங்கிட்டு வந்து கொடுத்தான். பசிக்கு நானும் மறுக்காம சாப்ட்டுகிட்டிருந்தேன். அப்பதான் சொன்னான் அவன்,

'எங்கடா படிக்கவே முடியலடா. மெஸ்ல நல்லா மூணு வேளையும் சாப்ட்டு சாப்ட்டு தூக்கந்தான் வருது. யாரையாவது கொஞ்சம் படிச்சிக்காட்டச் சொல்லி கேட்டு, கெஞ்சி படிக்கிறதுக்குள்ள பொழுதே போயிடுதுடா. நானே கேசட்ல ரெகார்டு பண்ணி வெச்சித கேக்கலான்னு பாத்தா வெளிய ரோட்ல ஓட்ற பஸ் கார் சத்தத்துல படிக்கவே முடில கம்முனு தூக்கி தூரப் போட்டுட்டு தூங்கிட்றேன்' ன்னு பொலம்பிக்கிட்டிருந்தான். அததான்டா சிலம்பு நெனச்சிக்கிட்டிருந்தேன்' என்றேன்.

'பாவம்டா அவன். நம்ம பிரச்சனைல அவன மறந்தே போயிட்றோம். திரும்பவும் கிளாஸ்ல பாத்தாதான் அவன் ஞாபகமே வருது. நாம யாரும் அவனுக்கு ஹெல்ஃப் பண்றதே இல்ல. அன்பரசி மட்டுந்தான் அப்பப்ப அவனுக்கு எதனா படிச்சிக்காட்டுது' என்றவன்,

'நமக்கும் அந்த ஆஸ்டல்ல எடங்கெடச்சியிருந்தா அவனுக்கு உதவி செய்யலாம்' என்று தன் குறையோடு, கூப்பாட்டையும் சேர்த்தான்.

உண்மையில் பணம் கட்டிச் சேர வேண்டிய விடுதி என்பதால் தயங்கினாலும், எப்படியாவது சமாளித்துக் கொள்ளலாம் என்றே சிலம்பு அந்த விடுதியில் சேருவதற்காய் அலைந்தான். அதற்காக, விடுதிப்பக்கம் அவன் அடிக்கடி சென்றிருக்கிறான். சில நேரங்களில் கேட்டரிங் சென்று வரும் இரவுப் பொழுதில் தெரிந்த நண்பர்களோடு அவர்கள் அறையில் சென்று யாருக்கும் தெரியாமல் தங்கிக் கொள்வான். நமக்கும் இங்கோர் இடம் கிடைக்காதா என்று ஏங்கித் தூங்குவான். அங்கிருக்கும் ஓரளவு வசதிகளே அவனை வெகுவாக ஈர்த்திருந்தது. விடுதிக் கொசுக்களெல்லாம் கூட அவன் கண்களுக்கு ஈக்கள் போலத் தெரிந்தன.

'இங்கிருப்பவையெல்லாம் என்ன பெருச்சாளிகளா இல்லை திமிங்கலமா' என்றெல்லாம் வியந்திருக்கிறான். பணம் போனாலும் எப்படியாவது இங்கே சேர்ந்து நன்றாக

சாப்பிட்டு, நன்றாகப் படிக்க வேண்டும் என்றும் ஆசைக்கு முடிவு தேடியிருக்கிறான்.

'மற்ற மாநிலத்திலிருந்து வருகிற மாணவர்க்கெல்லாம் படிக்க பணம் கொடுத்து ஆஸ்டல் சாப்பாடு எல்லாம் கெடைக்க வழி செய்து முன்னுரிமை தருகிறார்கள். நமக்கு இடம்கூட தரமாட்டேன் என்கிறார்கள்' என்றும்,

'மற்ற துறை மாணவர்க்கெல்லாம் எளிதில் இடம் கிடைத்து விடுகிறது, கேட்டால் அவர்கள் துறை மாணவர்கள் கொஞ்சம் பேர்தான் என்கிறார்கள். முன்பெல்லாம் தமிழ் படித்துவிட்டு கஷ்டப்படுவார்கள் இப்போதோ தமிழ் படிக்கவே கஷ்டப்பட வேண்டும் போலிருக்கிறது. இதெல்லாம் நமக்கு சரிப்பட்டு வராது' என்றும்

தன் முடிவுக்குத் தானே முடிவு கட்டிக் கொண்டிருக்கிறான். தனது கோரிக்கை யாசகமாகியும் பலனில்லை என்பதுதான் அவனது இந்த விரக்திக்குக் காரணம். இதனாலேயே அவன் மனம் பாதி வெம்பிப் போனதாலும், உடல்நிலை சரியில்லாமல் போனதாலும் அவனும் பத்து நாட்கள் ஊரிலிருந்து விட்டும் வந்திருக்கிறான்.

'சரிடா சிலம்பு, நீதான் கேட்ரிங் காசு கைக்கு வாங்குறதுக்கு முன்னாடியே ஆயிரத்தெட்டு கணக்கு வெச்சிருப்பியே இப்ப அந்த செலவுக்கெல்லாம் என்ன பண்ணுவ?'

'அதான்டா எனக்கும் தெரியல. ஒரு ஃப்ரிட்ஜ் கம்பெனியில வேல இருக்குதுன்னு சொன்னானுங்க. ஆனா நாங்கதான் கேட்டரிங்தான் இருக்கேன்னு அசால்டா விட்டுட்டோம்.'

'இந்த முறையாவது கேட்ரிங் போனா, ரெண்டு நாள்ல ஒரு முந்நூறு நானூறாவது கிடைச்சா ரெண்டு சர்ட் வாங்கிக்கடான்னு சொன்னேன், ஆனா நீ 'எரியும் பனிக்காடு' புக்க வாங்கியே ஆகணும்னு ஒத்தக்கால்ல நின்ன. இப்ப ரெண்டுமே ஊத்திக்கிச்சா? அடுத்த வாரமெல்லாம் வேலை இருக்குதோ இல்லியோ?

'இதகேளு நானாவது புக்கு வாங்கலான்னு இருந்தேன். சக்திவேலும் சுரேசும் எக்ஸாம் பீஸ்ஸுக்கு பாதியாவது அந்த பணத்துலதான் ரெடி பண்ணணும்னு பிளான் போட்டிருந்தானுங்க' என்று சிரித்தான்.

'சரிடா சிலம்பு கேட்டரிங்க்கு ஏன் போகல? வேல இருக்குதுன்னு தான சொன்னீங்க. நான்தா கன்னிமாராக்கு போகணும் துணியெல்லாம் தொவைக்கணும்னு வரல. நீங்களாவது போவீங்கன்னு பாத்தா ஏன்டா போகல?'

‘அடப்பாவி உங்கிட்ட சொல்லனும்னு நெனச்ச மெயின் மேட்டரயே மறந்துட்டேன் பாத்தியா?’

‘ஆமா இங்க இருக்கிறத விட அது என்ன பெரிய மெய்ன் மேட்டரு? சொல்லு....’

‘சனி, ஞாயிறு ரெண்டு நாளுமே யாருமே கேட்டரிங்க்கு போவல’

‘யாருமே போலயா?’ என்று குறுக்கிட்டேன். வெறுப்படைந்தவன்,

‘டே மொதல்ல சொல்றத கேளுடா மூடிட்டு. கேட்டரிங் செஞ்ச காசு அப்பப்ப ஒழுங்கா குடுக்க மாட்றாங்கன்னும், இன்னும் பத்து ரூபா சேத்து தரணும்னும் ரெண்டு நாளா ஆஸ்டல்ல ஸ்ட்ரைக் பண்ணிட்டாங்க பசங்க. அதனால யாருமே வேலைக்கு போல. நம்ம பசங்கள்லாங்கூட ரூம்லயேதான் இருந்தானுங்க. எந்த ரூம்லயுமே யாரும் வேலைக்கு போல. இந்த பிரச்சனையில ஏஜெண்டுங்ககூட ஆஸ்டல் தேடி வந்துட்டானுங்க. நம்ம குட்டையன் பாய் அவங்கூட தொப்பையத் தூக்கிட்டு வண்ட்டான்.

‘ஏம்ப்பா எங்களுக்கும் கஷ்டம் கீதுப்பா. பத்து இருவது தான் மிச்சமாவுது எங்களுக்கும். இல்லனா படிக்கிற பசங்க உங்குளுக்கு குடுக்காமலா திண்ணுடுவோம். நாங்களும் போறோம் வர்றோம், நாய் படாத பொழப்புதாம்பா எங்குளுக்கும். வேற வேலே எதுவும் கெடைக்காமதான நாங்களும் இத செய்றோம். இத நம்பிதான எங்க பொழப்பும் இருக்குது’ன்னு ஏதேதோ பேசிப் பாத்தானுங்க. நம்ம பசங்க எவனும் மசியிற மாதிரி தெரியல. ஊருக்குப் போறதுக்கு காசு வேணும்னு, ராஜா கேட்டரிங்க்கு வர்றனு சொன்ன பசங்க யாரோ ரெண்டு பேரு யாருக்குந் தெரியாம பிரபாகரன் கேட்டரிங்க்கு போகப் பாத்துருக்காங்க. அவனுங்கள வேற அடிச்சிட்டாங்களாம். ஆஸ்டலே ஒரே பிரச்சனயா கெடந்துச்சி, அந்தந்த ரூம்ல அவஅவம் போய் குசுகுசுன்னு ஏதேதோ பேசிக்கிட்டிருந்தானுங்க. ஒரு இருவது இருவத்தஞ்சி பசங்க போய் இன்னாமோ ‘அரசு ஊழியர் வேலை நிறுத்தம்’ மாதிரி ஆஸ்டல் எண்ட்ரன்ஸ்லயே ஒக்காந்திட்டாங்க’ என்றவன் மூச்சு வாங்கிக் கொண்டே . . .

‘இதோட இன்னு ஒரு கூத்து. அன்னைக்குனு பாத்து ஆஸ்டல்ல பின்னாடி பக்கம் இருக்கிற கக்குஸ்ரூம் சுவரு ஒரு பக்கம் இடிஞ்சி விழுந்துருச்சு, அப்புறம் சொல்லவா வேணும். அதுக்கு வேற ஒரு பிரச்சனைய ஆரம்பிச்சுட்டாங்க. எப்படா வார்டன் வருவான்னு காத்துகிட்டு இருந்தானுங்க.

இத்தன பிரச்சனைல ரெண்டு நாளும் ஆஸ்டல்ல ஒரே திருவிழா கூச்சல் போல இருந்துச்சு' என்று ஒருவழியாக சொல்லி முடித்தான். நான் அவன் பேச்சை முழுவதுங் கேட்டாலும் எனக்கும் ஆதாயமான ஒரு கேள்வியைக் கேட்டேன்.

'கடைசியில என்னடா ஆச்சு பத்து ரூபா சேத்து தருவாங் களாமா? தர்றன்னு சொல்லிட்டாங்களா?'

'நீ வேற அவுங்க யாரும் கடைசி வரைக்கும் ஒத்துக்க வேலடா. என்னைக்குத்தான் ஏஜெண்ட்டுங்க, புரோக்கருங் கெலாம் கூலிய கரெக்ட்டா உழைக்கிறவங்களுக்கு குடுத்து ருக்காங்க. "அட என்னப்பா நீங்க. எங்கள புரிஞ்சிக்க மாட்றீங்களே. கல்யாணக்காரங்க எங்களுக்கு அமோண்ட் சேத்துக் குடுத்தா நாங்களும் உங்களுக்குத் தரப்போறோம். எங்க பாடு அடி மாட்டுப் பொழப்பா இருக்கே அதையும் கொஞ்சம் நெனைச்சுப் பாருங்கப்பா' ன்னு சொன்னாரு ராஜா அண்ணன்.

'அண்ணா இதபாருங்க அது உங்க பிரச்சனை. ஒரு எடத்தல அளவா வாங்கலாம், இன்னொரு எடத்துல சேர்த்தும் வாங்கலாம் அதெல்லாம் எங்களுக்காத் தெரியும்? மூணு வருஷமாவே இதே காசுக்குதான் வேலைக்கு வந்துட்ருக்கோம். இனிமேலும் இத இப்படியே விட முடியாது. வேலை மட்டும் வாங்குறீங்கள்ல?ன்னு ஒருபையன் சொன்னதுக்கு,

'என்னய்யா பெரிசா வேல செஞ்சிட்டீங்க. வர்றீங்க ஒரு ரெண்டு மணி நேரம் செய்றீங்க போறீங்க உங்களுக்கென்ன. நாங்க அப்படியா? உங்க ஒவ்வொருத்தரையும் ஒன்னா சேர்த்து, கல்யாண மண்டபத்துல உட்டுட்டு ஒவ்வொருத்தர் கிட்டயும் வேல வாங்கறதுக்குள்ள எங்க பாடு எங்களுக்குத் தான் தெரியும். சமையல்காரன், கல்யாணக்காரன், ஏஜெண்ட், ஏன் சாப்பிட வரவங்கூட எங்களத்தான் திட்டுவான். உங்களுக்கு அப்டியா, எந்தத் தலைவலியும் கெடையாதே'ன்னு ராஜாண்ணனே சொன்னாரு.

அப்புறம் கேட்டரிங்க்கு ஆள் சொல்லியிருந்த ஒரு கல்யாணக்காரனே ஆஸ்டல்க்கு வந்துட்டான். 'ஏன் தம்பி உங்கள நம்பித்தான அங்க காத்துகிட்டு இருக்கோம். ஃபோன் பண்ணா ஃபோன எடுக்கவே மாட்றீங்க'ன்னு சத்தம் போட ஆரம்பிச்சிட்டா. எல்லாருமே அமைதியாயிட்டாங்க. வேலு அண்ணன் இங்கப் பிரச்சனை, அது இதுன்னு ஏதேதோ சொல்லிப் பாத்தாரு. அந்த ஆளு, அதெல்லாம் எனக்குத்

தெரியாது இப்ப ஆளக்கூட்டிட்டு வாங்கன்னு சொல்லிட்டான். கடைசில வேலு அண்ணன் மட்டும் தர்றன்னு சொல்லிட்டு, அவருகிட்ட பேரு குடுத்துருந்த பசங்கள கூட்டிகிட்டுப் போயிட்டாரு. மத்தவங்களும் தந்துருவாங்கன்னுதான் நெனைக்கிற' என்று சொன்னான்.

'தந்தா சந்தோஷந்தான் எனக்கு அங்க வந்து போற பஸ் பேர்க்காவது ஆகும்.'

'உனக்கு மட்டுமா எல்லார்க்கும் சந்தோஷந்தான். ஆனா மத்தவங்களும் தர்ணுமே. தந்துட்டா அவ்ளோதான் இனிமேல் கடுப்பா வேல வாங்குவானுங்க பாரு' என்றான். இவ்வளவு நேரமும் சுரேஷ் எங்கள் பக்கத்திலேயே உட்கார்ந்து கொண்டு மேசையில் இரண்டு கைகளையும் மடக்கி வைத்திருந்து அதன் மேல் தலைசாய்த்துப் படுத்துக்கொண்டிருந்தான். முதல் பாட வேளைக்கான ஆசிரியர் உள்ளே நுழையவும் அங்குமிங்கும் பேசிக் கொண்டிருந்த எல்லாரும் ஆசிரியர் பக்கம் திரும்பினார்கள். அந்நேரம் ஒரு நிமிடம் வகுப்பறையின் காதுகளுக்குத் தீனி இல்லாமல் போனது. பிறகு காற்றாடி வெளியிட்ட காற்றின் சத்தத்தோடு அதுவரைக்கும் வெளியே பின்புறம் குப்பத்தில் ஓடிக்கொண்டிருந்த பாடல் அப்பொழுது தான் எல்லார்க்கும் கேட்க ஆரம்பித்தது. பாடல் முடியும் தருவாயில் மீண்டும் பாடலின் பல்லவி கடைசியாய் ஒலிக்கிறது போலிருந்தது. எல்லார் செவிகளுக்கும் அந்த வரிகள் வந்து சேர்ந்தது. ஒலிப்பெருக்கி கலங்கி

"தரைமேல் பிறக்க வைத்தான் – எங்களை
தண்ணீரில் பிழைக்க வைத்தான்..."

என்று அழுது கொண்டிருந்தது.

> "அவனுக்கு வாழ்க்கையே மரத்துப்போய் விட்டது; மாறிப்போய் விட்டது. அவன் கமலாவை மறந்தான்; தாயை மறந்தான்; ஊரை மறந்தான்; உற்றாரை மறந்தான்; எனினும் அவன்தன் சாண் வயிற்றை மட்டும் மறக்கவில்லை; மறக்க முடியவில்லை"
>
> – தொ.மு.சி. ரகுநாதன்

பல்லாங்குழிப் பலகையில் உள்ள குழிகளைப் போல நீண்டதாய் அடுக்கப்பட்ட மேசைகளின் மீது இலைகள் வரிசையாய் போடப்பட்டிருந்தன. வரிசையாகவே போடப் பட்டிருந்தாலும் என்றுமே அவை நேர் ஒழுங்காக இருந்ததில்லை. என்றோ ஒரு நாள் மட்டும் அத்திபூக்கும். தண்ணீர் புட்டிகளை அவற்றின் முதுகில் சுமையாய் ஏற்றும் வரை இலைகள் காற்றாடியின் காற்றுக்குத் தானே மூடிக் கொண்டும், படபடத்துக் கொண்டும், கீழே விழுவதுமாக அலைந்து கொண்டிருக்கும். "சளார் சளாரென" அவற்றின் மீது தண்ணீரைத் தெளிப்பதாய் இலைகளைத் தண்ணீர் சாட்டையால் அடித்துக்கொண்டே போனான் சிலம்பு.

'எவ்வளவு அடித்தாலும் எங்களுக்கு உரைக்காது' என்பதாக இலைகள் தண்ணீரைத் தங்களிடம் ஒட்ட விடாமலே ஒதுக்கி விட்டன. அவற்றின் இந்த மறைமுக எதிர்ப்பைப் பார்த்துக்கொண்டே

போன சிலம்பு, ஒரு வரிசை முடிந்து அடுத்த வரிசையின் முதலில் இருந்த இலையில் தன் கவனத்தைச் செலுத்தினான். அது தலைவாழையிலை. மஞ்சளும் பச்சையும் கலந்த ஒரு மயக்க நிறத்தில் அது அவன் கண்களை மயக்கியது. அதை ஒரு நிமிடம் உற்றுப் பார்த்தான். பின் யாராவது தன்னைப் பார்க்கிறார்களா என்று தன் சகாக்களின் திசையைப் பார்த்து விட்டு அந்த இலையை மட்டும் கைவைத்துத் துடைத்துக் கழுவிவிட்டான். 'சாப்டா இது மாதிரி எலையில ஒக்காந்து சாப்படணும்' என்று மோகச் சிந்தனைக்கு முயற்சி செய்தது அவன் மனது.

மனித மனங்களே இப்படித்தானே இருக்கிறது. பார்த்த மாத்திரத்தில் ஈர்த்துப் பரவசப்படுத்தும் எதன் மீதும் ஆசை கொள்வது இயல்பாகிப் போகிறது. நிறங்களை நம்பியே நிஜங்களை ஆராய மறந்துவிடுகிறார்கள். சிலர் வாழையிலையின் நிறத்தைப் பார்த்துக் காதல் கொண்டு அதில் சாப்பிட ஆசைப்படுகிறார்கள். சிலர் அதன் வைத்திய குணம் அறிந்து அதை அனுபவிக்க விரும்புகிறார்கள். குணத்தை விரும்புகிறவர்களே எப்போதும் இலையில் சாப்பிட விரும்புகின்றார்கள்.

'யாருக்கு குடுத்து வெச்சிருக்கோ' என்று நினைத்துக் கொண்டே அடுத்த இலையில் தண்ணீரைத் தெளித்தான். நன்கு பச்சை நிறமாய் முற்றிப் போயிருந்த அந்த இலையில் தண்ணீர்க்கட்டிகள் கண்ணாடிக் குண்டுகளாய் நின்றன. அவை பாதரசம் போல அவனது பார்வைக்குத் தெரிந்தன. கீழே குனிந்து அதில் தன் முகம் தெரிகிறதா என்று தலையை நகர்த்தி நகர்த்திப் பார்த்தான். வட்டமாக இருந்த அதனில் அகல முட்டையாக அவன் உருவம் தெரிந்தது. சற்று மங்களாகத் தெரியவே தலைசீவாமல் விட்டவன்,

'ச்சீ ... இதென்னடா இது! நேரங்கெட்ட நேரத்துல ரசன வருது' என்று தன்னைத்தானே மனதுக்குள்ளேயே கொட்டிக் கொண்டு தன் பணியைத் தொடர்ந்தான். இலைகளை வேகமாக வெளுத்து வாங்கிக்கொண்டே போனான். அவன் பின்னாலே இலைக்கு ஒன்றாகத் தண்ணீர் புட்டிகளை வைத்துக்கொண்டே வந்தனர். ஒருவன் அவை அடுக்கப்பட்டிருந்த அட்டைப் பெட்டியைத் தூக்கிக் கொண்டும் மற்றொருவன் அதிலிருந்து புட்டிகளை எடுத்தெடுத்து வைப்பதுமாகப் பரபரத்துக் கொண்டே வந்தனர்.

'எலையுந் தண்ணியுமட்டும் வைங்கடா, மத்ததெல்லாம் ஆளுங்க வந்தப்புறம் வெக்க சொல்லிட்டாங்க' என்று வேலு அண்ணணிடமிருந்து கட்டளைக் கலந்த தகவல் வரவே கூட்டு, பொரியலை எடுத்துக் கொண்டு தயாராயிருந்த

வர்கள் அதை அதன் இடத்திலேயே வைத்து விட்டு வந்து உட்கார்ந்துகொண்டனர்.

‘எப்போ எல போடச்சொன்ன, இவ்ளோ நேரம் போட்டுங் கீறிங்க’ பேசிக்கொண்டே அருகே வந்தார்.

‘ஆமா இதுக்கே ஆள் வரலையாம். அப்புறம் எதுக்கு இந்த பர பரக்குறீங்க’ என்று திமிராக ஒருவனிடமிருந்து பதில் வந்தது. அவன் அவ்வாறு பேசுவதற்கானக் காரணம் அவருக்கு தெரியாமலில்லை.

‘போனதடவ வேல செய்யும் போது இடையில பாத்ரூம் போயிட்டானு திட்னதுக்குதான் இவனுக்கு இந்த நோப்பாளம்’ என்று புரிந்துகொண்டு தலையாட்டியவாறே எதுவும் பேசாமலே சமையலறைப் பக்கம் சென்றார்.

‘வேல செய்யிறப்ப ஐஸ்கிரீம் வாங்கி மறைவாத் தின்னுட்டு ஒண்ணுமே தெரியாம வர்றவனுங்கள்லா இருக்கானுங்க, அவனுங்கள விட்றுவான். நான் பாத்ரூம் போனதுக்கு வந்து திட்றான்’ என்றதையே இம்முறையும் மனதில் திட்டிக் கொண்டான் அவன்.

இப்படித்தான் வேலை செய்யும் பொழுது இடை நழுவுதல் நடக்கும். கழிவறைக்குப் போகும் சாக்கிலோ, காலியான பொருளை மீண்டும் எடுத்து வர சமையலறைக்குச் செல்லும் சாக்கிலோ நேரத்தைப் போக்கி விட்டு வருவர். அவர்களுக்கு அதிலொரு அபார திருப்தி. சில நேரங்களில் இப்படி பயந்து பயந்து இங்கு நின்று கொண்டிருப்பதை விட வேலையே செய்யலாம் என்று திரும்பி வந்தும் விடுவர். ஐஸ்கிரீம் கடைசியில் கிடைக்காது என்பதால் இடையிலேயே இரண்டு, மூன்று என்று அதை வாங்கி மறைவாகத் தின்று விட்டும் வருவதுண்டு. வேலு அண்ணனைப் போன்ற ஏஜெண்ட்டுகள் பெரும்பாலும் எங்களுடனே வேலை செய்துகொண்டிருப்ப தால் இதனைக் கண்டு கொள்ள முடியாது. கண்டு கொண்டும் தெரியாதது போலவும் இருப்பர். சமயங்களில் கோபத்தில் திட்டுவதும் உண்டு. பரிமாறுகையில் இலையில் எல்லாவித உணவுப் பொருள்களையும் பார்த்துப் பார்த்துப் பசி வந்தும் சாப்பிட முடியாத வெறுமையில் பையன்கள் இப்படிச் செய்வதுண்டு.

சமையலறையிலே ஏதேனும் எடுத்து வரச் சென்றால் அங்கு கிடைக்கும் பண்டங்களைக் கொஞ்சம் வேக வேகமாக அரைத்து விட்டுதான் வெளியே வருவார்கள். அப்படித்தான் ஒருமுறை செல்வா கட்லெட் எடுத்து வரச் சொன்னார்கள் என்று போனான். சென்றவன் பசியால் இருந்த வெறியெல்லாம்

கட்லெட்டை வாய்க்குள்ளே போட்டு அதன் மீது காட்டினான். முடிந்த வரை மென்றவன் முழுசாக மென்று முழுங்கினானா? இல்லை. தொண்டையில் சிக்கிக் கொண்டது. தண்ணீரைத் தேடியவன் விக்கிக் கொண்டே வெளியே வந்தான். தண்ணீர் ஊற்றும் பையனிடமிருந்து நீரை வாங்கிக் குடித்தான். பொறையேறி இருமினான். பின்னாலிருந்து ஒரு கை அவன் தலையில் தட்டியது. சாவதானமாகத் திரும்பிப் பார்த்தவன் திடுக்கிட்டான். ஒன்றும் புரியாதவனைப் போல எதைப் பேசப் போகிறோம் என்பதே தெரியாமல் எதையோ பேசுவதற்காக அவன் வாயைத் திறக்கும் முன்பே,

'எடுத்துட்டு வந்து குடுத்துட்டு அப்புறம் போய் சாப்ட வேண்டியதானடா' என்று பொறுமையாகப் பேசினார் ஏஜெண்ட். பேசிவிட்டு கட்லெட் இருந்த பாத்திரத்தை வாங்கிக் கொண்டு போய்விட்டார். அருகிலிருந்த பையன்கள் சிரித்துவிட்டனர். செல்வா கூனிப்போனான்.

இதே போலத்தான் வேலு அண்ணன் கேட்டரிங்லேயே இன்னொரு கூத்து நடந்தது. வேலை நடந்து கொண்டிருக்கும் பொழுதே இரண்டாவது பந்தியிலேயே இடை நழுவிச் சென்றான் ஒருவன். நழுவியவன் இன்னொருவனையும் இழுத்துக்கொண்டுச் சென்றான். இருவரும் ஐஸ்கிரீம் கொடுக்கும் இடத்திற்குச் சென்றார்கள். ஒன்று வாங்கி ஒரு கையில் வைத்துக் கொண்டு இன்னொன்றும் கேட்டனர். ஐஸ்கிரீம் கொடுப்பவர் இருவரையும் ஒரு மாதிரியாகப் பார்த்துவிட்டு தன் பார்வையை அந்தப் பெட்டிக்குள் செலுத்தினார்கள். பெட்டியைத் திறந்ததில் நெருப்பில்லா மலேயே புகைந்தது. உள்ளே இருக்கும் பனிக்கட்டியிலிருந்து குளிர் ஆவி புகையைப் போல வெளிவரத் தொடங்கியது.

வெளியே எடுத்து இன்னொரு ஐஸ்கிரீம் டப்பாவை அவர்களிடம் கொடுத்தார். வாங்கிக் கொண்டவன் கையை நடுக்கிக்கொண்டே சுவருக்குப் பின் கை கழுவும் இடத்தில் சென்று ஒதுங்கினான். ஐஸ்கிரீமின் குளுமை அவன் கையைப் பதம் பார்த்திருக்க வேண்டும். கொண்டு போனதைக் கீழே வைத்துவிட்டு நனைந்து போயிருந்த தன்கையை தனது வலக் கன்னத்தில் ஒற்றி எடுத்தான். கையிலிருந்த ஈரத்தை அவன் கன்னம் ஈர்த்தது. நேரமின்மையாலும், பொறுமை யின்மையாலும் வேகவேகமாய் பிரித்துச் சாப்பிடத் தொடங்கி யவன், குளுமை அதிகமாக இருந்ததால் பற்களைப் பக்குவப் படுத்திக்கொண்டு அப்படி அப்படியே விழுங்கினான். அவன் தொண்டை குளுமையில் பற்றியது. நாக்கு உள்ளுக்குள்ளேயே நடனமாடியது. படபடவென வாயிலடித்துக்கொண்டே சாப்பிட்டான்.

இரண்டாவது டப்பாவிலும் பாதி சாப்பிட்டவன் இனிமேல் இங்கிருந்தால் மாட்டிக் கொள்வோம் என்று மீதியிருந்ததை டப்பாவோடு கீழே போட்டுவிட்டு உள்ளே வந்தான். உள்ளே வந்தவன் நேராக காலிஃப்ளவர் பக்கோடா வைத்துக் கொண்டிருந்த தன் நண்பன் ஒருவனின் அருகில் வந்து நின்றான். அப்பொழுது அவர்களருகில் நான் சாம்பார் ஊற்றிக் கொண்டிருந்தேன். அவன் நண்பன் அவனை

'டேய் உன்ன வேலு அண்ண கூப்டாருடா'

'ஏன்டா? எதுக்கு?'

'தெரியல உன்ன கேட்டாரு' என்று ஒரு பொய்யைக் கூறி அவரிடம் அனுப்பிவிட்டான். எனக்கு 'அவர் கூப்பிடா மலே எதுக்கு இவன் அனுப்புகிறான்' என்று புரியாமல்,

'ஏம் பாஸ், ஏஜெண்ட் அவர எதுவும் கூப்புடலயே, எதுக்கு கூப்டாருன்னு சொன்னீங்க?' என்றேன்.

'அதுவா? அது ஒண்ணுல்ல சார் சும்மாதான். இப்ப என்ன நடக்குதுன்னு பாருங்களேன்.'

ஏஜெண்டைத் தேடிப்போன அந்தப் பையனின் திசையை இருவருமே பார்த்தோம். சுறுசுறுப்பாக வேலை செய்பவனைப் போல பரபரப்பாக அவரருகே நடந்து சென்றான். ரசம் ஊற்றிக் கொண்டிருந்தவர் திரும்பி அவனைப் பார்த்ததும் உதடுகளுக்குள்ளேயே பல்லைக் கடித்தார். அவரின் மூக்கு விறைத்தது. அதன் இருவழிகளும் விரிவடைந்தன. அவர் களருகில் சாப்பிட்டுக் கொண்டிருந்த ஓரிருவர் அவனைப் பார்த்ததுமே சிரித்து விட்டனர். அவர்கள் சிரித்ததால் இன்னும் கோபமேறிய ஏஜெண்ட், அவனின் முகவாய் கட்டைப் பகுதியைப் பார்த்து முறைத்துக் கொண்டிருந்தார்.

அவனுக்கு எதுவும் விளங்கவில்லை ஆனாலும் அவரின் முறைப்பை எண்ணி தன் முகவாய் கட்டையின் மீது கை வைத்துப் பார்த்தான். மூன்று விரல்கள் மட்டுமே அவ் விடத்தைத் தொட்டன. தொட்டவன் விரல்களால் அப்படியே தடவினான். தடவிப்பார்த்த போதுதான் அது தென்பட்டது. அவசர அவசரமாக சாப்பிட்டு உள்ளே நுழைந்ததில் துடைக் காமல் விட்டிருந்ததால் அவன் வாயருகே ஒட்டியிருந்தது ஐஸ்கிரீம். பகீரென்று ஒரு குண்டு வெடித்தது அவனுக்குள் ளேயே. பிறகு இதயத்துடிப்புகள் ஒவ்வொன்றையுமே குண்டு வெடிப்பதைப் போலவே அவன் உணர்ந்துகொண்டிருந்தான். கண்கள் கலங்குவதற்குத் தயாராகின. ஆனால் அதைத் தடுக்கும் விதமாக ஏஜெண்ட் அவனைத் தரதரவென தள்ளிக் கொண்டே சமையலறைக்குப் போனார்.

‘ஏன்டா இப்டி என் மானத்த வாங்குறீங்க? அப்டியா பட்டினியா கெடக்குற?’

‘அண்ணே . . . அது . . .’

‘எல்லா என் தாலியறுக்குறதுக்குன்னே எனக்குன்னு வந்து சேந்துக்குறிங்க பாரு. எந்தலையெழுத்து..’

‘ஒன்னே ஒன்னுதான்’ என்று குனிந்த தலை நிமிராமல் சொன்னான்.

‘என்னாடா ஒன்னு ஓம்போதுன்னு.. பஸ்பாஸ் வாங்கறதுக்கு பணம் வேணும், இந்த முறையே எப்டியாவது வேலைக்கு சேத்துக்குங்க’ ன்னு கேட்டலல. கூட்டிட்டு வந்ததுக்கு ரொம்ப நல்ல பேரு வாங்கிக் குடுக்கறடா நீ. எக்ஸ்ட்ரா ஒரு ஆளூ இருந்தாலும் பரவாயில்லன்னு பாவம் பாத்து உன்ன கூப்ட்டுகிட்டு வந்தது எந்தப்பு தான்’

‘ஸாரிண்ணா.. வேலை கம்மியானதாலதான் போன’

‘எங்க உனக்கு மட்டும் கம்மியாயிடுச்சா வேல? செய்றவன்லாம் இன்னா கேனப்...யா? என்னக் கடுப்பேத்திப் பாக்காத போய்த் தொலைடா’

‘ஸாரிண்ணா . . . ப்ளீஸ்ண்ணா . . .’

‘போய்த் தின்ட்டுதான் வந்து தொலைஞ்ச, அந்த வாயைத் தொடச்சிட்டு வர்ணுன்னு கூடவா அறிவில்ல? அத்தன பேருக்கு முன்னாலயும் அப்டியே வந்து நிக்கிற.. போடா டே எங்கனாப் போய்த்தொலடா. வேலைக்கும் லாய்க்கில்ல... தின்றதுக்கும் லாய்க்கில்ல’ என்றவர் அவனின் பதிலுரையைக் கேட்காமல் வேகமாக வெளியே வந்து விட்டார்.’

அவனுக்கு ஐஸ்கிரீம் மேல் வெறி வெறியாய் வந்தது. எல்லா ஐஸ்கிரீம் டப்பாவையும் தூக்கிப் போட்டு உடைக்க வேண்டும் போலிருந்தது. இந்த ஓர் ஐஸ்கிரீம் சாப்பிடுகிற ஆசை அவனின் மொத்த மானத்தையும் வாங்கிவிட்டதாக உணர்ந்தான். இனி கேட்டரிங் என்று வந்துவிட்டால் ஐஸ்கிரீம் இருக்கும் பக்கமே போகக்கூடாது என்று முடிவு கட்டிக் கொண்டவன், ஏன் இந்த கேட்டரிங்கில் சாப்பாடும் கூட வேண்டாம். ஏஜெண்டிடம் மன்னிப்பு கேட்டுவிட்டு வெளியே போய்விடுவது என்று முடிவு செய்து கொண்டு அவன் சமையலறையைவிட்டு நகர முயற்சித்த போது, காட்டிக்கொடுத்த அவன் நண்பன் இரண்டு ஐஸ்கிரிம் டப்பாவோடு உள்ளே நுழைந்தான். அவனையும் அவன் கையிலிருந்த ஐஸ்கிரீமையும் பார்த்துக் கோபமானவன்,

‘என்ன மயிருக்குடா இப்ப இங்க வந்த? நீயோ இல்ல இந்த ஐஸ்கிரீமோ இனி எப்பவும் என் கண்ணுலயே படாதீங்க. வெளிய போடா’

‘மச்சி . . . ஒரு வடை சொல்லேன்’ என்றான் கிண்டலாக அவன்.

‘ஏ... மூடிட்டு வெளிய போடான்னு சொல்றல்ல . . .’ என்று கோபம் கொந்தளிக்க இவன் பேசவே,

‘இதெல்லாம் ஒரு மேட்டராடா? கேட்ரிங்கில எத்தன பேர இப்டி பாக்கிறோம். இதுக்குப் போய் சிரீயஸாவுர. இப்படில்லாம் மானம் பாக்க ஆரம்பிச்சனா நீ கேட்ரிங்க்கே வர முடியாது. எங்க, நாளைக்கு வேலைக்கு வந்தா ஐஸ்கிரீம் தின்னாம இருப்ப ஆனா வேற எதையும் தின்னாம இருப் பியா? வடையப் பார்த்தா எடுத்து வாயில போடணும்னு தான் தோணும். எவனும் பாக்காம எடுத்து வாயில போட்டுக்க வேண்டியதான். அப்டியே இருந்தா ரெண்டு நாளைக்கு இருப்ப அப்புறம் தின்னாமயே விட்றுவியா? அதெல்லாம் முடியாது மச்சி நம்மளால. எல்லாரும் தின்னுட்டு ஏப்பம் விட்ற வரைக்கும் வாய மூடிக்கினு பரிமாற நம்மளால முடியாது. நம்ம வீட்டுப் பொம்பளைங்க மாதிரி, அவுங்க பொறுமையெல்லாம் நமக்கு சுட்டுபோட்டாலும் வராது. ரெண்டுப் பந்தி முடியறதுக்குள்ள நம்ம வயிறு நம்மள புடுங்கியெடுத்துடும்’ என்று நீளஉரை வாசித்தான். நண்பனின் வார்த்தையில் நியாயமிருப்பதை உணர்ந்தவன், பேசியவன் முகத்தை நிமிர்ந்துப் பார்த்துவிட்டு ‘இருந்தாலும் இவன் நம்மள காட்டிக் கொடுத்தது தப்புதான்’ என மனதுக்குள்ளே எண்ணியவாறு கீழே குனிந்தான்.

‘சரி விட்றா. நீ என்ன நெனைக்கிறன்னு எனக்குத் தெரியுது. நான் சும்மாக் கிண்டலாத்தான் செஞ்சேன். நீ இவ்ளோ டென்ஷன் ஆவனு எனக்கு தெரியாது. ஸாரிடா மச்சி.. நீ ரொம்ப சூடா இருக்கன்னு நெனைக்கிறேன் இந்தா கூலா ஒரு ஐஸ்கிரீம் சாப்புடு’ என்றான்.

‘இன்னாடா கிண்டலா?’

‘டே சூ . . . மூடிட்டு தின்றா. இது காஸ்லியான ஐஸ்கிரீம். எப்படியிருக்கும்னு உனக்கே தெரியும் நீயுந் தின்னதான? மகனே எப்டியும் நாலு டப்பாவ காலி பண்ணியிருப்பன்னு நெனைக்கிறேன். சரி அத விடு. இந்தா புடி. இந்தக் கல்யாணத்த விட்டா திரும்பவும் எப்ப கெடைக்குமோ, இதுமாதிரி கெடைக்கும் போதே சாப்ட்டுக்க வேண்டியதான். புடிடா’ என்றான். இவனும் மறுக்காமல் பாதாம், முந்திரி உள்ளிட் டவை கலந்த அதன் சுவை நாக்கில் இன்னும் ஒட்டியிருக்கவே

அதனை வாங்கிக்கொண்டான். மெல்ல இரண்டு வாய் எடுத்துச் சாப்பிட்டவன்,

‘டேய் வெளியே பந்தி நடக்கலையா?’ என்று பயத்தில் பூத்த முகத்தோடு கேட்டான்.

‘அதெல்லாம் முடிஞ்சிது. நாலு பேருதான் இருக்கானுங்க. அதுவும் நம்ம பசங்கதான் சாப்பறானுங்க... இன்னும் பொண்ணு மாப்பள வரல. எல்லாரும் அதுக்குத்தான் வெயிட்டிங். அவங்க வரவரைக்கும் ஒக்காந்து, சாப்பாடு போட்டுதான போவணும், அதான் நம்ம பொழப்பு’ என்றான். இவர்களுக்காய் உருகிய ஐஸ்கிரீமை இருவரும் சாப்பிடத் தொடங்கினர். அந்தப் பந்தி முடிந்தது.

சிறிது நேரத்தில் பள்ளத்திலிருந்து மேட்டை நோக்கி எகிறும் வெள்ளப் பிரவாகம் போல திபுதிபுவென்று கூட்டம் மாடிப்படி வழியாக மேலே வந்தது. அதைப் பார்த்தவுடன் எல்லாருக்கும் கிலி பிடித்துக்கொண்டதுபோல் பரபரப்பாக ஆளுக்கொரு வாளியைத் தூக்கினார்கள். கூட்டத்தைப் பார்த்த பிரமிப்பிலேயே நின்று போயிருந்த சிலம்பு எந்த வாளியைத் தூக்குவது என்று தெரியாமல் திக்குமுக்காடினான். உள்ளிருந்து வந்த ஒரு சமையல்காரர் கையில் முனை வெட்டப்பட்டிருந்த கடலை எண்ணெய் பாக்கெட்டுடன்,

‘ஏம்பா இங்க இருந்து உருளகெழங்கு பொரியலை யாருப்பா எடுத்துட்டுப் போனது?’ என்றார்.

பருத்து, கறுத்துப் போயிருந்த அவர் தேகத்தைப் பார்த்து ‘அடுப்பிலிருந்து எழுந்து வந்த கரி மாதிரி இருக்கானே’ ‘அடுப்பங்கரையில அரிசி வேகுதோ இல்லையோ ஆளுங்க வெந்துருவானுங்க போலிருக்கே’ என்று நினைத்துக் கொண்டிருந்த சிலம்புவைப் பார்த்து,

‘தம்பி போய் உருளக்கெழங்கு பக்கெட் வாங்கிணு வா’ என்றார்.

இவனும் சென்று இரண்டு மூன்று பேரை இடித்து, கையிலிருந்த பொருளைப் பார்த்துக் கடைசியில் வாங்கிக் கொண்டு வந்து நின்றான். அவனிடமிருந்து அந்த வாளியைப் பிடுங்கி, உருளைக்கிழங்குப் பொரியல் இருந்த பெரிய பாத்திரத்திற்குள் கவிழ்த்துக்கொட்டினார் அந்தச் சமையக் காரர். சிலம்புவிற்கு எதற்கு அவர் இவ்வாறு செய்கிறார் என்பதே புரியவில்லை. பந்தியில்வேறு எல்லாரும் வந்து உட்கார்ந்து விட்டார்கள். இந்த நேரத்தில் இவர் என்ன செய்யப் போகிறார் என்று பந்தியையும், இவரையும் மாறி மாறி பார்த்துக் கொண்டிருந்தான்.

பொரியலை அதன் பழைய இடத்திற்கே மீண்டும் சென்று சேர்த்தவர், சுவரோரம் மூலையில் சுவற்றின் மீது சாய்த்து வைத்திருந்த அந்த எண்ணெய் பாக்கெட்டை எடுத்து, உருளைக்கிழங்குப் பொரியலின் மீது ஆரத்தி சுற்றுவது போல ஊற்றினர். பிறகு அதிலிருந்த சல்லிக்கரண்டியால் அதனை மேலும் கீழுமாகப் புரட்டிப் போட்டார். ஒரு கலக்கு கலக்கிவிட்டு மீண்டும் சிறிய வாளிக்குப் பொரியலை அள்ளிப் போட்டார். அவரது செயல்கள் இமைக்கும் நேரத்தில் வேகவேகமாய் நிகழ்ந்தன. சிலம்புவிற்கு இந்தச் செயல்கள் இப்போது புரிந்தாலும், மனதுக்குள் பொறிந்து கொண்டிருந் தான். பின் மனதை அடக்கமுடியாமல் சமையல்காரரிடம்,

'அண்ணே! என்னண்ணே எண்ணெய பாக்கெட்டோட எடுத்துட்டு வந்து அப்டியே ஊத்துறிங்க. காய்ச்சலையா?'

'அதெல்லாம் அப்டிதாம்பா'

'தாளிக்கும் போதுதான் எண்ணெய ஊத்தி நல்லாக் காய வெப்பாங்க. நீங்க என்னடான்னா கடைசில எடுத்துனு வந்து ஊத்துறிங்க, அதுவும் சூடு பண்ணாமக்கூட'

'தம்பி நல்ல புள்ளயே... அதுக்குல்லாம் நேரமில்ல, எடுத்துட்டுப் போ. பந்தியில பிரிஞ்சி வெச்சாச்சிப் பாரு' என்று அவர் கரண்டியின் பாதிவரை பரவியிருந்ததை வழித்துக் கொண்டே அவனை விரட்டினார்.

மேற்கொண்டு எதுவும் பேச முடியாமல் தூக்கிக் கொண்டு சென்று பரிமாறியவனின் மனம் பேசிக் கொண்டே இருந்தது. 'இன்னாடா இவனுங்க நாலு பேரு சாப்பிடனும்னு செய்றா னுங்களா? இல்ல நம்ம வேலை முடிஞ்சாப் போதுன்னு செய்றாங்களா? சாப்பிட்றவங்க நெலம ரொம்பப் பாவம். நாமளும் இத்தன நாளா இதத்தான் தின்னுகிட்டு இருக் கோமோ? இவனுக்கு முன்னாடி ஒருத்தன் வந்து வேவாத கோஸ் பொரியலைப் பாதியிலே எடுத்துட்டு வந்து அதுக்குள்ள ஒரு கிண்ணத்துல இருந்த தேங்கா எண்ணெய அப்டியே ஊத்துறான். என்னா நடக்குதுடா சாமி? சாப்பிட்றவன் வயிறு இன்னா கெதியாகுமோ தெரியலையே' என்று குற்ற உணர்வோடவே அந்தப் பொரியலைப் பரிமாறிக் கொண்டி ருந்தான். சமையல்காரர் எண்ணெய்யை அப்படியே ஊற்றியதும், ஊற்றிய எண்ணெய் சிவந்த நிறமாக பொரியலின் மேல் பாத்திரத்திற்குள் மிதந்துகொண்டிருந்ததும் அவன் மனக்கண்ணில் தோன்றிக்கொண்டே இருந்தன. இதற்கு மேலும் அதனைப் பரிமாற விருப்பமில்லாது கொண்டு வந்து வைத்துவிட்டு, சாம்பார் வாளியைத் தூக்கிக் கொண்டு வரிசைக்குள் சென்றான்.

சப்பாத்திக்குப் பன்னீர் பட்டர் மசாலாக் குருமாவை ஊற்றிக் கொண்டு வந்த செல்வாவைப் பார்த்து பிரிஞ்ச் சாப்பிட்டு, சப்பாத்தியையும் சாப்பிட்டு முடித்த ஒருவர்,

'ஹலோ கொஞ்சம் வொய்ட் ரைஸ் கொடுங்க' என்றார்.

'என்னது?' என்று புரியாதவன் போல் கேட்டான்.

'வொய்ட் ரைஸ் வேணும்' என்று சத்தமாகக் கேட்டார்.

'ஓ சாப்பாடா?' என்று தன் தமிழ்ப்பற்றை அவரிடம் அழுத்திவிட்டும், அவருக்குப் பக்கத்தில் கையிலிருந்த குருமாவை வைத்துவிட்டும் சென்றான். பாத்திரத்தில் வெண்மையாய்ப் பூத்திருந்த சோற்றைப் பார்த்ததும் அவனுக்கு அதை அப்படியே வாய்க்குள்ளே கொட்டிக் கொள்ள வேண்டும் போலிருந்தது. பாத்திரத்தைத் தூக்கிக் கொண்டு 'வொய்ட் ரைஸ்' என்று கேட்ட மனிதரைத் திரும்பிப் பார்த்து நடந்தான்.

'ஆளப்பாரு அவன. பாத்தா பட்டிக்காட்டான் மாதிரி இருக்குறான். இதுல

'ஹலோ' வாம், 'வொய்ட் ரைஸ்'ஸாம். அதுக்கு தமிழ்ல என்ன அர்த்தம்னு கூடத் தெரியாது இவனுக்குல்லாம். ஏன் 'சோறு' கொஞ்சம் வை, சாப்பாடு கொஞ்சம் எடுத் துட்டுவான்னு சொன்னா இன்னா யாரும் சோறு போட மாட்டாங்களா? ஐயோ! போகப் போக தமிழ் செத்தே போயிடும் போலருக்கே' என்று புலம்பிக் கொண்டே தமிழுக்கு இரக்கப்பா இசைத்துக் கொண்டு வந்தான்.

ஏற்கனவே இந்த இரக்கம் செல்வாவுக்கு இருந்தாலும் நேற்று விடுதியில் நண்பர்கள் இதைப்பற்றி விவாதித்தது அவனுக்குள் கூடுதல் தமிழ்த்தீயை வளர்த்தது போலிருந்தது. தான் படித்த புத்தகம் அல்லது செய்தியைப் பற்றி, நண்பர் களுடன் ஒன்றாக இருக்கும் போது அது பற்றி அனைவரின் கருத்தையும் அறிவது அவனுக்கு எப்போதும் விருப்பம். அப்படி அவன் படித்த செய்திகளுள் ஒன்று கடைகளின் பெயர்ப் பலகைகளில் தமிழ் முக்கியத்துவம் பெற வேண்டும் என்ற தமிழக அரசின் ஆணை. இதைப் பற்றித்தான் நேற்று விடுதியில் பேசிக் கொண்டிருந்தான்.

'த்ரி மூட்றி. நாட்ல இருக்குற பிரச்சனைய மூடி மறைக்க புதுசா ஒன்னுத்த கௌப்பி விட்றானுங்க' என்றான் சிலம்பு.

'அப்போ இதெல்லாம் ஒரு பிரச்சனை இல்லயா? இது மொழிப் பிரச்சனைதான...'

‘ஆமான்டா மொழிப் பிரச்சன தான். யாரு இல்லன்னு சொன்னா? இவனுங்க இப்டி பண்றதால எல்லாம் சரியா போயிடுமா? மொழியக் கெடக்குறதுக்கு வழிவகை பண்றதே இவனுங்கதானடா . . .’

‘நீ சொல்றது சரிதான்டா சிலம்பு. தமிழ் படிக்கிறவனையும் மதிக்க மாட்றாங்க, தமிழ் பேசினாலும் மதிக்க மாட்றாங்க. எவம்பாத்தாலும் ‘ஏம்பா! தமிழா படிக்கிற வேற எதுவும் கெடைக்கலையா’ன்னு தான் கேக்குறான்’ என்றான் சக்தி. தன் அனுபவ அடையாளங்களை அடியொற்றிப் பேசுவதால் அவன் குரல் சற்றே உயர்வாகவே இருந்தது.

‘ஏன் சார், இப்டியாவது பண்றாங்களே அதுவே பெரிய விசயந்தான’ இது கூட்டத்தில் இன்னொரு குரல்.

மீண்டும் செல்வாவே பேசத்தொடங்கினான்.

‘தம்பி சிலம்பரசா! இது ஒன்னும் வேண்டுகோளு இல்ல விட்டுட்டு போறதுக்கு. கட்டளை, கண்டிப்பா செஞ்சித்தான் ஆகணும்’

‘சரிடா. செய்யச் சொல்லு, எவன் வேணான்றது?’

‘இப்ப நீதானடா என்னமோ சரியாப் போயிடுமா தப்பாப் போயிடுமான்னுலாம் டையலாக் அடிச்சிட்டு இருந்த. ரோட்ல பாத்தல்ல எத்தன கடையில பேர மாத்திகிட்டு இருக்கானுங்க’

‘பிழை . . . பிழை . . . பிழையாய்ப் பேசுகிறாய் மானிடா! ‘டையலாக்’ என்கிறாய், ‘ரோடு’ என்கிறாய் . . . ‘சாலை’ என்று சரியாய்ச் சொல்ல வேண்டும் புரிகிறதா புலவரே’ என்று செல்வாவைப் பார்த்து அதுவரை கொசு கடித்ததால் உண்டான கொப்புளத்தை நோண்டிக்கொண்டிருந்த நாராயணன் சொன்னான். நாராயணன் சாதாரணமாக பேசினாலே எல்லாரும் சிரிக்க ஆரம்பித்து விடுவோம். அதிலும் அவன் இவ்வாறு பேசியது யாரும் எதிர்பாராத ஒன்று. அறையிலிருந்த அனைவருமே சிரிப்பின் சிகரத்தை எட்டிப்பிடித்து விட்டனர்.

‘செருப்பாலே அடிப்பேன் உன்ன. எழுந்தர்ரா, எழுந்து உன் ரூம்க்கு போடா’ சீறினான் சிலம்பு.

‘இதோ . . . இதோ . . . ‘அறை’ என்று சொல்வதற்குப் பதிலாய் ‘ரூம்’ என்று சொல்லிவிட்டான். பிழை! பிழை!! எல்லாரும் பார்த்துக்கொள்ளுங்கள் என் கலகத்தில் தவறில்லை.

‘நாரதா.! நாரதா.!’ என்று புராணத்தைப் புரட்டிப் போடுவதாய் அவன் கருதும் ‘நாரதா’ வைச் சொல்லிவிட்டு, குளிப்பதற்கு வாளி கேட்க வந்தவன் அதனை எடுத்துக் கொண்டு, பக்கவாட்டில் கட்டியிருந்த தன் லுங்கி அவிழ முனைந்த முயற்சியைத் தடுத்துக் கொண்டே வெளியே போய்விட்டான் நாராயணன். அவனைப் பொறுத்தமட்டில் நீளவாக்கில் கட்டினால் அது லுங்கி. பக்கவாட்டில் கட்டினால் அதுவே அவனுக்குத் துண்டு.

‘டே சாம்பாரு, பேரு மாத்றானுங்க ஆனா இன்னான்னு மாத்றானுங்க? வாட்ச் சென்டர், எலக்ரிக்கல் ஹார்டுவேர், ஸ்வீட் ஸ்டால், ஹோட்டல் சங்கீதா, கூல்டிரிங்ஸ் பார் இப்படித்தான் எழுதியிருக்கானுங்க. தமிழ்ல எழுதுறானுங் களே தவிர தமிழையும் எழுதறதில்ல தமிழ்ப் படுத்தியும் எழுதறதில்ல.’

‘சார் ஒரு எடத்துல வாட்ச் கடைக்கு ‘கடிகார நிலையம்’ன்னு போர்டு வெச்சிருக்காங்க’ என்று குறுக்கிட்டது இன்னொரு குரல்.

‘அதிசயமா ஒன்னு ரெண்டு தான் இப்டி அழகா இருக்குது. ஆங்கிலம் கலந்து பேசறது பாமர மக்கள்கிட்ட கூட இப்போ ஊறி ஒறஞ்சி போச்சி. தமிழ் பின்னாடி வர காலத்துல எழுத்து மொழியா மட்டுந்தான் இருக்கப் போவுது’ ஆங்கில முள் கிழித்த தமிழ் ஆடையை அம்பலப்படுத்தினான்.

‘அதெல்லாத்தயும் தடுக்குறதுக்குத்தான்டா இப்டி செய்றாங்க. பின்ன இங்லீஸ் பேசற ஒவ்வொர்த்தன் வாயா பாத்து கைவெச்சா அடைக்க முடியும்?’

‘டேய், வெங்காயம் மாதிரி பேசாதீங்கடா வெண்ண’ அதுவரை அனைத்தையும் கேட்டுக் கொண்டிருந்து படிப்பது போல் புத்தகத்தைப் பார்த்து நடித்துக்கொண்டிருந்த சுரேஷ் பேசினான். அதுவரைக்கும் அங்கு நடந்த பேச்சுக்கெல்லாம் தலையாட்டிக் கொண்டிருந்த மின்விசிறிக்கு இப்போது தலைசுற்ற ஆரம்பித்தது. அவனே தொடர்ந்தான்...

‘இதுக்கெல்லாம் காரணம் இன்னா தெரியுமா? என்னைக்கு ஆங்கிலேயங்கிட்ட நாட்ட கொடுத்தோமோ அன்னைக்கே மொழியையும் கொடுத்துட்டோம்.’

‘இவன் யார்ரா இவன். ‘குண்டிய கழுவுறன்னு குட்டைய கொழப்புறான்’ பேச்சின் இடையிலேயே குறுக்கிட்டான் சக்தி.

‘டே ஆமை வாயா! மூடிட்டு இருடா’ இது செல்வா.

‘டே ஆப்ப வாயா! ஜட்டி போட்டுகிட்டுதான் இருக்கேன்’

‘அப்படியா. அந்த ஜட்டிய கழட்டி அப்டியே அந்த வாய்மேல போட்டுக்க. நீ சொல்றா சுரேசு’

‘எப்புடி ஆங்கிலேயங்கிட்ட வேல செய்றதுக்கு அவம் மொழியக் கத்துகிட்டு, அவனுக்கே வேல செஞ்சிக்கிட்டு அடிமையா கெடந்தோமோ அதேதான் இன்னைக்கு மறைமுகமா நடக்குது... அதோட நீட்சிதான்டா இது. சுதந்திர நாடுன்றதுலாம் சும்மா’

‘இன்னாடா இப்டி சொல்ற?’

‘ஆமான்டா செல்வா. ஏகாதிபத்திய நாடுகள் பேச்சுக்குத் தான் இன்னைக்கு இந்திய அரசாங்கமே தலையாட்டிக் கிட்டிருக்கு. அன்னியப் பொருட்கள வாங்கிப் பயன்படுத்து றோம் பின்ன அவன் வெக்கிற பேரதான சொல்ல முடியும். அவஞ் சொல்றதுதான் நாடே செய்யுது. நம்ம நாட்ல இருக்குற வளத்தையெல்லாம் சுரண்டிகிட்டு நம்மகிட்டயே வித்துப் பணமாக்குறான். வளத்தையும் சுரண்டிக்கிறான், நம்ம பணத்தையும் புடுங்கிக்கிறான். வல்லரசாகும்னா எப்டி நடக்கிற கதையா அது? இன்னைக்கு ஐடிஐ, இன்ஜினியரிங் மாதிரி இருக்கிற துறைகளெல்லாம் அவனுக்குத்தான் வேல செஞ்சிக் கொடுக்குது. இவனுங்களும் நம்ம நாட்டுப் பணத்துல கல்விக்கடன்னு வாங்கிப் படிச்சிட்டு வேலை செஞ்சி குடுக்க றதுக்கு மட்டும் வெளிநாடு போயிடுவானுங்க. அதுமட்டும்ல்ல கல்வி முறையே கூட அவஞ் சொல்றதுதான் நடக்கும் பாரு. புதுசா புதுசா ஒப்பந்தம்னும், உடன்படிக்கையின்னும் அடிமை சாசனம் எழுதிக் குடுத்துகிட்டுத்தான் வாழுறோம். அப்புறம் அவ சொல்றத கேக்காம இருக்க முடியுமா?’

‘எப்படி இருக்க முடியும்?’

‘அன்னியப் பொருட்கள் சந்தையிலிருந்து நாட்டுக்குள்ள வரும்பொழுது நமக்கானதா வரணும். அது நடக்கிறதல்ல, பொருளும் அவன்து, வெலயும் அவன்து, செய்றது மட்டுந் தான் நாம. அப்படி செய்யணும்னா அவனுக்கேத்த மாதிரி நாம வேஷம் போட்டுத்தான ஆகணும். காலம் பூரா இப்டி வேஷம் போட்டு போட்டே கடைசியில நம்ம முகம் காணாமப் போயிடுச்சு. இப்ப தெரியுதா குறைகள் எங்க இருக்குன்னு? இது தெரியாம பணத்துக்காக நம்மளயே வித்துட்றோம். மொழிக்கும் இதே பிரச்சனைதான். அவன் மொழியப் பேசினாதான் வேல நடக்கும், அவன் மொழியப் பேசறதுதான் மதிப்பா இருக்கும்னு மக்களும் மாறிட்டாங்க.

இதுக்கெல்லாம் ஆட்சி அதிகாரம் சரியா இருக்கணும். களைகள புடுங்குனாவே போதும் பயிர் பொழச்சிக்கும், புரியுதா?' என்று இதுவரைக்கும் தான் இருந்த மௌன விரதத்தை ஒரே மூச்சில் கலைத்தான்.

அங்கிருந்த எல்லார் மனதிலும் ஒரு நெருடல் உயிர்ப் பித்திருந்தது. நம் கண்ணெதிரே நடக்கிற விஷயங்களைக் கூட நம்மால் கண்டுணர முடியவில்லையே என்று குறுகலாயினர். சுரேஷ் பேசியதெல்லாம் செல்வாவிற்குச் சரியென்றுதான் பட்டது. ஆமாம், நம்நாட்டில் சுதந்திரக் கொடியைக்கூட கம்பத்திலேதான் கட்டி வைத்திருக்கிறார்கள் என்று உருவகித்துக் கொண்டான். தான் பேச வந்ததைத் தாண்டியும் இவ்வளவு விஷயங்கள் இருக்கிறதா என்று சிலம்புவும் நினைத்துக் கொண்டான்.

'இவ்ளோ பேசுறமே கேட்ரிங் போற எடத்துல எத்தன வார்த்தை இங்லீஷ் பேசறோம்னு கொஞ்சம் நெனச்சிப் பாருங்க' என்று சுரேஷ் தன் ஆதங்கத்தின் தொடர்ச்சியை அவனே தொடுத்தான். எல்லாரும் யோசித்து ஆளுக்கொன் றாக சொல்லத் தொடங்கினார்கள்.

'ரோல் பேப்பர்'

'வாட்டர்..'

'ஸ்வீட்டு..'

'ஐட்டம்...'

'பக்கெட்டு...கப்...'

'வொய்ட் ரைஸ்'

'சிக்கன் மட்டன்'

'பிளேட், பீஸ்'

'கிரேவி'

—என்று எல்லாத் திசைகளிலும் வார்த்தைகள் வந்து குவிந்து கொண்டிருக்கும் போதே,

'ஏன் 'கேட்ரிங்'ன்றதே இங்லீஸ் தான' என்றான் சுரேஷ்.

'ஆமால்ல . . .' என்று எல்லாரும் கொட்டிக் கொண்டனர்.

'இது மட்டுமுல்ல ஆனியன்னு, ஐஸ்கீரிம்ன்னு இன்னும் ஆயிரத்தெட்டு இருக்குது. இப்ப யோசிச்சா வராது. நாளைக்கு வேல செய்யும்போது கவனிச்சுப் பாருங்க தெரியும். விட்டா 'கேட்டரிங்கும் தமிழ்ச்சிதைவும்'ன்னு ஒரு ஆய்வே பண்ணலாம்' என்றான்.

இதுதாங்க நேற்று நடந்தது. இப்போது தெரிகிறதா செல்வா ஏன் இரக்கப்பா இசைத்தானென்று . . .

'வொய்ட் ரைஸ்' என்று கேட்டவரிடம் 'இந்தாங்க சாப்பாடு' என்று அழுத்திச் சொல்லிவிட்டு 'போதுமா சாப்பாடு?' 'என்ன ஊத்திக்கிறீங்க?' என்றான்.

'கொஞ்சம் சாம்பார் ஊத்துப்பா'

'சாம்பார் வேணுங்களா... இதோ ஒரு நிமிஷம்' என்று சுற்றிப் பார்த்துவிட்டு சிலம்புவை அழைத்தான்.

'சாம்பார் . . . டே சாம்பாரு . . . இங்க வேணுமான்டா' என்று கூவிவிட்டு சிரித்துக்கொண்டே அவ்விடம் விட்டு நகர்ந்தான்.

சாம்பார் ஊற்ற வந்த சிலம்புவிற்கு ஏற்கனவே இலையில் வைக்கப்பட்டிருந்த உருளைக்கிழங்குப் பொரியலே கண் ணுக்குத் தெரிந்தது. அதிலிருந்து சிவப்பு நிறத்துடன் எண்ணெய் இலையின் எல்லையைத் தாண்டிக் கொண்டி ருந்தது. சாம்பார் ஊற்றிவிட்டு நகர்ந்து சென்றாலும் எல்லா இலைகளிலும் அவன் கண்ணுக்கு அதுவே முதலில் பட்டது.

'இன்னாடா இது கருமம்? பாக்கக் கூடாதுன்னு நெனைச்சா அதுவேதான் கண்ணுல படுது எதுக்குத்தா சமையல் செய்றானுங்கன்னு தெரியில. பந்தியில ஒக்கார்றவன் ஒவ்வொருத்தனும் இதப் பாத்தானுங்க, எவனுமே சாப்ட மாட்டான். அன்னைக்கு அதுமாதிரிதான் ஐஸ்வர்யா மண்டபத்துல காலங்காத்தால இப்படிதான் ஒருத்தன், பொங்கல சூடா எடுத்துனு வந்து எறக்கி வெச்சிட்டு, டால்டா பாக்கெட்ல மீதியிருந்ததையும், நெய்யையும் அது மேல அப்டியே ஊத்துறான். கேட்டா 'அதெல்லாம் உருகிடும் தம்பி'ன்னு வேறு சொல்றான். இனிமே எந்த கேட்டரிங்லயும் இது மாதிரி ஐட்டத்த சாப்பிடவே கூடாது' என்று மனதுக்குள்ளேயே கங்கணம் கட்டிக் கொண்டான்.

அவன் மனநிலை அவனுக்கு மேலும் அழுத்தத்தைத் தரவே கழிவறைக்குச் செல்லும் சாக்கில் வெளியே வந்தான். அவன் வெளியே வந்தாலும் அந்நினைவு அவனைவிட்டு வெளியே போகவில்லை. எங்கே சென்று நிம்மதி தேடினாலும் நம் மனம் நம்மிடந்தான் இருக்கிறது என்பதை எல்லாரும் மறந்தே போய்விடுகிறோம். சூழல் மனதுக்கு சிறிது தான் மாற்றமளிக்கும் ஆனால் மாற்றமளிக்கக் கூடிய நல்ல சூழலையும் கோபமான மனது கோபமாய்த்தான் பார்க்கிறது என்பதை யாரும் சிந்திப்பதில்லை. சிலம்புவும் அந்த சூழலிலிருந்து வெளிவர முயன்று இன்னும் சுதந்திரமாக அதைப் பற்றி சிந்திக்க ஆரம்பித்துவிட்டான்.

'ஊர்ல எல்லாருக்கும் அன்னதானம் போடும் போது கூட நாம இப்டிலாம் போடலயே ...' என்று சிந்திக்கலானான்.

சிலம்பு ஊரில் தன் நண்பர்களுடன் சேர்ந்துகொண்டு 'நேரு யுவகேந்திரா இளைஞர் நற்பணி மன்றம்' என்ற பெயரில் மன்றத்தை நடத்தி ஊருக்கான பணிகளில் ஈடுபட்டு வந்தான். அப்போதுதான் ஊராட்சி ஒன்றிய செயலாளரை எதிர்த்து அவன் போராட்டம் நடத்தியதும், மாவட்ட ஆட்சித் தலைவருக்கு சாலை மற்றும் நூலக வசதிக்காக மனு கொடுத்து வெற்றி பெற்றதும் நிகழ்ந்து மன்றத்திற்கான நற்பெயரை சேமித்து வைத்திருந்தான். இதன் செல்வாக்கால் பிள்ளையார் சதுர்த்திக்கு மிகப் பெரிய அளவு தொகை திரட்டி, பெரிய பிள்ளையார் சிலை வாங்க இருந்ததைத் தடுத்து சிலையைச் சிறிய அளவிலே வாங்கி, மீதமிருந்த பணத்தில் ஊருக்கே அன்னதானம் போட ஏற்பாடு செய்திருந்தான். இதுதான் தற்போது அவன் சிந்தனையில் ஓடக் காரணம்.

பந்தி முடிந்த தருவாயில் முதலில் செல்வாவை,

'டே மொதல்ல நீ ஒக்காந்து சாப்பர்றா நான் அப்புறம் சாப்பர்றேன்' என்று அவனை முதலில் சாப்பிட வைத்தான். பந்தி முழுக்க அவன் கண்ணும், மூக்கும் அவற்றின் தன்மைக் கேற்ப உணவை உள்வாங்கிக் கொண்டிருந்தாலும், அவன் வாயும் வயிறும் வெறி கொண்டே கிடந்தன. ஒரு வழியாகக் கடைசியில் நல்ல தலைவாழையிலையாகப் பார்த்து வைத்துக் கொண்டு அகத்திய தாகத்தோடு அமர்ந்தான்.

'சிலம்பு சார், ஏற்கனவே எல போட்டு வெச்சிருக்கே... அதுலயே ஒக்காருங்க. அப்புறம் யார்னா எதுனா சொல்வாங்க' என்றான் சகத்தோழன்.

'சார் அது எப்போ வெச்சது? கால் மணி நேரம் ஆவும். புதுசா வெய்யிங்க, பரவாயில்ல பாத்துக்கலாம்' இது சிலம்பு.

'இதுல போய் என்னங்சார் இருக்குது, எல்லா அதே ஐட்டம் தான கீது'.

சிலம்புவிற்கு ஓர் இலையைக் கூட சுதந்திரமாக வைத்துக் கொண்டு சாப்பிட முடியாததை எண்ணி அனல் பறக்கும் இதயத்தடன் எழுந்தான். எழுந்தவன் இலையை இழுத்துப் பக்கத்திலேயே விட்டுவிட்டு அவர்கள் சொன்ன இடத்தில் சென்று அமர்ந்தான். பசும் இலையாக, தண்ணீர் தெளித்த புதுமைக்கான பொலிவு இல்லாமல் மின் விசிறிக் காற்றில் ஆறிப்போய்க் கிடந்த அந்த இலையைப் பார்த்தான். மனதிற்குள் கண்ணீர் ஊற்று கிளம்பியது. என்ன செய்வது சாப்பிடாமல் விட்டால் வீணாகத்தான் போகும், பந்திக்கு

வருகிறவர் ஓரத்து இலைகளில் உட்காராமல் வீணாக்கும் போது நாம் எவ்வளவு வருத்தம் அடைகிறோம், கோபம் வருகிறது என்று நமக்கே தெரியும் என்றெல்லாம் நினைத்து மனதைத் தேற்றிக் கொண்டான். இலையில் எண்ணெய் வழிய இருந்த ஊறுகாயையும், உருளைக் கிழங்குப் பொரியலையும் ஓர் ஓரமாய் ஒதுக்கினான்.

பிரிஞ்சி சாதத்தை வைக்க வந்தவனிடம் இன்னும் கொஞ்சம் வைக்கச் சொல்லி அதைத் தயிர்வெங்காயம் கலந்த கலவை யுடன் சேர்த்து நிறையவே சாப்பிட்டான். சப்பாத்தியையும் மூன்று வைத்துக்கொண்டு சாப்பிட்டான். இரண்டு சப்பாத்தியைச் சாப்பிட்டவன் குருமாவின் ருசியால் இன்னொன்றையும் சாப்பிட்டான். அதற்குள்ளாகவே வயிறு நிரம்பியது போல் தெரிந்தது அவனுக்கு. நொந்தே போய்விட் டான் அவன். என்ன இது பாதி பந்திதானே சாப்பிட்டி ருக்கிறோம். அதற்குள்ளாகவே வயிறு நிறைந்து விட்டதா? இன்னும் ஸ்வீட், சிப்ஸ், கட்லெட் என்றெல்லாம் இருக்கிறது. சாப்பாடு வைத்துக்கொண்டு சாம்பார், ரசம் ஊற்றிக்கொண்டு சாப்பிடவும் இல்லை. இப்பவே சாப்பிட முடியவில்லையே என்று வெகுண்டது அவன் மனம்.

இன்று எப்படியாவது முடிந்தவரை முட்டுவது என்று முடிவெடுத்து விட்டு சாப்பாடு வைத்துக் கொண்டு சாம்பார் ஊற்றிப் பிசைந்தான். மெல்ல சாப்பிடத் தொடங்கினான். கோஸ் பொறியலையும் எடுத்து இரண்டு வாய் உள்ளே விட்டான். அவனால் முடியவில்லை அது திகட்ட ஆரம்பித்தது. இனியும் சாப்பிட்டால் வாந்தி வந்துவிடும் போலிருந்தது. நெஞ்சு வரை நிறைந்து போயிருக்கும் போலத் தோன்றியது. எல்லாவற்றையும் வழித்து ஓரங்கட்டினான். இனி மேலும் சாப்பிடுவது சரியில்லை சாப்பிடவும் முடியவில்லை என்று எண்ணி, சரி சாப்பிட்டது செரிமாணம் ஆகக் கொஞ்சம் ரசமாவது ஊற்றிக் கொண்டு சாப்பிடலாம் என்று சாப்பாடு வைத்துக் கொண்டான். இதுவரை குனிந்து கொண்டு வேகவேகமாய் உள்ளிழுத்தவன், இப்போது நிமிர்ந்துவிட்டான். கை இலையிலிருந்து மெதுவாகத்தான் அவன் வாயருகே போகிறது. ரசத்திற்குத் தொட்டுக் கொள்ளக் கேட்டு வாங்கிய அப்பளம் நமத்துப்போய் இருந்தது. அதையும் ஓரந்தள்ளினான். எதையுமே அவனால் சாப்பிட முடியவில்லை. ஆனாலும் அவனை வாட்டிய எல்லா பசிகளையும் பழி வாங்கியே ஆக வேண்டும் என்பது அவனது முடிவாய் இருந்தது.

உருளைக்கிழங்கு சிப்ஸில் ஒன்றைமட்டும் வாய்க்குள்ளே திணித்தான். அதுவும் வாய் வாங்கினாலும் பல் மெள்ள

மறுத்தது. பரிமாறும் போதெல்லாம் மறைத்து மறைத்து திருட்டுத்தனமாய் தின்ற சிப்ஸ் இப்போது தன் இலையில் தனக்கானதாக இருந்தும் அவனால் சாப்பிட முடியாமல் போனது எண்ணி கருகினான். மனம் அழுதது. மனம் அழுவதைப் பார்த்து கண்களும் கலங்கின. பிசைந்த ரசஞ் சோற்றை ஒரு வாய் எடுத்து வாயருகே சென்றான். இப்போது உதடுகளும் விரிய மறுத்தன. இருந்தும் அதனை வாயில் சொருகிக் கொண்டு, இன்னொரு வாய் சோற்றையும் வாயில் இருக்கும் சோற்றோடவே மேலும் போட்டுக்கொண்டு இனி மேலும் இங்கிருந்தால் கண்கள் காட்டிக் கொடுத்து விடுமென்றஞ்சி இலையை இழுத்து மூடினான். வாயில் போட்ட சோற்றை மென்று கொண்டே எழுந்து சென்றுவிட்டான். கை கழுவக் குழாயைத் திருகியபோது கண்ணீரும் இரு சொட்டு விழுந்தது.

இரவு மெல்லக் கரைய ஆரம்பித்தது. இருள் திரையை விலக்கிய சூரியனின் விரல்கள் இரவெல்லாம் மருதாணி வைத்திருந்தது போல் செக்கச் சிவந்திருந்தன. நன்றாகச் சாப்பிடவில்லை என்று நினைத்திருந்தாலும் நன்றாகவே தூங்கிப் போயிருந்தான் சிலம்பு. அறையைச் சூழ்ந்திருந்த ஒரு கெட்ட வாடை அவன் போர்வைக்குள்ளும் புகுந்து மூக்கிற்கு வந்தது. பெருங்கூச்சல் சத்தமும் அவன் காதிற்கு வந்து சேர்ந்தது. இது குளிக்குமிடத்தில் தொட்டியில் தண்ணீர் இறைக்கும் பையன்களுடைய சத்தம் என்று புரிந்துகொண்டான். குளிக்க எப்பொழுதுதான் கட்டிடம் கட்டுவார்களோ என்று பாதி தூக்கத்திலும் அவன் மூளை முனகிக் கொண்டது.

வயிற்றுக்குள் ஏதோ புரளுவது, நெளிவது மாதிரி இருந்தது. சிறிது நேரம் ஆக ஆக புரளுதல் அதிகமானது. வயிற்றுக்குள் ஏதோ புரளுவது போல, போர்வைக்குள் இவனும் நெளிய ஆரம்பித்தான். சற்று நேரத்திற்கெல்லாம் போர்வையை உதறிவிட்டு மேலெழுந்தான். வெகுவேகமாகக் கழிவறைக்குச் செல்ல வேண்டும் போலிருந்தது. முட்டிக் கொண்டு நின்றது ஒன்றும் இரண்டும். எழுந்தவன் அவிழக் காத்திருந்த லுங்கியைத் தாங்கிப் பிடித்து, அதனில் இருந்த ஓட்டையை உள்பக்கம் மறையும்படி கட்டிக் கொண்டு செருப்புகூடப் போடாமல் கழுவறைக்கு ஓடினான். அங்கு சென்றால் அவனுக்கு முன்னே ஏழு, எட்டுப்பேர் காத்திருக்கின்றனர் வரிசையில். இருப்பது இரண்டே இரண்டு வாளிதான் அவனுக்கு அந்தக் கூட்டத்தைப் பார்த்ததும் என்ன செய்வதென்றே தோன்றவில்லை .

'சார் கொஞ்சம் அவசரம் நான் முன்னடியே போட்டுமா?' என்று கேட்டான் சிலம்பு.

பருக்கை

‘எல்லாருக்குந்தான் அவசரம் இருங்க சார்’ என்று பதில் வந்தது.

காத்திருக்க முடியாதவன் ஒரு கழிவறையின் கதவைத் தள்ளிக் கொண்டு உள்ளே சென்றான். உட்கார்ந்த பிறகு தான் தெரிந்தது மலம் ஜலமான கதை. ஒரு பயம் பறந்து வந்து அவனைத் தொற்றிக் கொண்டது.

‘அய்யய்யோ! பேதி ஆவுதே. இத்தனைக்கும் நைட்டு அந்த உருளக்கெழங்குப் பொரியலைக் கூட தின்னலயே அப்புறம் என்ன ஆச்சு’ என்று பயத்துடனே பேசிக் கொண்டி ருந்தான். இப்படி ஆயிடுச்சே இதோடு எப்படி கழுவாமல் கூட வெளியே செல்வது என்று யோசித்துக் கொண்டே வெளியே வந்தவனை வெளியில் இருந்தவர்கள் ஒரு மாதிரியாகப் பார்த்தனர்.

‘சார் எல்லாரும் மன்னிச்சிடுங்க. வயிறு சரியில்ல அதான்’ என்று குறுகினான். பின்னர் வெளியே வந்தவனிடம் வாளியை வாங்கி கழிவறையையும், இவன் கழுவ வேண்டி யதையும் சுத்தம் செய்துகொண்டு அறைக்கு வந்தான். அவ் வளவுதான் அவன் வயிறு மீண்டும் அவனைக் கழிவறைக்கு அனுப்பியது. ஏறக்குறைய ஐந்தாறு முறை காலை கடனைக் கொடுத்து காலியான பிறகு ஆயாசமாக வந்து பாயில் வீழ்ந்தான்.

‘இதோ பார்றா... காலங்காத்தால ஒருத்த சாராயங் குடிச்சிட்டு வந்து விழுறான் பார்றா’ என்று கிண்டலடித் தான் செல்வா.

சுரேஷ், ‘ஏன்டா சிலம்பு... இன்னாடா ஆச்சு... ஒடம்பு எதனா சரியில்லையா?’ என்று ஆதரவாய்க் கேட்டான்.

‘ஆமான்டா, காத்தால இருந்து பேதியா ஆவுது ஒரே டையார்டா இருக்குடா’

‘ஏன் நைட்டு எங்க சாப்ட?’

‘நான் மட்டும் எங்கடா சாப்ட்டேன்... கேட்ரிங்லதான் சாப்ட்டேன்.’

‘சரி நீ இங்கயே ரெஸ்ட் எடு, நாங்க கேட்டரிங் போய்ட்டு வர்றாம். காலேஜ்க்கு கூட வர வேண்டாம். நீ தூங்கு’

‘அடப்பாவி... மதியம் இண்டர்னல் எக்ஸாம் இருக்கிறத மறந்துட்டியா’ என்றான் செல்வா.

‘ஆமால்ல... சரி அப்ப ஏதாவது மாத்திரை வாங்கிப் போட்டுகிட்டு சக்திவேல் கூட வா. நாங்க ரெண்டு பேரு மட்டும் வேலைக்குப் போறோம். உன்ன கேட்டா நாங்க சொல்லிச் சமாளிச்சுக்குறோம்’ இருவரும் கிளம்பி

94 வீரபாண்டியன்

விட்டார்கள். சக்தி குளித்துவிட்டுத் தலையைப் பிராண்டிக் கொண்டே வந்தான்.

'ஆஹா ... என்ன சிலம்பரசா உன் முகத்தில் மிகுந்த அமைதிக்களை தெரிகிறதே'

'ம் ... சாவப் போறேன் அதான். பேதி ஆவுதுடா பொறம்போக்கு'

'அதான் ... நீங்க மட்டும் நைட்டு என்ன விட்டுட்டு கேட்டரிங் போனிங்க இல்ல, அப்படித்தான் ஆவும்'

'நீ வேற ஏன்டா ஒரு பக்கம் வெந்த புண்ணுல வேல பாய்ச்சுற' ன்னு சொல்லிக்கொண்டிருக்கும் போதே கழிவறை அவனிடம் காலிங் பெல் அடித்தது.

அவன் போய் வருவதற்குள் சக்தி விடுதி உணவில் நான்கு இட்டிலிகளைச் சாப்பிட்டு முடித்தான். சிலம்பு வந்து நின்றதும்,

'சிலம்பரசா ... இப்ப நீ என்னாடா சாப்டுவ? இட்லியே ரெண்டு சாப்பிர்றயா?' என்றான்.

'சார் சக்தி சார், அதெல்லாம் சாப்பிடக்கூடாது. வயிறு எறைஞ்சா ரசஞ் சோறுதான் கொடுப்பாங்க' குறுக்கிட்டான் சுந்தரன்.

'டே சாமி எனக்கு எதுவுமே வேணாடாப்பா... நீ மொதல்ல கௌம்பி வா. ஏதாவது மாத்திர வாங்கிக் குடு'

'ஏ காலேஜ் போகும்போது வாங்கிக்கிலாண்டி.. இப்ப கொஞ்சம் சாப்டு, வயித்துல ஒன்னுமே இல்லனா என்னா ஆவுறது?'

'சுந்தரன் சார் சொல்ற மாதிரி ரசஞ்சோறு தான் இதுக்கு சரிப்பட்டு வரும். இங்கக் கெடைக்கிற ஒன்னுமில்லாத ரசங்கூட மதியதுக்குத்தான் குடுப்பானுங்க. இப்ப இன்னா பண்றது? ஒன்னும் வேணா நீ வாடாப் போலாம்'

இருவரும் கல்லூரிக்குக் கிளம்பி வந்தனர். வழியில் ஏதும் வந்துவிடக்கூடாது என்ற பயத்துடனே தன் மலப்புழையை இறுக்கிக்கொண்டே பயணித்து வந்தான் சிலம்பு. '6E'க்குள் இருந்த கூட்ட நெரிசலில் நின்று கொண்டே வந்தான். கண்ணகி சிலை நிறுத்தத்தில் நின்றது பேருந்து. இருவரும் இறங்கினர்.

சக்தி, 'சிலம்பரசா ... நீ மெதுவா முன்னாடி போடா டிரிப்ளிகேன்ல கடைதெறந்துட்டு இருப்பாங்க. நான் போய் மாத்திரை வாங்கிக்கிட்டு வந்துட்ற' என்றான்.

‘சரிடா, சீக்கிரமா வா. நீ பாட்டுட்டு ஏதாவது புத்தகத்த வேடிக்க பாத்துகிட்டு நின்னுடாத’ என்றான் சிலம்பு.

அவனைத் திருவல்லிக்கேணிக்கு அனுப்பிவிட்டு சிலம்பு மெதுவாக நடந்து வந்தான். அவன் ஒட்டுமொத்த பலத்தையும் வயிற்றுப்போக்கு அடக்கியிருந்தது. காலையில் சுரீரென்று அடித்த வெயிலில் அவன் நடந்து வர வர மயக்கமாகத் தெரிந்தது அவனுக்கு. நேதாஜி சிலையைத் தாண்டி சாலையின் எதிர்ப்புறம் வருகிற பொழுது அவனால் கொஞ்சங்கூட நகர முடியவில்லை. வயிறு காலியாக இருக்கவே பசி அவனை மேலும் தின்னத் தொடங்கியது. வயிற்றுக்குள் வறுமை ஆயுதமேந்தியது. பசியே இப்போது சிந்தனையில் குடி கொண்டது.

‘வயிறு காஞ்சாதான புள்ளைக்கு ஆத்தா நெனப்பு வரும்’ என்பது போல் சிலம்புவிற்கும் அவன் ஊர் நினைவு வந்தது. அவன் கண்ணீர்ப்பாம்பு அவன் கன்னத்தையே கடித்தது. இதே, வீட்ல இருந்திருந்தா அம்மா ஏதாவது வைத்தியம் செய்திருப்பாள். எலுமிச்சம் பழச் சாற்றுடன் டிக்கேஷனை கலந்து கொடுத்திருப்பாள். ரசஞ்சோறும் தயாராகியிருக்கும். அப்படிப்பட்ட அம்மாவுக்கு சாப்பிடும் போது தண்ணீர் கேட்டால் கூட ‘நீயே மொண்டுக்க’ என்று சொல்லிவிட்டுப் போய் விடுவோம். ஆனால் இங்கே வந்து எவ எவனுக்கோ சோறு போட்டுக்கிட்டு கிடக்கிறோம். தங்கச்சியும் கூடவே இருந்திருப்பாள். இப்படிப்பட்ட வீட்டையா விட்டுட்டு வந்தோம்.

கம்பந்தட்டும், சோளத்தட்டும் வளர்ந்து நிற்பதைப் பார்த்தால் ஊசியிலைக் காடு மாதிரியே இருக்குமே. அது இருக்கிற உயரத்துல ஊரையே மறைத்துக் கொண்டு நிற்குமே. வேர்க்கடலையை வேகவைத்துக் காயவைத்தால் மாதக் கணக்கில் தின்னலாம். கொள்ளு, வேர்க்கடலை இரண்டையும் வறுத்துக் கூடவே கொஞ்சம் அரிசியையும் வறுத்து கலந்து கொண்டால் மாதக் கணக்கு தின்பண்டம் எல்லாம் வாரக் கணக்கிற்கு வராதே. அதைச் சாப்பிட சாப்பிட சோறு நெனப்பே இருக்காதே. அப்படிப்பட்ட ஊரையா விட்டுட்டு வந்து இங்கு பட்டினியா சாகிறோம் என்றெல்லாம் என்னென்னவோ அவன் மூளை ஜெட் விமான வேகத்தில் ஊருக்குப் போய் வந்தது.

பசியில் வெயில் அவனுக்குக் கொள்ளியானது . . . ஒரு பெரும்போரே வயிற்றுக்குள் நடந்தது. எந்தப் படையாலும் இதனை நிறுத்த முடியாது. இரண்டு இட்டிலியோ, ஒரு தோசையோ, நான்கு வாய் சோற்றாலோதான் இதனை

அடக்க முடியும். இந்தச் சிறுங்குடலும், பெருங்குடலும் போடுகிற சண்டையிருக்கே யார் வந்து அதைத் தடுத்து விட முடியும்?

எல்லாவற்றையும் சிந்தித்துக் கொண்டிருந்தவன் சிந்தை செயல்பட மறுத்தது. பார்வையோடு அதுவும் மங்கியது அவனுக்கு. நடைபாதை அவன் மேலும் நடக்க முடியாத பாதையானது. கீழே விழுந்து விடுவான் போலிருந்தது. நடைபாதையின் கம்பிச் சுவற்றைப் பிடித்துக் கொண்டு அதன் மீது மெல்ல சாய்ந்து, சரிந்து சரிந்து உட்கார்ந்தான். ஒன்றுமே முடியவில்லை அவனால். இமைகள் கீழே இறங்கின. இமைகளை அவன் மூடுகிறானா இல்லை இமைகளே மூடிக் கொள்கிறதா புரியவில்லை. மயக்கமா? சுயமா? கண்களை மூடுவது எதனால் நிகழ்கிறது சிந்திக்க மறுதலித்தது அவன் மனசு. கண்களை மூடினான். அவ்வளவுதான் அந்த வானம் கறுப்பானது, இந்த பூமி கறையானது, உலகம் உருண்டது.

"பஞ்சத்தில் அடிப்பட்டவன் வயிறு நிரம்பவே மாட்டேன் என்கிறது. உன் வயிற்றைப் போலவே எவ்வளவு கிடைத்தாலும் இன்னம் இன்னம்..."

– கோபிநாத் மஹாந்தி

'அண்ணே... திரும்பவும் சக்தி ஊருக்கு ட்டூர் அடிக்கப் போறான்' என்று சுறுசுறுப்பாகச் சொன்னான் சுரேஷ்.

'என்ன சுரேஷ் சொல்ற? நீ சொல்றது உண்மையா?'

'அட ஆமாண்ணே! ஒரு வாரமா ஜொரத்துக் கூட ஜோடி போட்டுகிட்டு ஊர் சுத்திட்டு இருந்தாரு சாரு. கேட்டா மலேரியாவா இருக்கு மோன்னு பயமா இருக்குன்னான்.. அப்புறம் யூரின் மஞ்சளாவே வருது, திடீர்ன்னு ரத்தக் கலர்ல வருதுன்னான்.. சரின்னு டாக்டர் கிட்ட போய்ப் பாத்துகிட்டு வந்தான். இப்ப என்ன டான்னா மஞ்சக் காமாலன்னு சொல்றான்'

'ஏன்டா உனக்கு மட்டும் ஒரு மாசங்கூட ஒடம்பு நல்லாயிருக்கமாட்டேங்குது? மஞ்சள் காமால கன்ஃபார்ம்னா அப்போ நீ ஊருக்குப் போய்த்தான் ஆகணும். வேற வழியே இல்ல. இதுக்கெல்லாம் நாட்டு வைத்தியந்தான்டா தம்பி செட் ஆகும்' என்றார் மூர்த்தி.

‘எனக்கும் பயமாத்தாண்ணா இருக்கு. டாக்டரும் இதை இப்டியே விட்றாதீங்க சீக்கிரம் சரி பண்ணப் பாருங்கன்னு சொன்னாரு. இல்லின்னா உயிருக்கே ஆபத்து வரும்னுகூட சொல்றாருண்ணா’ சக்தியின் குரலுக்கும் உடல் நலமில்லை.

‘அப்பாடி! எப்டியோ ஒரு டிக்கெட்டு கொறையப் போவுது. இனிமே ரூம்ல கொஞ்சம் ஃப்ரீயா படுத்துக்கலாம். அய்யா சக்தி சாவப்போறான்.. சக்தி சாவப்போறான் . . .’ என்று கேலி செய்து கொண்டிருந்தான் சுரேஷ்.

‘ஏ . . . சும்மாரு சுரேஷ் . . . ஆமா சக்தி. கொஞ்ச நாளாவே மஞ்சள் காமால வந்து சாகறவங்க அதிகமாகுறங்க. நீ ஒன்னும் பயப்படாத அது நெறைய நாளா கண்டுக்காம விட்டுட்டாதான் பிரச்சன . . . நாம ஆரம்பத்துலயே சரி பண்ணிடலாம்’ நம்பிக்கையூட்டும் விதமாக அவரது திடக்குரலில் அவர் தொனியில் சொன்னார் மூர்த்தி.

‘அப்ப நான் ஊருக்குப் போய்தான் ஆகணுமாண்ணே . . . இங்க எங்கயும் ட்ரீட்மெண்ட் பாக்க முடியாதா? காலேஜ் போகணுமே . . .’

‘இல்லடா சக்தி போய்த்தான் ஆகணும் . . . பச்சால மருந்து மட்டுந்தான் இதுக்கு நல்ல தீர்வு. பத்தியம்லா வேற இருக்க சொல்வாங்களே . . . சிக்கன், மட்டன்லாம் சாப்பிட முடியாதே. . . சரி மொதல்ல ஒடம்பு தான் முக்கியம் பாத்துக்கோ . . .’

‘ஒடம்ப பாத்துக்கிறதா? நீங்க வேற ஏண்ணே காமெடி பண்றிங்க. போன வருஷம் ஆரம்பத்துல டைபாய்டுன்னு போனவ அந்த செமஸ்டரயே காலி பண்ணிட்டான். இப்ப இந்த வருஷம் ஆரம்பத்தலயும் கெளம்பிட்டாரு. டே எப்பா! நல்லவனே செமஸ்டர் எக்ஸாம்காவது வந்துடு . . . இன்னா சரியா?’ சக்தியைப் பார்த்துப் பரிதாப விரக்தியில் வினாக்கணை விடுத்தான் சுரேஷ்.

‘ம் . . . அதெல்லாம் வந்துடுவாரு. சக்திவேல் படிக்காமலே கூட பரீட்சை எழுதுவாரு. ஹி ஈஸ் வெரி டேலண்ட்டேடு பர்ஸன் யூ நோ?’ என்றான் சிலம்பு.

‘யாருடா அது யாருடா அது இங்க்லீஸ விட்டுப் பட்டயக் கெளப்புறாங்க . . . சிலம்புவா? தெரியும்டா நீ சாஃப்ட் ஸ்கில் கோர்ஸ்ல அந்த மேடம்ம சைட்டு அடிக்கும் போதே தெரியும் நீ இப்டியெல்லாம் மாறிடுவீன்னு’ என்று அறைக்குள் நுழைந்து செருப்பை மூலையில் கழட்டிக்கொண்டே சொன்னது நான்தான்.

‘வாடா . . . நாங்கலாம் முன்னாடியே வந்துட்டோம் நீ மட்டும் இப்பத்தான் வர. உனக்கு மட்டும் கேட்ரிங்

இராத்திரி 12 மணி வரைக்குமா? இல்ல, பொறுமையா ஒக்காந்து ஃபுல் கட்டு கட்டிட்டு வர்றியா?' என்று கேட்டான் சுரேஷ்.

'நீ பேசாதடா வெங்காயம்... நீங்க எல்லாம் ஒன்னா ஒரே எடத்துக்குப் போயிட்டிங்க. என்ன மட்டும் வேற எடத்துக்கு அனுப்பி விட்டுட்டிங்க...'

'நீ கேட்டரிங் வருவன்னு யாருக்குத் தெரியும்? மெயின் ஹாஸ்டல் கெடைச்சதுலருந்து ஆளே மாறிப் போயிட்ட. நெனச்சாத்தான் கேட்டரிங்க்கு வர. வருவன்னு முன்னாடியே தெரிஞ்சிருந்தா எங்க கூடவே உனக்கும் பேர் குடுத்துருப்போம்'

'அத விடு, இப்பப் பேசி மயிரா ஆவப்போவுது. எங்க இன்னொருத்தன காணோம்' என்றேன்.

'யாரு செல்வராசுதான, அவ ஒடம்பு சரியில்லன்னு ஊருக்குப் போயிட்டானே தெரியாதா?'

'இல்லடா தெரியாது. ஓ... அதான் அவன் கிளாஸ்க்கு கூட மூணு நாளா வரலயா?'

'மூணு நாளா இல்ல தம்பி, அஞ்சு நாள். இதெல்லாம் உங்களுக்கெங்க தெரியப்போவுது. அந்த ஹாஸ்டல்ல சேர்ந்த துலருந்து எங்களத்தான் நீங்க கண்டுக்கிறதே இல்லயே...'

ஆமாம், ஒரு மாதத்திற்கு முன்புதான் எனக்கு எங்கள் கல்வி நிறுவன விடுதியில் இடம் கிடைத்திருந்தது. அப்போதும் எனது ஒரு வருட காலத் தவத்திற்கு உரிய வரத்தை விடுதி கொடுக்கவில்லை. அந்த விடுதியில் ஏற்கனவே பார்வை யற்றவன் என்பதால் தங்கியிருந்தானே வகுப்பு நண்பன் மோகன், அவனுக்கு என் கடுந்தவம் பற்றியும், அதற்கு விடை கிடைக்காதது பற்றியும் தெரிந்திருக்கவே, அவனுக்கு வேலை கிடைத்துவிடவே, அவனது இடத்தில் என்னைச் சேர்த்து விட்டு விடுதியில் இடம் பெறச் செய்திருந்தான்.

அதிலிருந்து இந்தப் பறவைக்கு மட்டும் இருகூடுகள் என்றாயின. பணத்தேவை ஏற்படும் போதெல்லாம் இராசபுரம் விடுதிக்குச் சென்று விடுவேன். இவர்களையும் எனது விடுதியிலே துறைத்தலைவர் சிபாரிசு கேட்டு, சேர்ந்து கொள்ள வற்புறுத்தியிருக்கிறேன். விருப்பமிருந்தும் இவர்கள் விடுதி, சாப்பாடு என்றெல்லாம் பணம் கட்டவேண்டிவரும் என்பதை எண்ணிப் பயந்து நிலையான இடத்தில் நிலையற்ற வாழ்க்கையோடு படித்துக் கொண்டிருக்கிறார்கள்...

'யாரு நானாடா கண்டுக்கிறதில்ல. நீங்க தான் வர்றிங்க போறிங்க. நான் பேசுனாலும் நீங்களா ஒதுங்கி ஒதுங்கிப்

போறிங்க' அடக்கி வைத்திருந்த ஆவேசத்தைக் கொட்டினேன். இதற்கு சுரேஷ் வாயைத் திறப்பதற்குள் மூர்த்தி அண்ணன்,

'மெயின் ஹாஸ்ட்லுக்குப் போனதுலருந்து உனக்கு ஒடம்பு கொஞ்சம் சதை போட்டுருச்சு' என்று எனைப் பார்த்துச் சொன்னவர்,

'ஆமா செல்வாவுக்கென்ன ஆச்சு? எப்ப ஊருக்குப் போனான்?' என்று சுரேஷிடம் கேட்டார். ஆனால் சிலம்பு தான் பதிலளித்தான்.

'நீங்க ஊருக்குப் போனிங்கல்ல அன்னைக்கு மறாத நாளே போயிட்டான். ரெண்டு நாளாக் காய்ச்சல் இருந்துச்சு. எங்க, இங்க நாலுநாளு, அவன் பாட்டி வீட்ல நாலு நாளுன்னு இருந்தாலும் வேலைக்கே ஆகாதுன்னு பயந்து கிட்டுப் போயிட்டான். வெள்ளியோட வெள்ளி எட்டு நாளாச்சுண்ணா'

'அதுவும் சர்தான். இங்க இருக்கிறதவிட ஊருக்குப் போய்ட்டு வர்றதே நல்லது' என்றவர் சக்தியைப் பார்த்து,

'என்ன சக்திவேல் சார் எதுவுமே பேசமாட்டேன்றீங்க. இனிமேல் சிக்கன், மட்டன்லா வேட்டையாட முடி யாதேன்னு வருத்தப்பட்றீங்களா?'

'ஆமாண்ணே, பிரியாணி கேட்டரிங் இல்லன்னா எங்கொஞ்ச நெஞ்ச ஓடம்பும் அவ்வளவுதான்' என்று உச்சுக்கொட்டினான்.

'இனி பிரியாணி கேட்ரிங்க்ல சாப்ட்ட . . . மகனே உன் ஓடம்பு அவ்ளோதான் . . . அப்புறம் சங்குதான் சொல்லிட் டேன் . . .' என்றார். எல்லாரும் சிரித்து விட்டார்கள். அவர்களுடன் சக்திக்கும் சிரிப்பு வந்து விட்டது. சிரிப்புக் கூச்சல் அடங்கும் முன்னரே,

'அப்பிடி ஏன்டா கறித்தின்றதுக்கு இப்டி அலையிற.... தின்னாமலயா இருக்க?' சுரேஷின் சந்தேகம் சக்தியை அழைத்தது.

'நான் மட்டுமா அலையிற. கேட்டரிங்ல பாக்கறல்ல... பிளேட் அடி, பீஸ் போடுன்னு எப்படித் தின்றானுங்கன்னு' என்றான் சக்தி. அதுவும் நியாயந்தான் என்று அமைதி யானான் சுரேஷ்.

'கறியில ஒரு டேஸ்ட் இருக்கு சுரேசு. அதெல்லாம் உனக்குத் தெரியாது. அதனாலதான் பிரியாணி கேட்ரிங்ன்னு சொன்னாலே போதும், பசங்க 'நான் நீ'ன்னு கௌம்பிட் றானுங்க. பின்ன உன்னயும், இவனையும் மாதிரியுமா

தின்னாம இருப்பாங்க' என்று சுரேஷையும், என்னையும் பார்த்துச் சொன்னார் மூர்த்தி. அவரே,

'அது மட்டுமா அதுல நல்லக் கொழுப்புச் சத்து கெடைக்குது. நம்ம நாட்லயாவது சிக்கன், மட்டன்னுதான் சாப்பர்றாங்க. சைனா, ஜப்பான்லலாம் பாத்தன்னா பாம்பு, பூரான், புழுன்னு எது கெடைச்சாலும் அடிச்சி வாயிலப் போட்டுறானுங்க' என்றார்.

'ஏன் பஞ்சம் வந்தப்ப நம்ம மக்களே எலிக்கறித்தின்ன கொடும தெரியாதா உனக்கு' என்றும் தொடர்ந்தார்.

'அண்ணே! இது என்னண்ணே, எங்க ஊர்லயே ஒருத்த பாம்புகறி தின்னவன் இருக்கான். அதனாலயே அவனுக்கு 'பாம்புகறி'ன்னே பேரு' என்று சிலம்பு மட்டும் சிரித்துக் கொண்டான். அவன் எல்லாப் பற்களும் எக்களித்தன.

'என்ன சொல்ற சிலம்பு, நெஜமாவா?'

'ஆமாண்ணா ஆனா அது நீங்க நெனைக்கிற மாதிரி இல்ல, வேற மாதிரியான கூத்து' என்று ஒரு பூடகத்தையும் வைத்தான்.

சக்தி, 'அது என்ன வேற மாதிரின்னு கதையளக்கிற' என்றான்.

'அண்ணே! எங்க ஊர்ல ஒரு பையன் இருக்கான். 'பாம்புகறி'ன்னு சொன்னல்ல அந்த பையன்தான். அவன் சின்னப் பையனா இருக்கும்போது பேய்பந்து* விளையாடிட்டு எல்லாரும் வீட்டுக்குப் போய்ட்டாங்க. அவன் வீட்டுக்குப் போற வழியில, ஒரு ஆளு நல்லபாம்பு அடிச்சிப் போட்டுட்டு அதக் கொளுத்திட்டிருந்தாரு. இவன் அந்த நேரம் பார்த்து அங்கப் போயி 'இன்னாதுண்ணா சுட்றிங்க'ன்னு கேட்டு இருக்கான் அந்த ஆளுகிட்ட. அதுக்கு அந்த ஆளும் நக்கலா,

'உஉம்... கருவாடு சுட்டுங்கிறேன் பெரிசா நீட்டா ஒரு சூப்பர் மீன் மாட்டிச்சி, அதான் சுட்டுத்துன்னப் போற'ன்னு சொல்லியிருக்காரு. கொளுத்தின தீ அடங்கற வரைக்கும் இவனும் கூடவே ஒக்காந்து வேடிக்கப் பாத்துருக்கான். அப்புறம் 'கொஞ்சம் இரு வரேன்னு' சொல்லிட்டு அந்த ஆளு கொளுத்தின பாம்புமேல பால் ஊத்துறத்துக்கு பால் வாங்கிட்டு வர போயிருக்காரு . . . கடைசியில அவரு போய் வர்றதுக்குள்ள இவன் அந்தப் பாம்பக்கௌறி எடுத்து

---

* **பேய்பந்து:** தன்னிடம் கிடைக்கும் பந்தால் வலுகொண்ட மட்டும் மற்றவர்களை அடித்து விளையாடுவது.

கருவாடுன்னு நெனச்சித் தின்னுட்டுக்கிறான். அப்புறம் அந்த ஆளு வந்து பாத்தப் பின்னாடிதான் எல்லா விவகாரமும் தெரியுது' என்று சொல்லிக்கொண்டே சிரித்தான் சிலம்பு. இப்போது அவனுடன் எல்லாருமே சிரித்துவிட்டோம்.

'என்னடா சொல்ற அப்புறம் அவனுக்கு ஒன்னும் ஆகலயா?' சிரிப்பு கலந்த பயத்துடன் கேட்டேன் நான்.

'த்ரி அதெல்லாம் ஒன்னும் ஆவலடி ... அவன் பொழச்சிக் கிட்டா. அப்படி பாம்புக்கறி தின்னானுன்னுதான் ஊர் ஃபுல்லா பாம்புகறித்தின்னவன் பாம்புகறித்தின்னவன்னு பேச ஆரம்பிச்சிட்டாங்க. கடைசியில அவனுக்குப் 'பாம்புக் கறி'ன்னே பேரு ஆயிடுச்சு' என்றான், மீண்டும் எல்லாரும் சிரித்தனர்.

'அடப்பாவீ! அப்ப அவன் பெரியாளு தான்' என்றான் சுரேஷ்,

'அது எப்டிண்ணா? அந்தப் பாம்புக்குள்ள வெஷம் இருந்திருக்காதா?' என்று மூர்த்தி அண்ணனைப் பார்த்துக் கேட்டேன்.

'அதெல்லாம் ஒன்னும் ஆகாது' என்று என்பெயருடன் உச்சரித்தவர்,

'அங்கங்க பச்சையாவே புடுச்சித் தின்றானுங்க. அவனுங் களுக்கெல்லாம் ஒன்னுமே ஆகலயே' என்றார்.

'என்னண்ணா சொல்றீங்க... அது எப்டி?'

'அது.. பாம்ப எப்டியோ புடுச்சிடுறானுங்க ... அப்புறம் அதுந்தலைய வெட்டிப் போட்டுட்டு, அத தலைகீழா தொங்கவிட்றானுங்க. அது ரத்தம், அது இதுன்னு எல்லாம் கீழ ஒழுவுன பின்னாடி, அதோட சட்டைய உறிக்கிற மாதிரி எதையோ உறிச்சிட்டு அப்டியே தின்றானுங்களாம். என்ன எழவோ தெரில அது' என்றார். அவர் சொல்லி முடிக்கும் முன்பே சக்தி குறுக்கிட்டான். அவன் சொன்னது எல்லாரை யும் மேலும் ஒரு குமட்டலுடனே சிரிக்க வைத்தது. அது,

'அண்ணா! மூர்த்தியண்ணா! இதக்கேளுண்ணா மொதல்ல. அவனாச்சும் பாம்புக்கறி தின்னான் அதால பாம்புகறின்னு பேரு, எங்க ஊர்ல ஒருத்த பேரு என்னாத் தெரியுமா? 'பீ டெஸ்ட்'? என்றான் சக்தி.

'என்னது பீ டெஸ்ட்டா?'

'ஆமாண்ணே பீ டெஸ்ட்டுதான்' என்றதும் ஆரம்பத் திலேயே எல்லாரும் சிரித்துவிட்டோம். அறை முழுக்க

எங்கள் சிரிப்புச் சத்தம் ஓங்காரமாய் ஒலிக்கவே அங்கிருந்த கொசுக்கள் எல்லாம் பயந்து கொண்டு வெளியே ஓடின. சக்தியின் கதைக்குள்ளே மூழ்கினோம்.

'எங்கத் தெருவுலேயே ஒரு பையன் இருக்கான். அவன் என்னா பண்ணாந் தெரியுங்களா? ஒரு டைம், பசங்க நாங்கள்லாம் பள்ளிக்கூடம் விட்டதும் நண்டு புடிக்கிறதுக்கு எங்க ஊரு குட்டைக்குப் போனோம். கரையிலயே எங்க பைய எல்லாத்தயும் போட்டுட்டு வேகமா ஓடினோம். அப்ப ஒரு பையன், எவனோ ஒருத்தன் ஒக்காந்துட்டுப் போயிருந்த பீய மெறிச்சிக்கிட்டான். அதப்பாத்ததுமே எல்லாரும் சிரிச்சோமா, அந்தப் பையனுக்கு இன்னும் கோவம் வந்தருச்சு. 'எந்தத் தெவிடியாப் பையனோ ஒக்காந்துட்டுப் போய்க்கிறா. அவ யாருன்னு தெரிஞ்சா இன்னும் ஓலா உடுவே, கேள்வியா கேப்பேன் அவன' ன்னு திட்டிக்கிட்டே கழுவப் போனான். உடனே இன்னொரு பையன் வந்து,

'டே வினோத் நில்றா, இப்ப அவன் யாருன்னு தெரியணும் அவ்ளோதான? கழுவாத அப்டியே நில்லு'ன்னு சொல்லிட்டு ஒரு குச்சியை எடுத்துட்டு வந்தான். வந்தவன் அந்தக் குச்சியில அந்தப் பையன் கால்ல ஒட்டியிருக்கிற பீயை எடுத்து, மோந்துப் பாத்துட்டு எங்களப் பாத்தான். திரும்பியும் நல்லா மோந்துப் பாத்துட்டு 'இது எவனோ பெரியாளு தான்டா பேணுருக்கான். இது பெரியாளுங்க பீ தான்'னு சொன்னான். எல்லாருக்கும் ஆச்சரியமாப் போச்சு. சிரிப்பு வேற தாங்கல. அதுல இருந்து அவன் எங்க பீய பாத்தாலும் டெஸ்ட்டு பண்ணி சொல்லுவான். அது சின்னாளுங்கள்தா இல்ல பெரியாளுங்கள்தான்னு எந்த வயசுக்காரங்கள்துன்னு கரெக்டா சொல்லிடுவாண்ணே... அதல இருந்துதான் அவனுக்கு 'பீ டெஸ்ட்'ன்னு நாங்க பேரு வெச்சிட்டோம்.'

என்று சக்தி சொல்லி முடிக்கும் போதெல்லாம் எல்லாருக்கும் சிரிப்பு பொங்கிக் கொண்டு வந்தது.

உடனே சிலம்பு 'டேய் அந்த 'பீ டெஸ்ட்டு' நீதான?' என்றான்.

'அடி செருப்பால'என்று அதற்கு பதில் வந்தும் இன்னும் சிரிப்பலை அடங்கிய பாடில்லை சுனாமியானது அது.

'என்னடா... என்ன விஷயம் ஒரே கூத்துங்கும்மாளமுமா கீது?' என்று கதை கேட்காவிட்டாலும் எங்களைப் பார்த்துச் சிரித்துக் கொண்டே நுழைந்தார் வேலு அண்ணன்.

'அது ஒன்னுமில்லண்ணா... நம்ம சக்தி ஒரு பயங்கரமான கதை சொன்னான் சிரிச்சு சிரிச்சு எங்க வயிறே வெடிச்சிடும்

போலிருக்குது. அத விடுங்க அத, அப்புறம் சொல்றேன். கேட்ரிங் காசு கொடுத்தானுங்களா?' என்றார் மூர்த்தி.

'இல்ல மூர்த்தி, எங்க நாளைக்கு வரச் சொல்ட்டாங்க' என்று சொல்லிக் கொண்டே தன் கீழாடையைக் கழட்டிக் கொண்டிருந்தார் அவர். அதையும் சுரேஷ் செல்போனில் நிழற்படம் எடுத்துக் கொண்டிருந்தான்.

'டேய்... மூடிட்டு அத டெலிட் பண்றா. இல்லன்னா செல்போன ஒடைச்சிப் போட்றுவேன்' என்று கோபம் கலக்காது பேசினார் வேலு அண்ணன்.

அறையே மௌனமானது. எல்லாரும் எதிர்பார்த்து ஏங்கிக் கொண்டிருந்த வேலைக்குப் போன பணம் இன்னும் கிடைக்காத வருத்தத்தில் அமைதியாகிப் போயினர். யாராலும் எதுவும் பேச முடியவில்லை. அலை ஓய்ந்த இடம் ஆர்ப்பரிக்குமா என்ன? அந்த ஏழாவது அறை இப்போது எழவு விழுந்த வீடானது.

'இப்டியே நாளைக்கு நாளைக்குன்னு சொன்னா இன்னும் எத்தன நாளாவுறது?' என்றொரு முரட்டுக்குரல் மட்டும் வெளி வந்தது.

பேசியவன் முகம் நிமிரவில்லை. குனிந்து கொண்டே அந்தக் குரல் மட்டும் வெளி வந்தாலும் அது சிலம்புவின் குரல் என்பதை அறிய முடியாமலில்லை. ஓரிரு நொடியில் உணர முடிந்தது.

'ஏ இன்னடா பேசறா இவன்? மூணு நாளு தான ஆச்சு நான் இன்னாவோ வெச்சிகிட்டே தராத மாதிரி பேசறான்'

வேலு அண்ணன் சொல்வதும் சரிதான். அவர் எப் பொழுதும் பணத்தை உடனுக்குடன் எல்லாருக்கும் சேர வேண்டிய பங்கைப் பிரித்துக் கொடுத்து விடுவார். பெரும்பாலும் இவரிடம் மட்டும் இந்த பட்டுவாடா ஓரிரு நாட்களில் வழக்கமாக முடிந்துவிடும். ஆனால் சில நேரங்களில் தவறினாலும் சரியாகக் கொடுப்பவர் என்ற நம்பிக்கையில் எல்லாரும் இருந்துவிடுவர். இருந்தாலும் இம்முறை சிலம்பு சொன்னதற்கும், வேலு அண்ணன் கேட்டதற்கும் யாரும் எதுவும் வாயைத் திறக்கவில்லை. காரணம் எல்லாருடைய மனதிலும் எழும்பியதுதான் சிலம்புவின் வாயில் மட்டும் வந்தது.

'எங்க மூணுநாள், இன்னையோட நாலாவது நாள்' திரும்பவும் சிலம்பு தான் பேசினான்.

‘ஆமான்டா நாலாவது நாள் தான். நான் இன்னாவோ தராத மாதிரியில்ல பேசற. பார்ட்டிக்காரங்கிட்ட இப்பவும் போய்ட்டுதான் வரேன். அவந் தந்தா நான் குடுத்துடப் போறேன். உங்காசு எனக்கு வேணான்டா’.

‘அவன் எப்ப தர்றது? நீங்க எப்ப குடுக்கிறது? அது வரைக்கும் நாங்க இன்னா பண்றது? அவ அவங் கஷ்டம் அவனுக்குத்தான் தெரியும் . . .’

‘என்னடா பேச்சு பேசற நீ, எப்பவாவது பணங் குடுக்காம உங்கள இழுக்கடுச்சிருக்கனா சொல்லு? எனக்குந் தெரியுன்டா உங்க கஷ்டம். எல்லா நானும் உங்க நெலமையிலிருந்து தான் வந்துருக்கேன். உங்களுக்கு மேல கஷ்டமும் பட்டிருக் கேன் . . .’ என்று கோபத்தோடு கலங்கலானார்.

‘அண்ணே ஒன்னுல்லண்ணா விடுங்கணா. செலவுக்கு கூட சுத்தமா கையில காசு இல்லன்ற கஷ்டத்துல ஏதோ பேசறாண்ணா. தப்பா எடுத்துக்காதிங்க நீங்க’ என்று சமாதானப்படுத்தினார் மூர்த்தி.

‘உனக்குத் தெரியாததில்ல மூர்த்தி. மத்த ஏஜெண்டுங்க மாதிரியா நானும் நடந்துக்கிற? எனக்குந்தான் எவ்ளவோ கஷ்டமிருக்கு, நான் யார்கிட்ட போய் சொல்றது. இந்த வேலையிலேயே நான் பட்றபாடு எனக்குத்தான் தெரியும். உங்களுக்கென்ன நீங்க வந்தா வேல செஞ்சிட்டுப் போயிட்றீங்க அவ்ளோதான். நாலாப் பக்கமும் அடி வாங்கி இடிவாங்கி நசுங்கிப் போய், நாலு காசு பாக்கறதுக்குள்ள பேசாம தூக்குப் போட்டுட்டு சாவுலான்னு தோணுது’.

‘அண்ணா, இன்னாணா இப்படியெல்லாம் பேசுறீங்க?’

‘பின்ன இன்னாடா? 2004லயோ 2005லயோ நானும் மெட்ராஸ்க்கு வந்தேன். பஸ்ஸு ஏறி எறங்குறதுன்னா கூட பயந்தான் அப்ப எனக்கு. வேலைக்கு எங்க போறது பின்ன? அப்படி இப்படின்னு பசங்ககூட ஆரம்பத்துல நான் கேட்ரிங் போகும் போது 45 ரூபா சம்பளம். அதுக்கே நாங்க நாயா பேயா அலையணும். நாங்க போகாத எடமே இல்ல வேலைக்கு. இன்னைக்கு உங்களுக்கு பஸ்க்கு டிக்கெட் போட்டுட்டு கூட்டிக்கிட்டு போற மாதிரியெல்லாம் அப்ப கெடையாது. அப்டியே ரொம்ப தூரமாயிருந்தாலும் ஒரு சார்ஜ் மட்டுந்தான் குடுப்பானுங்க. அதுமட்டுல்ல அஞ்சாறு கேட்டரிங் காச சேத்து ஒன்னாத்தான் கொடுப்பானுங்க. உங்களுக்கு மாதிரிலாம் அப்ப அப்ப கொடுக்கிறதில்ல. அப்டியே ஒன்னா வெச்சிகிட்டுக் குடுத்தாலும் முழுசாக் குடுக்க மாட்டானுங்க. அதிலயும் ரெண்டு பேலன்ஸ் நிக்கும். எப்படிலாங் கஷ்டப்பட்டன்னு எனக்குத்தான்டா தெரியும்.

‘என்னண்ணா சொல்றிங்க?’

‘கோவிந்தன் ஏஜெண்ட்ன்னு ஒருத்தன் இருந்தான். அந்த ஆளுகிட்டதான் நாங்க வேலைக்குப் போவோம். ஏனா அவந்தான் வாரத்துக்கு 4,5 நாள் வேலைக்கு கூப்டுவான். மெரட்டி, மெரட்டி வேல வாங்கிட்டு சம்பளத்துக்கு இழுக்கடிப்பான். அப்போ பசங்கள்லாம் சேர்ந்து ஸ்ட்ரைக் பண்ணி, சம்பளம் 70 ரூபா ஆனதும் எங்கள வேலைக்கே கூப்டாம விட்டுட்டான். எம். சி. ராஜா ஆஸ்டல் பசங்கள 30 ரூபா, 40 ரூபா சம்பளத்துக்குக் கூட வேலைக்குக் கூட்டிக்கிட்டுப் போய்டுவான்.

அப்புறம் ராயல் கேட்ரிங்குன்னு காளியப்பன்னு ஒரு ஆளுகிட்ட போனோம். மொத மொதல்ல வேலைக்குப் போகும் போது எது எது எங்க வெக்கிறதுன்னே தெரியாது. ஆனா இந்த ஆளுகிட்ட வேலை செய்யும் போது எல போட்டு டம்ளர் வெச்சா அப்டியே 50 எலைக்கும் ஒரே நேரா இருக்கும் பாத்துக்க. இல்லன்னா இந்த கேள்விதான் கேப்பானு இல்ல அந்த ஆளு. ஸ்வீட்டுன்னா எடது பக்கம் வை, மத்தத வலது பக்கம் வெய்யின்னு என்னன்னவோ ரூல்ஸ்லாம் போடுவானுங்க. அதலயும் ஐயருங்க கல்யாணத்து கேட்ரிங்ன்னு போயிட்டா பக்கெட் புடிக்கிறதுக்குன்னு ஒரு ஸ்டைல். மாத்திப் புடுச்சோம்னா சமையல் மாஸ்ட்ருங்க வந்து திட்டுவானுங்க. அப்டியே நல்லா செஞ்சிட்டாலும் கொற சொல்லிக்கிட்டுதான் இருப்பானுங்க. அப்பதான 100, 200 பணத்த கொறச்சி தர முடியும். இதுல பூணூல் வேற போட்டுக்கிட்டுதான் பரிமாறணும்...’ என்று சொல்லிக் கொண்டிருக்கும் போதே சுரேஷ் குறுக்கிட்டான்,

‘என்னது பூணூல் போடணுமா?’

‘ஆமான்டா அவங்க கல்யாணத்துல அப்டிதான் பரிமாறனும். சில எடத்துல வேட்டியும் கட்டச் சொல்வாங்க. இன்னா ஒன்னு அந்த மாதிரி கேட்ரிங்னா சம்பளம் கொஞ்சம் ஒசந்து வரும். பஃபே சிஸ்டம், பிரியாணி, பைவ் ஸ்டார் ஹோட்டல்னு நான் பாக்காத கேட்டரிங்கே இல்ல. இப்டியெல்லாம் வருஷக்கணக்கா கஷ்டப்பட்டுதான் இன்னைக்கி இந்த வேல செய்யிற.

‘இது மட்டும் சும்மா இல்ல. சாயங்காலம் 6 மணிக்கு வேலன்னா காலைல இருந்தே அவ அவனுக்கு ஃபோன் பண்ணணும். அப்டி சொல்லியும் பசங்க ஒழுங்கா வந்து டைம்க்கு நிக்கமாட்டானுங்க... ஃபோன் பண்ணி பண்ணியே பில்லு தாலியறுந்துடும். இதுல 4 மணிக்கே நான் மண்டபத்துல நிக்கணும். இல்ல, ஆளு வரலன்னா

பெரிய ஏஜெண்ட பார்ட்டிக்காரன் புடுச்சி மொத்திடுவான். அவனுக்கு சர்வீஸ் முக்கியம் அவ்ளோதான். பணம் ஐநூறு, ஆயிரம் சேத்துக் கேட்டாக்கூட குடுத்திடுவானுங்க. இதுல பெரிய ஏஜெண்ட்டுங்க சம்பாத்தியந்தான் அதிகம். 20 பேர் வேலக்கி போனா 25 பேரு, 30 பேருன்னு கணக்குக் காட்டி காசு வாங்கிக்குவான். பொய், ஏமாத்தல் வேலை நெறைய இருக்கு, பின்ன அவன் லாபத்தை தான அவம் பார்ப்பான் ...'

'காண்ட்ரக்ட் எடுத்து செஞ்சாண்ணா?' என்று கேட்டு எப்படியோ வேலு அண்ணன், பேச்சிலிருந்து திசை மாறிய சந்தோஷம் மூர்த்திக்கு ...

'அடப்பாவி! காண்ட்ரக்ட் தான்டா இன்னும் லாபம் அவனுங்களுக்கு. ஒரு எலைக்கு 200 ரூபான்னு பார்ட்டிக் கிட்ட பேசிக்கு வாங்க. ஆனால் செலவு பாத்தன்னா 70 ரூபாதான் ஆவும். அப்படிப் பாத்தா 200 எலைன்னா கூட 40,000 ரூபா ஆச்சா? சமையல் கூலி ஒரு 10,000 ரூபா, செலவு ஒரு 14,000 ரூபா போனாலும் மீதி இவனுக்குத் தான். இதுல சர்விஸ்க்கு தனியா வாங்கிடுவானுங்க. இதுல கஷ்டப்படுறது எங்கள மாதிரி சின்ன ஏஜெண்டுங்க தான்!'

'உங்களுக்கென்ன வருவீங்க வேல செஞ்சிட்டு போய்டு வீங்க. எல்லார் கிட்டயும் மாட்டிக்கிட்டு முழிக்கிறது நாந்தான். அது அது இருக்குற அளவுக்கேத்தா மாதிரி பரிமாறனும். மீந்து போனாலும் திட்டுவானுங்க, பத்தலனாலும் என்னத்தான் திட்டுவானுங்க. இதுல சமையல் மாஸ்ட்ரே வந்து திட்டுவாம் பாத்துக்க, என்னவோ நான் சமைச்சி பத்தாம போன மாதிரி. சில சமயம் தயிர்வெங்காயம், சாம்பார் எதனா பத்தாம போயிடும். பார்ட்டிக்காரன் வந்தாலும் என்னத்தான் திட்டுவான். சமையல்காரனும் 'ஏய்யா அள்ளி அள்ளி வெக்கிறீங்க? கொஞ்ச கொஞ்சமா வெய்ங்க'ன்னு என்னத்தான் திட்டுவான், இதுல எடையில சாப்பட வர்றவன் போறவன் எல்லாம் அது வரல, இது வரல அதுக்கும் என்னத்தான் கேள்வி கேப்பானுங்க. அதுக்கு மேல உங்களல்லா ஒரு பக்கம் சமாளிச்சு வேல வாங்கணும். எப்படா எந்த பிரச்சனையுமில்லாம பந்தி முடியும்னு வயித்தல நெருப்பக் கட்டிக்கிட்டு நிக்கிறது நாந்தான். இதுலாம் உனக்கு தெரியாததா?

நானும் கூடமாட உங்கக்கூட பரிமாறணும். வேல முடிஞ்சிட்டு நீங்கப் போனாலும், கடைசியா பொண்ணு மாப்ள வரவரைக்கும் இருந்துட்டு நாந்தான் அவங்களுக்கு சாப்பாடு போடணும், அதுதான் மெய்ன். அப்பத்தான

பணம் தருவாங்க. அதோட வேற எல்லா ஐட்டமும் கரெக்டா வெச்சு ஆகணும். எந்தலையெழுத்து எப்டிலாம் இருக்குது பாரு. அதுக்குள்ள பசி ஒரு பக்கம் என் வயித்தக்கிள்ளும். எம்பாடு எனக்குத்தான் தெரியும்.

இவனுங்க கல்யாணம் பண்ணி முடிக்கிறதுக்குள்ள போதும்னு போய்டுது. இங்க பிச்சை எடுக்கிறவனும் மண்டபத்துலதான் கல்யாணம் வெக்கிறான். கௌரவம் பாத்துகிட்டு அதலயும் பாட்டுக் கச்சேரி வேற கூடவே. எது எப்டியோ மொத்ததுல பொண்ணு மாப்ள யாருன்னே தெரியாம கல்யாணத்துக்கு போய்ட்டுவர ஆளுங்க நாம தான்டா. சில டைம் கடைசி நேரத்துல பாக்க முடியும்...' என்று தன் புலம்பலையும், புராணத்தையும் ஒரு சேர முடித்தார் வேலு அண்ணன். சில நேரத்துளிகள் அமைதிக்குப் பின் இன்னொருவன்,

'அதான்.. இவ்ளோ கஷ்டமா இருக்குல்ல அப்புறம் எதுக்கு இந்த வேலைய செய்றிங்க, விட்டுட்டு வேற வேல பாக்கலாம்ல?' என்று நல்ல தொனியில் நக்கலாகச் சொன்னான்.

'ஆமான்டா அப்பறம் உங்களுக்கெல்லாம் யார் வேல குடுக்கிறது?' என்று கேள்விக்குத் தகுந்த படியே பதிலளித்தவர்,

'வேல கஷ்டந்தான் இருந்தாலும் இன்னா பண்றது? இந்த வேலய உட்டுட்டு இன்னொரு வேலைன்னு போனா அதிலயும் ஒரு கஷ்டம் இருக்கத்தான் செய்யும். எந்த வேல தான் கஷ்டமில்லாம இருக்கும் சொல்லு? இன்னா ஒன்னு மத்த வேலயவிட இது எவ்ளோவோ பரவாயில்ல. வேல செஞ்சா அப்பவே பணம் கெடைச்சிடுது. வேற வேலைக்கின்னுப் போனா 8 மணி நேரம், 10 மணி நேரம்ன்னு செய்யணும், மாதச் சம்பளம், அலைச்சல்னு கண்டதல்லாம் இருக்கு. இது டைமிங்தான். போனமா முடிச்சமான்னு வந்துடலாம். அதனால தான் மாற முடியல. உட்டுட்டும் போக முடியல. இங்கல்லாம் எவன் நம்மூர் மாதிரி கோயிலு குளம்ன்னு செய்றாங்க? அதான் இராசபுரம் சுத்தி மண்டபமா இருக்குதே, செய்ய வேண்டியதுதான். நான் ஒருத்தன், ஏதோ பேச வந்து எத எதையோ சொல்லிட்டிருக்கேன்' என்று அவரை அவரே உணர்ந்தவராய் சிலம்புவிடம் நெருங்கி வந்தார்.

'ஏ சிலம்பு! இன்னாடா இந்த அண்ணன் இப்டிலாம் பேசறாரேன்னு கஷ்டமா எடுத்துக்காதடா. உங்ககிட்ட இப்டிலாம் பதில் சொல்லணும்னு எனக்கு அவசியமேயில்ல. இருந்தாலும் ஏன் சொல்றன்னா? உங்க கஷ்டம் எனக்குந் தெரியும்டா. உங்கள்ல ஒருத்தனா தான நானும் பழகுறேன்...'

‘சரி... பரவாயில்ல விடுண்ணா... ஸாரிண்ணா’

‘அப்டி உம்பணத்த வெச்சிகிட்டு நான் எவ்ளோடா சேத்துறப் போறேன்? இன்னைக்கு சொல்லட்டுமாடா? ஒரு ஏஜெண்ட் எத சொல்லக் கூடாதோ அத சொல்றன்டா. ஒரு டேநைட்டு* கேட்ரிங் செஞ்சா ஒரு ஆளுக்கு 350 ரூபா பேசி வாங்குறானுங்க. அதுல சமையல் ஏஜெண்ட் 90 ரூபா எடுத்துக்குறான், பெரிய ஏஜெண்ட் 60 ரூபா எடுத்துக்குறா மீதி சர்வீஸுக்குன்னு 200 ரூபா கொடுக்குறான். அதல தான்டா நான் 20 ரூபா புடிச்சிகிட்டு உங்களுக்கு மீதிப்பணம் குடுத்தர்றேன். உங்கள மாதிரி எனக்கும் சம்பளந்தான்டா. இது தான்டா நடக்குது இதுல நான் எவ்ளோடா சாப்ட்ற போறேன்?

இதுவே பெரிய பணக்காரங் கல்யாணமா இருந்தா, பணம் எக்ஸ்ட்ரா சேர்த்து வாங்குறாங்க. அப்டி வாங்குனாலும் சர்வீஸ்க்குன்னு நமக்கு குடுக்குறப் பணம் அதே 200 தான்டா. இதுல நாங்க எதனா சமையல் ஏஜெண்ட கரெக்ட் பண்ணி செஞ்சாதான் நான் பணம் பாக்க முடியும். இல்லன்னா ஒன்னுல்ல. இது தான்டா எனக்குத் தெரிஞ்சி நடக்குது. இதுக்கு மேல அந்தந்த ஆளுங்களுக்கு தகுந்தா மாதிரி நடக்கும். அதுலாம் நமக்கெங்க தெரியுது?

வேல வாங்கற வரைக்கும் நல்லா வாங்கிக்கிறானுங்க., காசு வாங்கும்போது மட்டும் அதப் பாக்காத மாதிரி மண்டபத்துக்கு வெளியே நில்லு வரேன்னு சொல்றான். இவ்ளோதான்டா கேட்ரிங்’ என்று சொல்லி முடித்தார். அவர் முடிக்கும் போதெல்லாம் அறையில் ஓரிருவர் உறங்கிப் போயிருந்தனர். இதுநாள் வரையில் தனக்குள்ளிருந்த புழுக்கத்தை இன்று வெளிச்சத்திற்குக் கொண்டு வந்த சந்தோஷத்திலும், ‘பண விஷயத்தலாம் சொல்லிட்டோமே... சொன்னது சரிதானா? அப்டி சொல்லிருக்க கூடாதோ’ என்ற சந்தேகத்திலும் சிறிது நேரத்தில் வேலு அண்ணனும் உறங்கிப் போனார். சிலம்பு மட்டும் உறங்கவில்லை. அவனுக்குத் துணையாக சுரேசும் புத்தகத்தையே வெறித்துப் பார்த்துக் கொண்டிருந்தான் நாற்காலியில் அமர்ந்தபடியே.

சிலம்புவிற்குப் பணம் கைக்கு வராதது பற்றியே கவலையிருந்தது. பல்கலைக்கழக மானியக்குழு நடத்தும் தேர்வுக்குப் புத்தகம் வாங்க வேண்டும் என்றே அவனது திட்டம் இரண்டு மூன்று வாரங்களாகத் தள்ளிக்கொண்டே

---

* **டேநைட்:** இரண்டு வேளை பந்தி வைக்கும் திருமண விழாவில் இரவும், பகலும் பரிமாறுதல்.

சென்றது. அவனது மூலைச்சிலந்தி (பிரமிள் சொல்கிற மாதிரி) எண்ணவலைப் பின்னிக் கொண்டேயிருந்தது.

'சரி, யுஜிசி–க்குப் புக்கு நாலு நாள் கழிச்சிக்கூட வாங்கிக்கலாம். அதுவரைக்கும் பணம் இவர்கிட்ட கேக்க வேண்டாம் இல்ல வேற கேட்ரிங்க்குப் போய்க்கலாம்' என்று நினைத்தவன்,

'சம்பளம் பத்தியெல்லாம் இவரே சொல்றாரே, இது உண்மையா இருக்குமா? இல்ல ஒருவேள நம்மள சமாதானப் படுத்துறதுக்கு இப்டி சொல்றாரா? வெறும் இருபது ரூபாய்க்கா இவரு இந்த அல அலையிறாரு? இருக்காது. ஒரு ஆளுக்கு இருபது ரூபான்னா பத்து ஆளு கணக்கு வெச்சாக்கூட 200 ரூபா ஆச்சு. ஃபோன் பண்றது, பஸ்ஃபேர்–ன்னு பாத்தாக்கூட இவருக்கு அப்டி ஒன்னும் பெரிசா கெடைக் காதே... ஆனா கேட்ரிங்னு வந்தா மட்டும் அந்தப்பர பரக்குறாங்க. இவரு சொல்றதுல பாதி உண்மை, பாதி பொய்யாயிருக்குமோ?' என்றும் நினைக்கலானான். அவன் சந்தேகங்களுக்கெல்லாம் தீர்வு காண்பதற்குள் உறக்கம் அவனை உள்ளிழுத்துக்கொண்டது. சிலம்புவும் உறங்கிப் போனான்.

சூரிய விரல்கள் கிழக்குக் கதவைத் தட்டின. ஆனால் நேரங்கழித்துத்தான் திறந்தது சிலம்புவின் இமைக்கதவு. உறக்கம் கலைந்தெழும் தருணத்தில் அவன் புறங்கையால் அவன் விழிகளைத் தேய்த்துக்கொண்டதில் அவற்றில் ஒன்று மட்டும் நன்கு சிவந்து போயிருந்தது கிழக்கைப் போலவே. தழுவிக் கொண்டிருந்த இமைகள் பிரிந்த போது ஓர் உருவம் நின்று கொண்டிருப்பது போல் தெரிந்ததே அது சுரேஷ் தான் என்று இப்போது மெய்ப்பட்டது. எழுந்து உட்கார்ந் தான் சிலம்பு. பெல்ட்டை உள்ளே விடுவதும், வெளியே இழுப்பதுமாகப் பேண்ட்டை தைத்துக் கொண்டி ருந்தான் சுரேஷ். சிலம்புவிற்கு ஒன்றும் புரியவில்லை 'இவன் இவ்வளவு காலையிலேயே எங்கே போகிறான்' என்று குழப்பம். பொறுமையில்லாமல் பிறகு சுரேஷிடமே கேட்டு விட்டான்,

'டேய்... எங்கடா கௌம்புற இப்ப?'

'இன்னாடா மூதேவி... தூக்கம் தெளிஞ்சிருச்சா?'

'நீ இப்ப எங்கப் போற அதச் சொல்லு?'

'நானா? கன்னிமாராவுக்குப் போறன்டா'

'அதுக்குன்னு இப்பவேவா?'

'ஆமா. இப்பவே கௌம்பினாத்தான் வெளிய ரமணி

கடையில போய் நாலு இட்லி சாப்ட்டுட்டு, அப்டியே போனா சரியா இருக்கும்'

'எதுக்கு? கன்னிமாராக் கதவத் தொறக்கவா?'

'டே மண்டையா என்ன நக்கலா?'

'பின்ன, இங்க சாப்பாடு என்னாச்சு?'

'அதுவா, அது ஏதோ சிலிண்டர் தீந்து போயிடுச்சாம்'

'இன்னாடா சொல்ற, அப்ப இங்க சாப்பாடு இல்லயா?'

'என்னவோ அதெல்லாம் எனக்குத் தெரியாது... நாங் கெளம்புறேன். டைம் ஆகுது'

'டே இருடா நானும் வரேன்'

'நீயா? நீ எப்பக் குளிச்சிட்டு, எப்ப கெளம்பி வரது?'

'ஆமா இங்க குளிக்கிறது ஒரு கேடு, இருடா மூஞ்ச மட்டும் கழுவிக்கிட்டு வரேன். சரி... இவன்டா?'என்று பாதி உறங்கிக் கொண்டிருந்த என்னைப் பார்த்துக் கேட்டான் சிலம்பு.

'டே யாருடா அவன்... எழுந்திர்றா' என்று என் போர்வையைச் சட்டென்றுப் பிடித்திழுத்தான் சுரேஷ்.

'அடிங்கோத்தா... பெட்ஷீட்ட வுட்றா' கோபமாய் கத்தினேன்.

'டேய் டேய் டேய் மூதேவி! காலையில என்னப் பேசறாம் பாரு. நீ கன்னிமாரா வரயாடா?'

'நான் வரலடா' என்றேன். மூச்சுக் காற்றுக்கூட வெளியே போக முடியாத அளவுக்கு போர்வையை இறுக்கமாகப் போர்த்திக்கொண்டிருந்தாலும், என் குரல் மட்டும் எப்படியோ வெளியே போனது.

'என்னது வரலயா, என்னடா தம்பி மெய்ன் ஹாஸ்டல் கெடைச்சதுல இருந்து படிக்கிறத மறந்துட்டியா?'

'ஆமா. மூடிட்டுப் போடா. நானே இப்பதான் கொஞ்ச நாளா நல்ல சாப்பாடு சாப்பட்ற, அது பொறுக்கலயா உனக்கு?'

'உனக்கு சோறு முக்கியமா? லைப்ரரி முக்கியமாடா?'

'சோறு தான்டா'

'அதெல்லாம் முடியாது நீ இப்ப எழுந்து வாடா' என்று எனது காலில் உதைத்தான். நான் கண்டு கொள்ளாமல்

தூங்கவே எனைப் பிடித்திழுத்தான். அதற்குள் முகம் கழுவிக் கொண்டு அங்கு வந்த சிலம்புவை என்னைத் தூக்கிவிடுமாறு பணித்தான். இருவருமாகப் பிடித்திழுத்து, என் உறக்கத்தி லிருந்து என்னைப் பிரித்தெடுத்தனர்.

'டேய்.. ஏன்டா இப்டி பண்றிங்க? நீங்க போங்களேன்டா'

'நாங்க அங்க போறது, நீ மட்டும் இங்க நல்லா தூங்குறதா? கௌம்புடா போலாம்' என்றான் சிலம்பு.

'நான் இன்னும் பல்லு வெலக்கல, பாத்ரூம் போல ஏன்டா இம்சை பண்றிங்க'

'அதெல்லாம் போற வழியில பாத்துக்கலாம் வா'

'போற வழியிலயா?'

'ஆமான்டா, '17E'ல பல்ல வெலக்கிட்டு, கன்னி மாராவுல கால் கழுவிக்க வா' என்றான் சுரேஷ்.

'சரி பாத்ரூமாவது போய்ட்டுவர்ரேன் ஒரு அஞ்சு நிமிஷம் இருங்கடா'

'டேய் கூமுட்ட சீக்கிரம் வந்துடு. பல்லு வெலக்காதடா அப்புறம் பசியெடுத்துக்கும். மதியம் வரைக்கும் தாங்கணும்..' என்று வெளியே போய்க்கொண்டிருந்த என்னிடம் கூவும் தொனியில் கத்தினான்.

நான் திரும்பி வந்த போது நூலகத்திற்குக் கொண்டு போகும் தன்னுடைய குறிப்பேட்டை எடுத்துத் தயார் படுத்திக் கொண்டிருந்தான் சிலம்பு. அவசர அவசரமாக என்னுடைய கீழாடையைக் கழட்டி சுரேஷின் அலமாரிக் கூண்டில் சொருகினேன். ஆமாம் அது என்னுடைய ஆடை தான். இரவில் வந்து தங்கும்படி நேரிடும் போது, உடுத்திக்கொள்ளத் தோதான ஒரு சோடி ஆடையை நான் எப்பொழுதும் இங்கே வைத்திருப்பதுண்டு. தயாராகிவிட்டு மூவரும் வெளியே வந்து கொண்டிருந்தோம். ரமணிக் கடையைத் தாண்டி கல்மண்டபம் பேருந்து நிறுத்தத்தை நோக்கி சுரேஷ் முன்னால் சென்று கொண்டிருந்தான். சிலம்பு,

'ஏன்டா சுரேசு! இங்க ஒரு கடையிருக்கிறதே ஞாபக மில்லயா? சாப்ட்டு போறதுனு சொன்ன? என்றான்

'ஆமா அது எனக்கு மட்டும்... இப்பத்தான் மூணு பேரு கீறோமே... எங்க போறது காசுக்கு? உங்கிட்ட இருக்கா?'

'இன்னா விளையாட்றயா? நேத்து எனக்கு பஸ்ல டிக்கெட்டே நீதான எடுத்த'

‘அடப்பாவி இதுக்குத்தான் ‘மதியம் வரைக்கும் தாங்கணும்னு’ சொன்னயா? எங்கிட்ட காசு இருக்குடா’ என்றேன்.

மூவருமாகத் திரும்பி சாலையோரத்திலிருந்த அந்தக் கடைக்குச் சென்றோம். ஒவ்வொருவருக்கும் நான்கு இட்டிலிகள் என்று வைத்துக் கொண்டுச் சாப்பிடத் தொடங்கினோம்.

‘ஏன்டா எந்தாலியறுக்குறீங்க? பல்ல வெலக்கிட்டா வது வந்திருப்பனாடா நானு’ என்றேன்.

‘இது இன்னாடா எருமாடு பல்லு வெலக்கலன்னு ஃபீல் பண்ணுது?’ என்று சிரித்தது சுரேஷ்.

‘அட பல்லா ... பல்லக்காட்டாதடா மொதல்ல உன் வாய மூட்றா’ கோபமாகப் பேசினேன். சிலம்பு அமைதியாகச் சாப்பிட்டுக்கொண்டிருந்தான். நானும் சாப்பிடத் தொடங் கினேன். நான் ஓர் இட்டிலியைச் சாப்பிட்டு முடிக்கும் பொழுதெல்லாம் சுரேஷ் மூன்றாவது இட்டிலியைப் புட்டு முழுங்கிக் கொண்டிருந்தான். நான் இரண்டு இட்டிலிகளை எடுத்து அவர்களிருவருக்கும் ஒவ்வொன்று வைத்து விட்டு, எனது கடைசி இட்டிலியைச் சாப்பிட ஆரம்பித்தேன்.

‘ஏய் ஏன்டா ... வேணாவா உனக்கு ... நீ வெச்சத நீயே எடுத்துக்க. ஒழுங்கா சாப்பர்றா தம்பி’ என்றான் சுரேஷ்.

‘இத எட்றான்னு சொல்றல்ல’ என்று சிலம்புவும் முகத்தை இறுக்கிக் கொண்டுப் பேசினான்.

‘எனக்கு வேணான்டா. நீங்க சாப்டுங்க. ஏற்கனவே எனக்கு இட்லி அவ்ளவா புடிக்கலடா, இதுல இங்க சாம்பாரும், சட்னியும் ... ம் ... சொல்லவே வேணா ... நீங்களே சாப்ட்டு வாங்க’ என்று எழுந்து கை கழுவிக் கொண்டேன்.

சாப்பிட்டு முடித்துவிட்டு பேருந்துகளில் ஏறி இறங்கி கன்னிமாரா நூலகத்திற்கு வந்து சேர்ந்தோம். இதழ்கள் பிரிவுக்குப் போனோம். சிலம்பு மட்டும் வகுப்பில் கட்டுரை வாசிக்க வேண்டியிருப்பதால், அதற்குத் தயார் செய்ய புத்தகம் தேட வேண்டியிருக்கிறது என்பதைச் சொல்லிவிட்டு புத்தகங்கள் இருக்கிற மேல் மாடிக்குச் சென்றான். உள்ளே நுழைந்த சுரேஷ், மீண்டும் வெளியே வந்து கதவுக்கருகில் வைத்திருந்த குடிநீரில் மூன்று, நான்கு டம்ளர் தண்ணீரை வயிற்றுக்குள் நிரப்பிக் கொண்டு வந்து என் பக்கத்தில் உட்கார்ந்தான். அந்த மாதத்திற்கான ‘புதிய ஜனநாயகத்தை’ எடுத்துப் புரட்டத் தொடங்கினான். நானும் நான்கைந்து இதழ்களை எடுத்து வைத்துக்கொண்டு, அவை அனைத்தையும்

ஒரு பார்வை பார்த்து விடுவது இன்று என்ற தீர்மானத் துடன் வாசிக்கத் தொடங்கினேன். கடிகார முட்கள் கால் வலிக்காமல் ஓடிக்கொண்டே இருந்தன. இவைகளுக்கெல் லாம் மாதக் கணக்கில் இயங்குவதற்குத் தேவையான உணவை, ஒரு முறை கொடுத்தாலே போதுமானதாயிருக்கிறது. ஆனால் மனிதர்களுக்கு அப்படியா? விஞ்ஞானம் விரைவில் அதைக் கண்டுபிடிக்கட்டும்.

நேரம் பன்னிரெண்டு மணியைத் தாண்டிச் சென்று கொண்டிருந்தது. மணி ஒன்று ஆகியும் சுரேஷ் என் பக்கம் திரும்பவில்லை. இருந்து, இருந்து பார்த்தேன் எனக்கும் பொறுமையில்லை. புத்தகத்திற்கும், வயிற்றிற்கும் மனம் மாறி மாறிப் பயணித்தது.

'டே சாம்பாரு ... பசிக்கலயா உனக்கு? வயிறு பேசுதுடா.. போய்ட்டு வரலாம் வாடா' அழைத்தேன் அவனை.

'காலைலதான சாப்ட்டோம் போலாம் இருடா'

'என்னது காத்தாலதான் சாப்ட்டோமா. ஏன் காத்தால சாப்ட்டா மதியம் சாப்ட்றது இல்லயா?'

'டேய் இப்ப வெளிய போய் சாப்ட்டு வந்தா லேட் ஆகும்டா. டைம் வேஸ்ட் ஆகும்'.

'அடி செருப்பால காமெடி பண்றயா ... காத்தாலயே நான் சரியா சாப்படல. காத்தாலயிருந்து பட்னியாக்கீற. ங்கோத்தா ... உங்களுக்கென்ன நல்லா நாலஞ்சு இட்லிய நொக்கிட்டு வந்து உக்காந்துட்ருக்க.'

'அதுக்கு எதுக்கடா இப்டி கத்தற ... இது லைப்ரரிடா'

'மயிரு.. இப்ப நீ வரயா, இல்லயாடா?'

'சரி வரன்டா வாடா. அதோ பாரு! பேனாவ விட்டுட்டு வர, எடுத்துப் பாக்கெட்ல வெச்சிட்டு வா' ஞாபகந் திருத்தினான் சுரேஷ்.

'இதுக்கொன்னும் கொறச்சல் இல்ல' என்று சொன்னதும் எனை முறைத்தான்.

'சரிடா அப்பா... நல்லவனே ரொம்ப நன்றி. வா' என்று சொல்லிவிட்டு, அவனுடன் கீழே இறங்கினேன். சிலம்புவை அழைப்பதற்காக நான் சென்றேன். உள்ளே நுழைய திறப்ப தற்காக அந்தக் கண்ணாடிக் கதவை நான் தொட்டதும், அவள், அந்தக் கூந்தலழகியின் பிம்பம் என் கண்களைத் தொட்டது. ஆம்,

"இது என்ன
ஒரு பூ..
புத்தகத்தில்
தேனெடுத்துக் கொண்டிருக்கிறது!"

என்று கவிதை உள்ளுக்குள் தோன்றி, உள்ளத்தில் எழுத ஆரம்பித்துவிட்டேன். அவள் காலையிலேயே நூலகத்திற்கு வரவிருப்பதாக எனது அலைபேசிக்குத் தகவல் அனுப்பி யிருந்தது அப்போதுதான் என் நினைவிற்கு வந்தது. சரி, அவள் சாப்பாடு எடுத்து வந்திருப்பாள். அவளுடன் சென்று சாப்பிட்டு விடலாமா என்று ஒரு பக்கம் ஒரு சிந்தனையும், நாம் மட்டும் சாப்பிட்டு விட்டால் சிலம்புவும் சுரேசும் என்ன செய்வார்கள்? மறுபக்கம் இன்னொரு சிந்தனையுமாக இருந்தது. முடிவில் இவர்களிருவருடனே சாப்பிடுவது என்று முடிவு செய்து சிலம்புவை அலைபேசி மூலமே வெளியே அழைத்தேன். பிறகு மூவரும் வெளியே வந்தோம்.

'எங்கடா இந்த எடத்துல ஒரு சின்னதா கேண்டீன் கூட இல்ல?' என்று சலித்துக் கொண்டேன். என் பெயரிட்டு அழைத்து,

'அங்க பாருடா, ஆவின் பால்க்கு போய்ட்டு ஒரு பால் மட்டும் குடிச்சிட்டுப் போய் படிக்கலான்டா. சாய்ந்தரம் வெளிய போகும் போது ஏதாவது சாப்ட்டுக்கலாம்' என்றான் சுரேஷ்.

'என் கடுப்ப களப்பாத. அப்புறம் ஏதாவது பேசிறுவேன். எனக்கு இப்ப சாப்பாடு இல்லனா அவ்ளோதான் என் மண்டையே வெடிச்சிரும். அது நூறு ரூபா செலவானாலும் சரி, இப்ப திருப்தியா சாப்டுட்டுதான் உள்ள போறோம்... என்னடா சிலம்பு சொல்ற? நீ என்ன பண்ணலான்ற?'

'எனக்குத் தெரியாதுப்பா, உங்க இஷ்டம், நீங்களே சொல்லுங்க' என்று தன் விருப்பத்தை ஒளித்துக் கொண்டான் சிலம்பு.

'இவன் ஒருத்தன்' என்று அவனைச் சொல்லிவிட்டு சாப்பிட்டுத்தான் ஆக வேண்டும் என்ற என் வற்புறுத்தலின் பேரில் மூன்று பேரும் நூலக வளாகத்தைத் தாண்டிச் சாலைக்கு வந்தோம். இரண்டு புறமும் பார்த்தோம் எங்கே போய் சாப்பிடுவது என்றே தெரியவில்லை. எதிரிலிருந்த ஒரு வசதிபடைத்த சைவ உணவகத்தைத் தவிர வேறெதுவும் உணவகங்களே இல்லாததுபோல் இருந்தது. வடக்குத் திசையில் எந்தக் கடையும் எங்கள் நிதி நிலவரத்துக்குத் தகுந்தபடி இல்லையென்று எங்களுக்குத் தெரியும். காரணம்

அது நூலகத்திற்கு வரும் வழி. அதனால் தெற்குப் பக்கம் இருந்தால் பார்க்கலாம் என்று அவர்களை அழைத்தேன்.

'த்ரி.. அந்தப் பக்கமும் எதுவும் இல்லடி' என்றான் சிலம்பு.

'டேய் ஏதாவது இருக்கும்டா'

'எங்களுக்குத் தெரியாதாடா. அதெல்லாம் நானும் இவனும் அன்னைக்கே ஒரு நாளு தேடிப் பாத்துட்டோம்'.

பின்பு எதிரிலிருந்த கடையிலேயே நான் சொன்னபடிக்கு விசாரிக்கச் சென்றான் சுரேஷ். சென்று வந்தவன்,

'பார்சல் 48 ரூபாயான்டா. அங்கேயே சாப்பட்றதுனா 45 ரூபாயாம். பேசாம ஒரு பார்சல் வாங்கி நீங்க ரெண்டு பேரும் ஷேர் பண்ணிக்கங்கடா. எனக்கு வேணாம் . . .' என்றான்.

'வேணா வா . . . நீ மூடிட்டு வா' என்றவனை அழைத்துக் கொண்டு தேடுதல் வேட்டையில் ஈடுபட்டேன். ஒரு நபருக்கு 20 ரூபாய் செலவு செய்யக்கூடிய நிதி நிலவரமே எங்களுடையது. அதற்குத் தகுந்தாற்போல் கடையைத் தேடினோம். எதுவும் தென்படவில்லை. சில இடங்களில் பிரியாணி பொட்டலம் 25 ரூபாய்க்கு விற்றது. ஆனால் சிலம்பு மட்டுந்தான் அதைச் சாப்பிட முடியும். பிறகு தெற்குத் திசையிலேயே ஓர் இடப்பக்கத் திருப்பத்தில் உள்ள தெருவிற்குள் நுழைந்தோம். எதுவும் உணவகங்களே இருப்பதாகத் தெரியவில்லை. அங்கிருந்த ஓர் ஆட்டோ ஓட்டுநரிடம் நான் விசாரித்தேன்.

'அண்ணா . . . இங்க எங்கயாவது ரேட்டு கம்மியாவற மாதிரி ஓட்டல் எதனா பக்கத்தில் இருக்காணா?'

ஆட்டோவின் இருக்கையே இடங்கொள்ளாத அளவிற்கு உள்ளே உட்கார்ந்திருந்த அவர், தனது வலக்கையினை மட்டும் வெளியே நீட்டி வழி சொல்லத் தொடங்கினார்.

'இப்டியே நேரா போ தம்பி! அங்க ஒரு பெரிய மரத்தடியில தள்ளுவண்டியில சாப்பாடு இருக்கும் பாரு . . .' என்றார்.

'சாப்பாடு நல்லாயிருக்குமாண்ணே . . .'

'அதெல்லாம் அருமையா இருக்கும்பா . . . சிக்கன் கொழம்புதான் நல்லா ருசியா இருக்கும், நாங்கலா அங்கதான் சாப்பட்றோம்'

'அய்யோ கறி சாப்பாடுலாம் வேண்டாங்க . . . சைவந்தான்.'

'அப்பன்னா இன்னுங் கொஞ்சந்தூரம் போ இருக்கும் பாரு' என்றார். நாங்கள் மூவரும் அவ்விடம் விட்டு நகர்ந்தோம். மெல்ல நடக்கத் தொடங்கினோம்.

‘இதுக்குத்தான் நான் அப்பவே சொன்ன ... ஒரு பால் மட்டும் குடிச்சிட்டுப் போய்ப் படிக்கலான்னு. இங்கக் கடைய தேடிப்புடிச்சி அலைஞ்சி சாப்ட்டு போறதுக்குள்ள ரெண்டு மணி நேரம் ஆயிடும்போல இருக்குது’ என்று சொன்னான் சுரேஷ்.

‘இவ ஒருத்தன்டா சாவுக்குருவியாட்டம் கத்தினே கெடக்கு றான் ... ஏன்டா சாப்புட்றதுக்கு இப்டி சாவற?’ என்றேன்.

‘ஆமா நீ சாப்டலனா சாகுற ... இவன் சாப்பர்றதுக்கு சாவறான்’ என்று குறுக்கே வெட்டினான் சிலம்பு.

‘இவனாடா சாப்புட்றதுக்கு சாவறான்? கேட்ரிங்ல விட்டு பாரு அப்ப தெரியும். சாப்பாடுதான் இவங்கிட்ட சாவணும்’

‘அது வேறடா’

நடக்கத் தொடங்கி நாங்கள் பார்த்த இரண்டு, மூன்று கடைகளிலும் பிரியாணியும், கறிவகைக் கடைகளுமாகவே இருந்தது. என் எதிர்பார்ப்புகள் எல்லாம் ஏமாற்றம் தருவதைப் பார்த்துவிட்டு சிலம்புவிற்குச் சிரிப்பு வந்தது. சாலையிலிருந்து பிரியும் இன்னொரு தெருவின் ஓரமாக ஒரு கடையிருந்தது. அங்கு சென்றோம், அங்குக் கையிலேந்தி சாப்பிட்டுக் கொண்டிருந்தவர்கள் எல்லார் தட்டிலும் கறிக்குழம்பே இருப்பதாகத் தெரிந்தது. ஓரிருவர் தட்டில் ரசம் ஊற்றிக் கொண்டிருந்தனர். சிலம்பு அதைப் பார்த்ததுமே இங்கும் அதே நிலைதான் என்று கூறிவிட்டான்.

சாம்பார் ஏதாவது இருக்குமென்று தயங்கித் தயங்கி நின்றேன். கடையின் முன்பிருந்த கூட்டம், சாம்பார் இருக் கிறதா என்று விசாரிப்பதற்கு வழியில்லாமல் அடைத்திருந் தது. எனது தயக்கத்தைப் புரிந்து கொண்டு, சிதறிக் கிடக்கும் சோற்றுக்குக் காக்கைக் கூட்டம் போட்டியிடுவது போல நின்றிருந்த அக்கூட்டத்தைச் சுற்றிக்கொண்டு சென்று சுரேஷ் விசாரித்து வந்தான். வந்தவன் பாதி ஏமாற்றத்தைத் தந்தான். சாம்பார் இருந்ததாம் ஆனால் காலியாகி விட்டதாம் என்றான். நடக்கத் தொடங்கி நீண்ட தூரம் வந்து விட்டோம். இருவரையும் விருப்பமில்லாது, எனக்காக இழுத்து வந்ததை எண்ணி என் மனமே பாரம் சுமக்கத் தொடங்கியது.

பேசாமல் பானிபூரி ஏதாவது இருந்தால் சாப்பிட்டு விட்டு போய்விடலாம் என்று நானே யோசிக்க ஆரம்பித்து விட்டேன். பேசாமல் ரசம் ஊற்றிக் கொண்டு சாப்பிட்டு விட்டுப் போகலாம் என்று சுரேஷ் மாற்றுயோசனை சொன்னான். அதற்காகவா இவ்வளவு தூரம் அலைகிறோம் என்று அதையும் நான் மறுத்து விட்டேன். இவ்வளவு நேரம்

அலைந்ததற்காகவாவது நாம் நல்ல சாப்பாடு, சாப்பிட்டு விட்டுத்தான் போக வேண்டும் என்ற என் முடிவைத் தீர்மானித்துச் சொன்னேன்.

வழியில் மீண்டும் இன்னொரு உயர் வசதி படைத்த, பார்த்தால் பிம்பம் காட்டுகிற கண்ணாடிக் கதவுகள் பூட்டிய உணவகமிருந்தது. அதன் வாசலில் நின்று கொண்டு கதவைத் திறந்து விடுவதும், 'சல்யூட்' செய்வதுமாக இருந்த பாதுகாவலரின் சீருடையைப் பார்த்தாலே போதும், உள்ளே இருக்கும் உணவுகளுக்கு இங்கேயே விலைப்பட்டியல் தயாரித்து விடலாம். வந்து போகிற நபர்களுக்கெல்லாம் வழிந்து கொண்டு வணக்கம் வைக்கிற அந்த வயது மூத்தவரின் நெஞ்சில் எத்தனை வலி இருக்குமோ? அவருடைய வணக்கங்களின் பின்னால் எத்தனை வயிறுகள் காத்துக் கிடக்குமோ? இந்தக் காட்சியை அவர் பெற்ற பிள்ளைகள் பார்க்காமல் இருக்குமோ? என்றெல்லாம் நினைத்துக்கொண்டானோ என்னவோ, அங்கேயே திரும்பிப் பார்த்துக் கொண்டு வந்தான் சுரேஷ். என் மீது மிகவும் கோபத்திலிருப்பானோ என்று சுரேசின் சிந்தனையை மாற்றுவதற்காக நடந்து கொண்டே பேச ஆரம்பித்தேன்.

'சுரேசு, அங்கப் பார்றா எஸ்.பி.ஐ ஏடிஎம் இருக்கு. உங்கார்டு உள்ள விட்டு ஒரே ஒரு நோட்ட வெளிய எடு போதும், திருப்தியா சாப்ட்டு போய் படிக்கலாம்' என்றேன்.

'யாரு நானா? நான் உள்ள போய் வந்தா வெறும் புகை புகையாதான் வரும்' என்றான்.

'ஏன்? நீங்க என்ன தீப்பொறித் திருமுகமா?'

'டே வெங்காயம்... நாங்கல்லாம் வடிவேலுக்கே வாத்தியாருடா' என்றவன்,

'கார்டுல எதனா இருந்தாதான அகப்பையில வரும்' என்றான்.

'நீங்கல்லா எதுக்குடா ஏடிஎம் வெச்சிருக்கிங்க... எங்கனாக் குப்பையில தூக்கிப்போட்டு வாங்கடா' என்றேன்.

'கரெக்ட்... அதான் ஆஸ்டல்லயே போட்டுட்டு வந்துட்டேன்' என்று என் வாயடைத்தான்.

தூரத்தில் ஒரு கடைதெரிந்தது. இதுவே கடைசி கடை இதற்குப் பிறகெல்லாம் அலைய முடியாது என்றார்கள் இருவரும். இதில் இல்லையென்றால் இன்னும் ஒரே ஒரு கடை மட்டும் பார்க்கலாம் என்றேன். ஆனால் அதற்கு அவசியமில்லாமற் போனது. அந்தக் கடையிலேயே நாங்கள்

சாப்பிடுவதற்கு சாம்பார், ரசமெல்லாமிருந்தது. தள்ளு வண்டியின் இடப்பக்கம் மரத்தடியில் கைகழுவத் தண்ணீர் வைத்திருப்பதாகச் சொன்ன அந்தக் கடைக்காரர் கறுப்பாக இருந்தாலும் சாப்பாடு நன்றாக வெள்ளையாய் கொண்டையில் வைத்த மல்லிகைப் பூ மாதிரியும், அவிழ்த்து வைத்த யூரியா மூட்டையைப் போலவும் பளிச்சென்று அன்னக்கூடையின் முக்கால் பாகம் நிரம்பியிருந்தது.

மூவருக்கும் தனித்தனி தட்டில் பிளாஸ்டிக் பேப்பர்களை அவற்றின் மீது படிய வைத்துப் பரிமாறினார். சிலம்பு, இந்தப் பேப்பரை வைக்காமலே இருக்கலாம், தேவை யென்றால் நாமே கூட சாப்பிட்டு முடித்து தட்டைக் கழுவிக் கொடுத்து விட்டுப் போகலாம் என்று புலம்பினான். பிளாஸ்டிக் கண்டுபிடித்தவன்தான் சமூகத்தின் முதல் துரோகி என்றான். நாங்களிருவரும் சாம்பார் ஊற்றிக் கொள்ள சிலம்பு மட்டும் சிக்கன் குழம்பு ஊற்றிக் கொண் டான். சாப்பிட்டுக்கொண்டிருக்கும் போதே ‘கூட்டுறவுக்கடை அரிசியைக் கொஞ்சம் பட்டைதீட்டி வைரமாய் காட்டியிருக் கிறார்கள்’ என்று உண்மையை வெளிச்சமாக்கினான் சுரேஷ். சாம்பாரும் சுவையில்லாமல் இருந்தது. கடலை மாவினை அதிகத் தண்ணீர் ஊற்றிக் கரைத்து வைத்திருப்பதாகவே தோன்றியது எனக்கும். அப்பொழுது அந்த வழியே மொட்டையடித்திருந்த ஒருவர் வேகமாய் நடந்து வந்தார். உணவகத்து உரிமையாளர் அவரிடம்,

‘என்னண்ணே ... எந்தக் கோயிலுக்கு மொட்டை?’ என்று உரக்கக் கேட்டார். அதற்கு அவர்,

‘கோயிலுமில்ல ... கொளமுமில்ல ... எல்லாம் கடையில தான்’ என்றார்.

‘என்னாது கட்டிங் கடையிலயா?’ என்று மீண்டும் உரக்கக் கேட்டார்.

‘ஆமாம்பா ... கட்டிங் பண்ணலான்னு தான் போனேன், ஆனா கட்டிங் பண்றதுக்கு 60 ரூபான்னான், மொட்டை யடிக்கிறதுக்கு 20 ரூபான்னு சொன்னான். சரின்னு மொட்டையே அடிச்சிட்டு வந்துட்டேன். இன்னும் 3 மாசத்துக்கு தலையில கை வெக்க வேண்டிய வேலையே இல்லல்ல’ என்று உரக்கக் கேட்டவருக்கு உ(ற)ரக்கச் சொன்னார்.

அப்படிச் சொல்லிவிட்டு வேகமாய் போய்க் கொண்டே யிருந்த அவரை நாங்கள் மூவரும் ஒரே நேரத்தில் திரும்பிப் பார்த்தோம். பார்த்து விட்டு நாங்களும் சிரித்து விட்டோம்

அங்கிருந்த எல்லாருடனும் சேர்ந்து. சாப்பிட்டு முடித்தானோ இல்லை சாப்பாடு பிடிக்கவில்லையோ சாம்பார் சாதத்துடனேயே கை கழுவிக் கொண்டான் சுரேஷ். நான் சாம்பார் முடித்து ரசம் ஊற்றிக் கொள்ள தட்டை நீட்டினேன். அதற்குள் சாப்பிட்டு முடித்த ஒருவர் பணம் கொடுப்பதற்காக எவ்வளவு என்று கேட்டார். அதற்கவர் இருபத்தெட்டு ரூபாய் என்றார். அவ்வளவுதான் தூக்கிவாரிப் போட்டது எங்களுக்கு. இந்தச் சாப்பாடு 28 ரூபாயா? சாப்பாடே சரியில்லையே என்று மனம் நோக ஆரம்பித்தது.

ஒரு சாப்பாடு 28 ரூபாயாம் அதற்குள் இவன்வேறு கைக்கழுவிக் கொண்டானே என்ற கோபத்தில் சுரேசை முறைத்தேன். அவனும் என்னை ஒரு மாதிரி பார்த்தான். விலை தெரிந்த பின்பு ரசம் ஊற்றிக்கொண்டு சாப்பிடவே முடியவில்லை அழுகையே வந்து விடும் போலிருந்தது. அடக்கிக் கொண்டு பணத்திற்காகவாவது சாப்பிட வேண்டு மென்று இன்னொரு முறை ரசம் வாங்கிக் கொண்டேன். ரசத்தின் சுவையும் வெறுப்பை ஏற்படுத்தியது. அதை அவ்வாறே கீழே வைத்துவிட்டு கை கழுவிக் கொண்டேன்.

சிலம்புவும் சாப்பிட்டு முடித்த பிறகு 28 ரூபாய் வீதம் மூவருமாக 84 ரூபாயைக் கணக்கிட்டு, இதற்குப் பேசாமல் அந்தக் கடையிலேயே இன்னும் 10 ரூபாய் கொடுத்து இரண்டு பார்சல் வாங்கியிருந்தால் மூன்று பேருமே திருப்தியாகவும், சுவையாகவும் சாப்பிட்டு இருக்கலாமே என்று நொந்து கொண்டேன். எந்தக் கோபத்தையும் முகத்திலேயோ, வார்த்தையிலேயோ காட்டாமல் பார்வையிலேயே சுட்டான் சிலம்பு.

'எவ்ளோணா ஆச்சு...' என்று ஒரு 50 ரூபாயுடன், இரண்டு 20 ரூபாய் நோட்டுக்களையும் சேர்த்து நீட்டினேன்.

'88 ரூபா ஆச்சுங் சார்' என்றார்.

'84 ரூபா தானணே ஆச்சு மூணு பேருக்கு'

'உங்க ரெண்டு பேருக்கும் 28 + 28 = 56 ரூபா சார். அவருக்கு 32 ரூபா சார் மொத்தம் 88 ஆச்சுங்சார்' என்று கணக்குப் படித்தார்.

'32 ரூபாயா?' என்று சந்தேகித்தேன்.

'ஆமா சார். அவரு சிக்கன் கொழம்பு சாப்ட்டாருல்ல அதான்'

அவ்வளவுதான் இன்னொரு இடி இறங்கியது. யாரை என்ன சொல்வதென்று ஒன்றுமே புரியவில்லை யாருக்கும்...

பருக்கை

டேய்... கொடுத்துவிட்டு வாடா என்று கோபமாய்ச் சொல்லிவிட்டு, முன்னடியே தெரிந்திருந்தால் சாப்பிட்டே இருக்க மாட்டேனே என்று புலம்பியபடி கைக்குட்டையால் கையைத் துடைத்துக் கொண்டே போனான் சிலம்பு. 'யாரை நொந்து கொள்வது, யார் தின்ன பாடு' ஒன்றும் தெரிய வில்லை. சாப்பாடு எங்களுக்குச் சாபமானது.

இரண்டு ரூபாய் மிச்சத்தை வாங்கி சட்டைப்பைக்குள் போட்டுக்கொண்டு மூவரும் ஒருவர் பின் ஒருவராகத் தனித்தனியே நடந்தோம். நாங்கள் முடியோடு மொட்டை யடிக்கப்பட்டதாய் மனதிற்குள் தோன்றியது. யாரும் யாருடனும் பேசிக்கொள்ளவில்லை. என்னால் யாருடனும் பேசாமலிருக்க முடியவில்லை. காசு கரைந்தது. மனசு கனத்தது. சாலையின் சத்தம் சங்கடப்படுத்தவில்லை. மௌனத்தை மட்டுமே உள்வாங்கிய காதுக்குள் இருவரின் புலம்பல் கேட்டது. திருந்தாத வயிறோ? திருப்தியடையாத வயிறோ? மீண்டும் அது சோறு கேட்டது.

"கந்தை யணிந்தோம் – இரு
கையை விரித்தெங்கள் மெய்யினைப் போர்த்தோம்
மொந்தையிற் கூழைப் – பலர்
மொய்த்துக் குடித்துப் பசித்துக் கிடந்தோம்
சந்தையில் மாடாய் – யாம்
சந்ததம் தங்கிட வீடு மல்லாமல்
சிந்தை மெலிந்தோம் – எங்கள்
சேவைக்கெல்லாம் இதுசெய் நன்றி தானோ?"
– பாரதிதாசன்

பதினைந்து மாணாக்கர்க்குக் குறையாமல் வகுப்பறையில் இருந்தும் யாருடனும் பேசாமல் தான் நகலெடுத்து வைத்திருக்கிற பிரதியை உற்றுப் பார்த்துக்கொண்டிருந்தான் செல்வா. அது வேறொன்றும் இல்லை குறுந்தொகையின் சில பக்கங்கள்தான். அதிலிருந்த ஒரு பாடலுக்கு இவனாக ஒரு மெட்டு போட்டுப் பாட முயற்சி செய்துகொண்டிருந்தான். எப்பொழுதும் வகுப்புத் தொடங்குவதற்கு 5 நிமிடங்கள் முன்பாகவோ, வகுப்புத் தொடங்கி 5 நிமிடங்கள் கழித்தோ வருவதுதான் சிலம்புவின் வழக்கம். ஆனால் இன்று 15 நிமிடங்களுக்கு முன்பே உள்ளே நுழைந்தான்.

'கொஞ்சந் தள்ளி ஒக்கார்றா சாம்பாரு...' அதிகாரமாய் செல்வாவை நகர்த்தினான் சிலம்பு.

‘சிலம்பரசா ... நான் இந்தப் பாட்டுக்கு மெட்டு போட்டுப் பாட்றேன் எப்டியிருக்குனு பாரு’ என்று தன் இசையை நுழைத்து தானே பாடினான் செல்வா. ஒரு கேலியானச் சிரிப்புக்குப் பிறகு சிரிப்பது போல் உதடுகள் விரித்து, ஆனால் சிரிக்காமலே பேசினான் சிலம்பு,

‘தம்பி.... இன்னா இருந்தாலும் நம்ம பாஸ்கரன் மாதிரிலா உன்னால பாட முடியாதுடா!’

‘பாஸ்கரனா? அவனா? ஏய்.. இன்னாடா சொல்ற?’

‘விநாயகர் சதுர்த்திக்கு நம்ம ஹாஸ்டல்ல பாட்டு பாடுனானே தெரியாதுனக்கு? ஓ ... ஆமா ... அப்ப நீ ஒடம்பு சரியில்லனு ஊருக்கு போயிட்ட அப்பதான் பாடுனா அவன். ஒரே கூத்தாப் போச்சு’

‘இன்னாடா ... எதனா கலாட்டாவா?’

‘இல்ல இல்ல ... அது மாதிரிக் கூத்து இல்ல. சுண்டலு, பொரிகல்ல, பழம் எல்லாத்தயும் எடுத்துவச்சிட்டு, சாமி கும்பிட யாருனா பாட்டு பாடுங்கடானா எவனுந் தெரி யாதுன்றான் ... அப்புறம் பாஸ்கரன் நான் பாடுற, நான் பாடுறன்னு வந்து இன்னா பாட்னான்னு கேக்கற? ‘சஷ்டியை நோக்கச் சரவண’ ன்னு முருகர் பாட்டு பாட்றான். எல்லாருக் கும் ஒரே சிரிப்புதான் என்னடா சினிமாவுல வர விநாயகர் பாட்டு கூட எதனா ஒன்னுப் பாடாம இந்தப் பாட்டு பாட்ற’ன்னு ஒருத்தன் கேட்டதுக்கு, அதெல்லாம் அண்ணந் தம்பிங்களுக்குள்ள அட்ஜஸ் பண்ணிக்குவாங்க ... தெரிஞ்சத தான பாடமுடியும்ன்னு சொன்னான். அப்புறம் 13ஆம் நெம்பர்ல ஒருத்தன் ஐட்டா இருப்பான்ல அவன், ‘அதான் ஞானப்பழத்துல ரெண்டு பேருக்கும் சண்டை யாயிடுச்சே தெரியாதாடா?’ன்னு கேட்டான். அதுக்கு பாஸ்கரன் ‘ஏ... அதெல்லாம் அப்போடி இப்ப சமாதானம் ஆயிட்டாங்க. எங்கூரு பிள்ளையார் கோயில்ல கூட இந்தப் பாட்டுதான் போட்றாங்க’ ன்னு சொன்னதும் கூட்டத்துல சிரிக்காதவங்க யாருமே இல்ல. கடைசியில பாட்டு பாட்னதுக்கு ஒரு பழம் கொடுத்துடணும்னு ஒரு சாத்துக்கொடி பழத்த வேற கைமா பண்ணிட்டான்’

‘அடேயப்பா பரவாயில்லயே ... அப்ப பாட்டு பாடுறதுல உன்னயே மிஞ்சிட்டான்னு சொல்லு’ என்றான் செல்வா.

சிலம்புவுக்குச் சற்றே முகம் சுருங்கியது. எப்பொழுதும் தான் ஒரு நல்ல பாடகன் என்று காட்டிக் கொள்வதில் சிலம்புவிற்கு சில பாடல்கள் மீது நல்ல அபிப்பிராயம். இளையராஜா இசையமைத்த பாடல்களையே அவன்

இதழ்கள் அதிகமாக முத்தமிட்டிருக்கும். ஒரு சமயம் கல்லூரி வளாகத்தில் நடந்ததொரு நாடகத்தில் பாடியதில் அவனுக்கு ஆசிரியர்களிடையேயும், சக மாணவர்க்கிடையேயும் நல்ல பெயர். அதிலிருந்து நாடகம் முடிந்தும், நாள்கள் கடந்தும் அந்த ராகம் அவன் குரலோடு இன்னமும் கூட்டாட்சி நடத்திக் கொண்டிருக்கிறது. இப்படியிருக்கும் அவன் நிலை நகைச்சுவையாகக் கூட நலிவடைவது அவனால் பொறுத்துக் கொள்ள முடியவில்லை. இருந்தும் செல்வாவின் வார்த்தை களுக்கு அடிக்கோடிடாமல் மேம்போக்காக விட்டு விட்டு பேச்சுக்கு மாறினான்.

‘அதுமட்டுமில்ல . . . இன்னொரு கூத்தயும் கேளு. நம்ம ரூம்லயும் பசங்க தனியா சாமி கும்பிட்டாங்களா . . . கரெக்டா அந்த நேரத்திலயும் அங்க வந்துட்டான் பாஸ்கரன். சரி எங்க ரூம்க்கும் ஒரு பாட்டு பாட்றான்னு கேட்டதுக்கு இன்னா பாட்டு பாட்னான்னு தெரியுமா? இந்த கல்யாணத்து முகூர்த்த டைம்ல பாடுவாங்கல்ல மந்திரம் . . . அதப்பாட்றான். எல்லாருக்கும் சிரிச்சே சுண்டல் மேலருந்த நெனப்பே போயிடுச்சு. அப்புறம் மூர்த்தி அண்ணன் மட்டும் கைநெறைய சுண்டல் அள்ளி, அவங் கையில குடுத்துட்டு ‘இந்தாடாப்பா நீ பாட்னதுக்கு . . . போதும் நீ உன் ரூம்க்கு போய்வா’ன்னு அனுப்பிட்டாரு’ என்று சிலம்பு முடிக்க முடியாமல் அவன் சிரிப்பு அவனைச் சிறைபிடித்தது.

‘அடப்பாவிகளா . . . இவ்ளோ நடந்திருக்குதே நான் மிஸ் பண்ணிட்டனே . . .’

‘சரி நீ இன்னா அக்கறையா பாட்டு கீட்டுலா வெச்சினு படிச்சிட்டுருக்க?’

‘அதெல்லாம் ஒன்னுமில்லடா சும்மாதான்’

‘பொய் சொல்றான்டா சிலம்பு. அவன் இப்பலேர்ந்து யு.ஜி.சி–க்கு படிக்க ஆரம்பிச்சிட்டான்’ என்று செல்வா மறைத்ததை பின்னாலமர்ந்திருந்த லெனின் சிலம்புவிற்கு காட்சிப்படுத்தினான். மீண்டும் அவனே,

‘ஏன்டா, சுரேஷ் எங்கடா ஆளக்காணோம்? ரெண்டு நாளா கிளாஸ்ல கூட ஆளுல்ல... கேட்ரிங்ல பயங்கரமா சம்பாதிக்கிறாம் போல...’ என்றான்.

‘அதான் ஒருத்தன் ஒடம்பு சரியாயி வந்துட்டான்ல, அதுக்கு பதிலா இன்னொருத்தன் ஊருக்குப் போயிட்டான் . . .’

‘என்னடா சொல்ற?’

‘செல்வா ஒடம்பு சரியாயி இங்க வந்துட்டான். அதுக்குப் பதிலா சுரேசு ஒடம்பு சரியில்லனு ஊருக்குப் போயிட்டான் . . .

ஆமா லெனின் ... சுரேஷ்க்கும் மஞ்சள் காமாலை வந்துடுச்சு... அவனும் ஊருக்குப் போயிட்டான் ... நம்ம கிளாஸ்ல எப்பதா அட்னன்ஸ் ஃபுல்லா பிரசண்ட் ஆயிருக்கு ...'

'அய்யோ ... அப்ப டிப்ளமோக்கு டிடி எடுக்கணுமே அவன்' என்று பதற்றமானான் அவன்.

'அப்டியா ... சரி பாத்துக்கலாம் விடு.. நாங் கேட்டு சொல்றேன்' என்று பொறுப்பேற்றுக்கொண்டான் சிலம்பு.

மாலையில் வகுப்பு முடிந்து சிலம்பு என்னிடம் எழுந்து வந்தான். 'கொஞ்சம் வாடா' என்று செல்வாவின் அருகிலே அழைத்துச் சென்றான். குனிந்து கொண்டு எழுதிக்கொண் டிருந்த செல்வாவின் முகத்தையும் நிமிர்த்தி ...

'இன்னைக்கும் நாளைக்கும் கேட்ரிங் போலான்டா ... இன்னா சொல்றிங்க?' என்றான்.

'ஏன்டா ... யு.ஜி.சி.–க்குப் படிக்கணும்ற ஐடியாவே இல்லயா உனக்கு?'

'படிக்கணும்தான். சரி யுஜிசி–க்கு அப்ளிகேஷன் போடும் போது பணம் கட்டணும்ல அதுக்கு என்ன பண்ணுவ?'

'ஓ ... அது ஒன்னு இருக்குல்ல ... சரி அதுக்கு ஒரு டேநைட் பாத்தா போதுமே ... ரெண்டு நாளு எதுக்கு போணும்ற?'

'நமக்குப் போதும்டா ... சுரேஷ்க்கு வேற வேணும், அப்புறம் அவனுக்கு டிடி வேற எடுக்கணும்றானே லெனின் அதுக்கும் வேணும்ல ...'

'என்னடா இப்டி சொல்ற?' என்று தயங்கினேன்.

'டே வாடா ... ரெண்டு நாள்தான, அப்புறம் ஒக்காந்து படிக்கலாம்' என்றவன் செல்வாவைப் பார்த்து,

'நீ இன்னாடா மூடிட்டுருக்க? ஒன்னுமே சொல்ல மாட்ற..' எனக் கேட்டான்.

'டே சாமி நீ ஆளவிட்றா ... நானே இப்பதான் ஒடம்பு நல்லாயி கிளாஸ்க்கு வந்திருக்கேன் ...' என்றான் செல்வா.

'நாங்க மட்டும் போனாப் பத்தாதுடா நீயும் வாடா செல்வா. சுரேஷ் கோசரமாவது வாடா' என்று கெஞ்சலானான்.

இருவரும் சம்மதமாகி, புத்தகங்களை வகுப்பறை மேசையின் அடியிலேயே வைத்துவிட்டு சிலம்புவுடன் அவசர அவசரமாகக் கிளம்பினோம். அங்கு சென்ற பிறகு தான்

தெரிந்தது, நாங்கள் போகவிருந்த இடத்திற்கு வேறு ஆட்களை அனுப்பிவிட்டிருந்தனர். சிலம்பு ஏஜெண்டிடம் சென்று பேசினான். நாங்கள் அறையில் ஆளில்லை அதனால் வேறு ஆட்களை அனுப்பியதாகத் தெரிவித்தார் அவர். இதனை நம்பிக்கொண்டுதானே இவ்வளவு கோட்டை கட்டினோம் என்று சிலம்பு பயப்பட ஆரம்பித்தான். பின்பு பணத்திற்கு முன்பு பூசலார் நாயனாருக்குக் கூட புலம்பல் புராணம் தானே எழுத முடியும். செங்கல் விலையைக் கேட்டால் அவர் சேவகமே செய்யமாட்டார்.

அலைபேசி அழைப்பில் ஆழ்ந்துவிட்டு மீண்டுவந்து சிலம்புவை அழைத்த ஏஜெண்ட் வேலைக்கு மூன்று கிலோமீட்டர் தூரத்தை நடக்க விட்டார். கால்கள் வலித்தன. அவை நடப்பதற்கு மேலும் சக்தியற்று இயங்க மறுத்தன. செல்வா அடிக்கடி கீழே குனிந்து தன் கால்முட்டிகளின் மேல் கை ஊன்றியவாறே நின்று கொண்டான். வழியில் விசாரித்ததில் எல்லாரும் நேராகச் செல்லுங்கள், ஒரே சாலை தான் என்றனர். பணமே இல்லையென்றாலும் போதுமே ஏன்தான் இவ்விடத்திற்கு வந்தோமோ என்று கூட வந்தவர்கள் புலம்பினர். அதோடு எங்களை அனுப்பிய வரையும் அகராதியில் இடம் பெறாத வார்த்தைகளால் அளந்தெடுத்தனர்.

கண்படும் தூரத்தில் தண்டவாளம் தெரிந்தது. பாதி ஜீவன் வந்தது ஆனால் எங்கள் தண்டவாளமாகிய இரண்டு கால்களும் தளர்ந்து போயின எல்லாருக்கும். எனக்கும் அழாத குறைதான். தகாத வார்த்தைகளை தவறவிட்டவர் களில் நானும் பங்கு பெற்றேன். மண்டபத்தின் பெயர் சொல்லி விசாரித்து ஒருவழியாக அங்கு சென்று மண்டபத் தின் முகத்தைப் பார்த்தபோது ஓங்கி ஒரு குத்து விட வேண்டும் போலிருந்தது. நுழைந்ததுமே சாப்பாடு பரிமாறும் பகுதிக்குச் சென்று தண்ணீர் தேடினான் செல்வா, சிலம்புவும் நானும் அவன் பின்னாலே சென்றோம்.

இடையில் எதிர்ப்பட்ட சமையல் ஏஜெண்ட் எங்களைப் பார்த்ததும்,

'ஏம்பா எவ்ளோ நேரம்பா? நேரத்துக்கே வர மாட்டீங்களா?' என்று தாக்கினார். அதற்கு சிலம்பு

'காலைல 9 மணிலேருந்து நடநடன்னு நடந்து வந்து கிட்டேதான் இருந்தோம் இப்பதான் வர முடிஞ்சது' என்று எதிர் தாக்குதலைப் பலப்படுத்தினான்.

'சரி சரி டீ ரெடியா இருக்கு. எடுத்துட்டுப்போயி அந்த கப்பயும் எடுத்துகிட்டு, வாசல்ல நின்னு வர்றவங்களுக்கெல் லாம் ஊத்திக் குடுங்க' என்று சொல்லி எங்களைச் சமையலறைப் பக்கம் அனுப்பினார்.

பருக்கை

'தெ... பையன்... வந்தவொடனே வேல வெக்கிறாம் பாரு... ஏன் நமக்கு முன்னாடியே வந்து ஒக்காந்துனுருக் காங்களே இவனுங்கிட்டலாங் குடுத்தனுப்புறது...?' என்று பொறுத்துக் கொண்டு நடந்து வந்த சிலம்புவே திட்டிவிட் டான்.

பிறகு சமையறையில் சென்று தேநீர் பாத்திரத்தைச் சிலம்பு எடுத்துக்கொள்ள, நான் அதை ஊற்றிக் கொடுக்க வாங்கி வைத்திருந்த பிளாஸ்டிக் டம்ளர்கள் எடுத்துக் கொண்டு வரவேற்பு நிகழுமிடத்திற்குச் சென்றோம். எல்லாருக்கும் ஊற்றிக் கொடுத்த பிறகு சிறிது ஓய்வு கிடைத்ததும் சிலம்பு ஒரு டம்ளரில் தேநீரைப் பிடித்து என் கையில் கொடுத்தான்.

'டே நாந்தா டீ குடிக்க மாட்டனே... மறந்துட்டியா?' என்றேன்.

'நீ ஒருத்தன்டா டீயும் குடிக்கமாட்ட.. பிரியாணி தின்னமாட்ட இம்சடா உங்கூட...' என்று அதனை அவனே குடித்தான்.

'இதுல உனக்கென்னடா கஷ்டம்? இது டீ இல்லடா மலையக தோட்டத் தொழிலாளர்களோட ரத்தம். கிளாஸ்ல சொன்னது ஞாபகமில்லயா? இல்ல 'எரியும் பனிக்காடு' படிக்கலயா?

'இல்லடா இன்னும் படிக்கல. அதான் படிச்சிட்டு படிச்சிட்டு புக்க நீங்களே அமிக்கி வெச்சிக்கிறீங்களே...' என்றான்.

'ஏய்.... உங்கிட்ட இல்லன்னு எனக்கெப்பர்றா தெரியும்? நீ கேட்டு நான் குடுக்காம விட்டனா...? என்று பதிலுக்குப் பதில் பேச ஆரம்பித்தேன். எங்கள் வாய்ச்சண்டை வலுக்கு முன்னே முதுகில் நீண்ட பையுடன் ஒருவர் உள்ளே நுழைந்து,

'ஏங்க... ஒரு டீ ஸ்ட்ராங்கா கெடைக்குங்களா?' என்றார்.

'ஸ்ட்ராங்கா டீ கேன்தான் சார் இருக்கு. டீ தண்ணியா தான் இருக்கு. ஏன்சார் இது என்ன டீக்கடைங்க்லா?' என்றேன். சிலம்பு அவருக்கு டம்ளரில் டீ பிடித்துக் கொடுத்தான்.

'சும்மாக்கிண்டல் பண்ணாந் தம்பி' என்றார் அவர்.

'பரவால்லண்ணே நாங்களும் சும்மாதான் கேட்டோம். அதென்ன அது பின்னாடி நீட்டா?' என்று அவர் முதுகில் மாட்டியிருந்த பையைச் சந்தேகித்துக் கேட்டேன்.

'அது கிட்டார் கண்ணா' என்று கொஞ்சலாகச் சொன்னார்.

‘ஓ . . . நீங்க பாட்டுக் கச்சேரிக்கு வந்துருக்கீங்களா?’ நீங்களும் ஸ்டைலா இருக்கிங்க . . . உங்க கிட்டாரும் பின்னாடி ஸ்டைலா இருக்கு’ என்றேன்.

‘தேங்க்ஸ் டியர் . . .’

‘நான் ஒரு உதவி கேக்லாங்களா உங்ககிட்ட?’

‘உதவியா? எங்கிட்டியா? சொல்லுப்பா . . .’

‘இவன் என் ஃப்ரெண்டு, நல்லா சூப்பரா பாடுவாண்ணே உங்க கச்சேரியில கடைசியா ஒரு சான்ஸ் தர்றீங்களா இவனுக்கு . . .? ஒரே ஒரு பாட்டுண்ணே . . . உம்...ப்ளீஸ்’ என்று சிலம்புவை அடையாளங் காட்டிக்கொண்டே சொன்னேன். அதெல்லாம் எதற்கடா கேட்கிறாய் என்பது போல் என் கையை இழுத்தான்.

‘பாட்டா... நல்லாப் பாடுவியாத் தம்பி?’ என்று அவனைப் பார்த்துக் கேட்டார். சிலம்புவும் தலையாட்டிக் கொண்டு வெட்கத்தைக் கண்களில் வெளியிட்டான்.

‘எங்க காலேஜ்ல பாட்டுப்பாடி பிரைஸ்லாம் வாங்கி இருக்காண்ணே இவன்’ என்றேன் நான்.

‘சரிப்பா . . . பட் கன்ஃபார்மா சொல்ல முடியாது . . . லாஸ்ட் டைம்ல பாக்கலாம்’ என்று சொல்லிவிட்டுச் சென்றார். எதற்கு பரிசு எல்லாம் வாங்கியதாகப் பொய் சொன்னாய் என்று முறைத்தான் சிலம்பு. இருக்கட்டும் அப்பொழுது தான் வாய்ப்பு கிடைக்கும்... தைரியமாகக் கொடுப்பார்கள் என்று அவன் வாயடைத்தேன் . . . சிலம்புவின் மேடையேற்றக் கனவுகளின் சிறகு மெல்ல விரிய ஆரம்பித்தது. என்ன பாடலைப் பாடலாம் என்று இப்பொழுதே யோசிக்க ஆரம்பித்தபோது செல்வா வந்தான்.

‘டே அங்க எல போடச் சொல்லிக் கூப்பர்றாங்க வாங்கடா’ என்று கத்தினான்.

நாங்கள் செல்வாவின் பின்னாலே உள்ளே நுழைந்தோம். ஏஜெண்ட் நம்முடன் வரவில்லை இதுதான் சரியான நேரம். இன்று நீ கண்டிப்பாகப் பாடுகிறாய். வேலையே இல்லை யென்றாலுங்கூடப் பரவாயில்லை என்று சிலம்புவின் காதருகே முணுமுணுத்துக்கொண்டே வந்தேன். நல்ல பாடலாக, அழகாகப் பாடு என்றும் செல்லமான எச்சரிக்கை செய்தேன். நான் சென்று இலைக்கட்டைப் பிரித்து அடுக்கி னேன். தயாராகி விட்ட சாப்பாடு வகைகளைச் சமையலறை யிலிருந்து வெளியே எடுத்துவர சிலம்பு செல்வாவுடன் சென்றான். ஏற்கனவே சகாக்கள் சில பொருட்களை வெளியே எடுத்துக் கொண்டு வந்து வைத்திருந்தனர்.

'இத புடிடா வாடா எடுபிடி' என்று பாத்திரத்திலிருந்து உணவினைத் தூக்குவதற்கு சிலம்புவை அழைத்தான் செல்வா.

'மொதல்ல நீ தூக்குடா சட்டிபிடி' என்று பதிலடித்தான்.

ஒரே காரசாரமாக தெரிந்த குழம்பைப் போல வேலையும் துவங்கியது. ஆனால் என் காதுகளுக்குப் பாட்டுக் கச்சேரியே கேட்டுக் கொண்டிருந்தது. எப்போது மூன்று பந்திகள் முடியும், எப்போது சிலம்புவைப் பாட அனுப்பலாம் என்று ஏங்கித் தவித்தேன். இலை போட்டுத் தண்ணீர் வைக்கத் தொடங்கும் போது, எங்களில் சிலர் நாற்காலியைச் சுவற்றின் ஓரமாகப் போட்டு அதன் மீது ஏறி நின்றனர். அவர்கள் கையில் சுருட்டி வைத்திருந்த பை போல ஏதோ ஒன்றிருந்தது. அதனை விரித்து சுவற்றிலிருந்து சன்னல் கம்பிகளோடு தொடர்பு படுத்தி, கயிறு இணைத்துக் கட்ட ஆரம்பித்தனர். என்னவாக இருக்கும் அது என்று எல்லாருடைய கவனமும், பார்வையும் அவ்விடமே சென்றது.

வேலை செய்வதில் யாவருமே மந்தமானோம் . . . அவர்கள் அதைக் கட்டி முடித்துக் கீழே இறங்கியதும்தான் அந்த விளம்பரத்தை முழுமையாகப் பார்க்க முடிந்தது. அது எல்லாரிடையேயும் ஒரே ஆச்சர்யத்தையும், அதே சமயம் நகைச்சுவையையும் ஏற்படுத்தியது. அதில்வேறு திரைப்பட விளம்பரத்திற்கு பிம்பம் கொடுக்கிற நடிகர் மாதிரி ஒருவர் அலைபேசியில் பேசும் காட்சி. அடக்க முடியாத சிரிப்புடன் செல்வா,

'டேய் சிலம்பரசா அங்க பார்றா கூத்த . . .' என்று அதைக் காட்டி பேச ஆரம்பித்தான்.

'இன்னாது . . . அருப்புக்கோட்டை அறுசுவை பாண்டியன் கேட்டரிங் சர்வீஸா . . .' ஒவ்வொரு வார்த்தைக்கும் இடைவெளி விட்டுப் படித்தான்.

'ஆமான்டா . . . அவ அவன் மண்டபத்துக்கு வெளிலதான் பேனர் வெச்சி உயிர வாங்குறானுங்க. இவ என்னடான்னா கேட்ரிங்க்கு கூட பேனர் அடிச்சி வெச்சிருக்கானேடா. அதுவும் அங்கபாரு அவம் பேனர் அடிச்சிருக்கிற ஸ்டைல.. அர மண்டைய வெச்சிகிட்டு இதுல ஹீரோ மாதிரி போஸ் வேற கொடுக்குறான் அந்த அரமண்டையன் அறுசுவை பாண்டியன்.

'எவன்டா கண்டுபுடிச்சா இந்த பேனர் கல்ச்சர? எங்கப் பாத்தாலும் பேனர் வெச்சிட்றானுங்க எதுக்கெடுத்தாலும் பேனர வெச்சிட்றானுங்க. அந்தக் காலத்துல 'பூக்கடைக்கு

விளம்பரம் தேவையா'ன்னு சொன்னாங்க. இப்ப இன்னான்னா பூக்கடைக்கே விளம்பரம் வெக்கிறானுங்க. இப்படிலாம் பேனர் வெக்கிறவனுங்க தொல்லையேத் தாங்க முடில. இதுல கேட்ரிங்காரனுங்களுக்கு இவன் வேற புதுசாக் கத்துக் குடுக்கிறான். ஏற்கனவே மண்டபத்துக்குள்ளாறவே நொழைய முடியாம வாசல எல்லாத்தையும் அடைச்சி வெச்சிற்றாங்க இது பத்தாம சாப்பட்ற எடத்துல கூடவா இந்த இம்ச..' மேலும் சலித்துக் கொண்டான் சிலம்பு.

'போடா இவனுங்களுக்கு வேற வேல இல்ல. நீ வாடா நாம போய் தண்ணி வெக்கலாம்..' என்று சிலம்புவைத் திசை திருப்பிவிட்டு செல்வா வாளியில் தண்ணீர் எடுத்துவர நடந்தான். சிலம்பு என்ன பாடல் பாடுவான்? பெரும்பாலும் சோகப் பாடல்கள் தானே பாடிக்கொண்டிருப்பான். இது வரைக்கும் பாட்டுக் கச்சேரிகளில் பாடுகிற மாதிரியானப் பாடல்களை அவன் பாடி நாம் கேட்டதே இல்லையே என்றெல்லாம் சிந்தித்த படியே நான் வேலை செய்து கொண்டிருந்தேன். சமையல்காரக் கிழவர் வந்து சாம்பார் பாத்திரத்தின் மேலிருந்த மூடியைத் திறந்து உப்புத்தூளை அதில் கொட்டிக் கலக்கி, அதன் சுவை இப்போது நிறைவேறி விட்டதா என்று சோதனையும் செய்து,

'இந்தாப்பா ... சாம்பாரையும் எடுத்துட்டுப் போ' என்று எனைப் பார்த்து ஆணையிட்டார்.

'சரிங்க ஐயா...' என்று இயற்கையாகவே நான் மறந்தாலும் என்னைத் தேடி வந்த சாம்பார் வாளியைத் தூக்கினேன். அதிலிருந்து வந்த வாசனையிலே சாம்பார் பூரணத்துவம் அடைந்திருப்பதை என் மூளைக்கு மூக்கு உணர்த்தியது. ஆசையோடு அதைச் சுமந்துகொண்டு சென்ற எனக்கு இன்று சாம்பார் ஊற்றிக் கொண்டு நன்றாக சாப்பிட வேண்டு மென்றும், அதிலிருக்கும் முருங்கைக்காய், கேரட் இரண்டினை யும் காயாக எடுத்து வைக்கச் சொல்லி சாப்பிட வேண்டு மென்றும் தோன்றியது.

ஆமாம் இப்பொழுது இப்படித்தான் நினைப்போம். கடைசியில் நடப்பது வேறு தானே. இதுவரைக்கும் பட்டும் புத்திவரவில்லையே நமக்கு என்றும் நினைத்துக் கொண்டேன். என்ன இருந்தாலும் நாளைக்கு நான் உலை வைக்கப் போவதானாலும் இன்னைக்கு நாத்து தானே நட்டுக் கொண்டிருக்கிறேன். இவ்வாறாக ஆசைகளைக் கூட்டியும் கழித்தும் கொண்டிருக்கிற என் சிந்தனைப் பெருக்கல் மனதை வகுத்து என் வழிக்குக் கொண்டு வருவதற்குள் ஓரிருவருக்கு சாம்பார் ஊற்றி விட்டிருக்கிறேன்.

பருக்கை

‘ச்சே ... இதென்னடா, பசியோட சாப்பாடுன்னு வந்து ஒக்கார்றவங்களுக்கு ஏனோதானோனு பரிமாறிக்கிட்டு இருக்கோமே’ என் மண்டையைப் புத்தியால் திட்டிக் கொண்டேன். எவ்வளவு கோபமாக ஆனாலும் அதனைப் பொறுத்துக் கொண்டு பரிமாறுவது என் வழக்கம். வேலை முடிந்து கடைசி நேரத்தில் வந்து கேட்டால் கூட மறுக்கக் கூடாதென நினைப்பேன். சாப்பாடு என்று வந்தவர்களுக்கு பரிமாறாமல் போவதற்கு மனம் ஒத்துழைப்பதில்லை. பந்திகளில் பரிமாறும் போதெல்லாம் ஒரு முறையாவது நான் படித்த அந்த நாட்காட்டிப் பொன்மொழியை நினைவு கூறாமல் இருப்பதில்லை. சாப்பாடு போடும் வேலையில் சாப்பிடுவோர் முகம் கோணாத அளவு பரிமாறும்போது உங்களுக்குள்ளேயே ஒரு திருப்தியுணர்வு உண்டாகும். அப்போது இதை நினைத்துக்கொள்ளுங்கள் என்று நண்பர்களிடையே

‘எப்படி வேண்டுமானாலும் சமையுங்கள், ஆனால் அன்போடு பரிமாறுங்கள்’ என்று அதை நான் அடிக்கடி ஆலாபனை செய்வதுண்டு.

ஒரு சிலர் சாம்பார் ஊற்றிவிட்டுப் போகும் போதே ரசம் மாதிரி அது ஒரு பக்கம் போகும். சாம்பார் ஊற்றுவது என்பது ஒரு கலை, அதிலேயும் சாப்பிடுகிறவர்கள் பாராட்டு கிற மாதிரி சாம்பார் ஊற்றுவது ஒரு சாதனை. அந்தப் பாராட்டுதல் அவர்கள் முகத்திலேயே தெரியும். ஒரு தலை ஆட்டுதலிலோ, ஒரு தேங்க்ஸ்–லோ, விழிகள் விரிய அவர்கள் தரும் சிறுபுன்னகையிலோ, ஒரு சுருங்கிய முகம் சாம்பார் ஊற்றியதில் மயங்கி மலர்வதிலோ அது தெரியக் கூடும். அந்தக்கலை சாப்பிடுவோரை இன்னுங் கொஞ்சம் ஊக்கப் படுத்தும். சில நேரத்துளிகள் கடந்து நம்மிடமே இன்னொரு தேவையை எடுத்து வந்து பரிமாறச் சொல்லும் பொழுது, நம்மால் புரிந்து கொள்ள முடியும் சாம்பார் ஊற்றுவதில் நாம் வெற்றி பெற்றிருக்கிறோம் என்பது. இது எங்களுக்கும் திருப்தி தரும்.

என்னதான் பணத்திற்காக வேலை செய்தாலும், செய்பவர்க்கென்று வேலையில் ஒரு திருப்தி இருக்கும். இது எல்லாத் தொழில்களிலும் உண்டு. எங்கள் தொழிலில் எங்களுக்கு திருப்தியென்பது இதுதான். செய்தல் ஒரு கலை. கலையென்று அடையாளப்படுத்தியவர்களே நாம்தான். முன்பெல்லாம் கலைக்காகத்தான் பணத்தைக் கொடுத்தார்கள். இப்போதுதான் பணத்திற்குக் கலையைக் கொடுக்கிறார்கள்.

கரண்டியைப் பிடிப்பதிலும், சாப்பாட்டுக்குத் தேவை யான அளவு சாம்பாரைக் கரண்டியில் மொள்ளும் பொழுதும்,

கீழே வழியாது பாழாகாமல் ஊற்றுவதிலும் ஓர் ஆசை உண்டு. சில நேரங்களில் இலையிலிருப்பது நமக்கான சாப்பாடு என்பதாக எண்ணிக் கொண்டே, அளவோடு சாம்பார் ஊற்றிக் கொள்ளும் ஆசையை உண்டாக்கிக் கொள்வதுண்டு, முதல் முறை உண்ணும் பொழுதே காய்த் துண்டுகள் கலந்திருக்க வேண்டும். இல்லையா இரண்டாவது முறை காய்களை மட்டும் எடுத்து வைக்க வேண்டும். இது சாப்பிடுவோரை நமக்கு ஓர் உறவினராக்கும். அவர்கள் இலையில் சோற்றைப் பாத்திக் கட்டிப் பங்கு பிரிக்கும் போது, அந்த பாகத்திற்குத் தகுந்த மாதிரி கரண்டியில் சாம்பாரை அளவிடுதலில் ஒரு சாணக்கியன் ஒளிந்து கொண்டு இருக்கிறான்.

ரசம் ஊற்றுவதில் கூட உத்தி இருக்கிறது. சோற்றை அது தழுவிக்கொள்ளும்படி இலையை விட்டு நழுவாதபடி ஊற்றத் தெரிய வேண்டும். சோறு கட்டியாக இல்லாமல் உடைத்து தயார் நிலையில் வைத்திருந்தால் ரசம் ஊற்றுவது சுலபம். ரசத்தை ஒரே இடமாக ஊற்றாமல், சோற்றுக்குள் வட்டமாக ஊற்ற வேண்டும். தோசை ஊற்றும் போது மாவை வட்ட மாகத் தேய்ப்பது போல ரசத்தை ஊற்றினால், ஊற்றும் போது சோறு நனைந்து, ஊற்ற வேண்டிய அளவைத் துல்லியமாய்த் தெரிவிக்கும். சாப்பிடுகிறவர்களுக்கும் எளிதாக இருக்கும். ரசம் ஊற்றும்பொழுது இலையைத் தூக்கிப் பிடித்துக் கொள்ளும் ஒவ்வொருவரும் இச்செயலால் பூரிப்படைவது உண்டு. சமையல் குறிப்பு போலத் தெரிந்தாலும் இவையெல்லாம் எங்களுக்குச் சாதாரணமாகத் தெரிந்தவை அல்ல.

இப்படியெல்லாம் பார்த்துப் பார்த்துப் பரிமாறுபவர்களா? இவ்வளவு நல்லவர்களா இவர்கள்? என்றெல்லாம் நினைத்து விடாதீர்கள்... நான்குப்பேர் நன்றாகப் பரிமாறினாலும் நான்குப்பேர் இலை தெரியாமல், ஆள் தெரியாமல் அடித்துத் தள்ளி போய்க்கொண்டே இருப்பவர்களும் உண்டு... அது மட்டும் அல்ல எங்களை ஏதாவது சொல்லிவிட்டாலோ, ஏடாகூடமாக யாராவது பேசி மாட்டிக் கொண்டாலோ, பரிமாறலில் குறை இருந்தாலும் அதைச் சொல்லி விட்டாலோ மொத்தத்தில் எங்களை முறைத்துக் கொண்ட யாராக இருந்தாலும் சரி அவன் அப்பொழுது நிம்மதியாகச் சாப்பிட்ட மாதிரிதான். ஒவ்வொரு பொருளுக்கும் அந்த நபரைக் காயவிட்டு, தாமதப் படுத்தியே தவிக்க விடுவோம்.

ஓர் இடத்தில் இவ்வாறு செய்து அந்த மண்டபத்திலேயே ஒரு நபர் பிரச்சனை செய்ததும் உண்டு... எங்கள் சபையில் இராஜாக்களும் நாங்களே கூஜாக்களும் நாங்களே. பேசிக்

கொண்டே இருந்ததில் மூன்றாவது பந்தியே முடிந்துவிட்டது. அய்யய்யோ! சிலம்பு எங்கே இருக்கிறான். பாட்டுப் பாடப் போனானா? இல்லையா? தெரியவில்லையே.. யாரோ மீண்டும் பிரிஞ்ச் சாதம் கேட்டிருப்பார்கள் போலத் தெரிகிறது அதைத் தூக்கிக் கொண்டு வேகமாக கடைசி வரிசைக்குப் போய்க் கொண்டிருந்தான். நான் ரசத்தை இன்னொருவர்க்கு ஊற்றி விட்டு சிலம்புவின் வரிசையில் யாரோ ரசம் கேட்பது போல் பாசாங்குடன் அங்கு போனேன். சிலம்புவை மெல்ல இழுத்து,

‘ஏன்டா சிலம்பு என்னடாப் பண்ணிட்டிருக்க?’ என்றேன்.

‘ஏன்டா?’

‘ஏன்டாவா? பாட்டுப் பாடப் போலயா?’

‘போகணும்டா ஆனா இத உட்டுட்டு எப்டி போறதுன்னே தெரியல. எவனா எதனா சொல்வானே?’

‘போடாக் கேனப்பு... நான் வேலையே இல்லனாலும் பரவாயில்லை, நீ அதப்பாருடான்னு சொல்றேன். நீ என்னடான்னா இந்த சொரண்டி தின்ற நாய்ங்களப் பத்திப் பேசிட்டிருக்க?’

‘ஏய் மூட்றி... லூசு மாதிரிப் பேசாத. வேலைக்கினு வந்துட்டப் பின்னாடி இவனுங்களுக்குப் பதில் சொல்லாம இருக்க முடியுமா? சொல்லித்தானே ஆவணும்? பந்தி முடியற மாதிரி இருந்தா நானே போய்க்கிறேன்’

‘நொட்ன. என் வாயக் கௌறாதடா அப்புறம் அசிங்க சிங்கமா பேசிடுவேன். பந்தி முடிஞ்சிபுட்டா அப்புறம் எவன் இருப்பான்? பாட்டுக் கச்சேரி ஆளுங்களேதான் தின்றதுக்கு வந்துருவானுங்கல்ல, என்ன மறந்துட்டியா?

‘ஐயோ ஆமாண்டா அப்போ அவனுங்களே இங்க வந்துருவானுங்களே... இன்னாடாப் பண்றது?’

‘ம்ம்... வெங்காயம் பண்றது. உனக்கெல்லாம் புத்தி வேல செய்தா இல்லயாடா? வெய் அந்தப் பேஷன, வெச்சிட்டுக் கௌம்பு. பாத்ரூம் போற மாதிரிப் போய் நாம பேசனமே அந்த அண்ணங்கிட்டப் போய்க் கேளு. ஓ.கே.வா?’ என்றேன். நான் சொன்னது சரியாய்ப்பட்டதும் அவ்வாறே செய்வதெனக் கிளம்பினான் சிலம்பு.

கச்சேரி மேடையருகே சென்றான். ஒலியளவு அவன் செவிப்பறையைப் பலமாய் வாசித்தது. என்ன பாடல் பாடுவானோ என்று எனக்குள் இருந்த சந்தேகப்பயம், என்ன பாடல் பாடுவது என்று அவனுக்குள்ளும் தேடல்

பயமாக இருந்தது. மேடையின் அருகே கீழே ஒரு பக்கமாய் நின்று உதவுவதாய் உறுதியளித்தவரைத் தேடினான். அவர் கிட்டாரைக் கையில் பிடித்து அழுத்திக்கொண்டு அதில் விரல்களால் ஏதோ கிறுக்கிக் கொண்டிருந்தார். இவனைப் பார்த்ததும் அவர் கண்களால் சாடை செய்து தலையசைத்தார். அவரின் கண்ணில் ஒரு கருணை இருப்பதாகத் தெரிந்தது சிலம்புவிற்கு. இந்தக் கருணைதான் தன் இத்தனைக் கால தாகத்திற்குத் தீர்வாகப் போகிறதா என்று எண்ணும் போது அவனுக்குள்ளே மழை பெய்தது, அவனுக்குள்ளே இராகம் முளைத்தது.

எத்தனை முறை வேலைக்குப் போனபோதெல்லாம் பாட்டுக் கச்சேரியை எண்ணி ஏங்கியிருக்கிறோம். பாடு பவர்கள் குரலை, உச்சரிப்பை, மெட்டுக்கு ஏற்ப பாடாதது என்றெல்லாம் எத்தனை எத்தனை விமர்சனங்கள் செய்திருக் கிறோம். இந்த இடத்தில் சரியாகக் குழலூதவில்லை, இங்கு ட்ரம்ஸ் வாசித்தது சரியில்லை இப்படியெல்லாம் எத்தனை களாக இருக்கிற இத்தனைக்கும் இன்று விமோட்சனமா?

கழிவறைக்குள் முணுமுணுத்து, வகுப்பறைக்குள் வளப் படுத்தி, ஒற்றைவழிப் பாதையமைதியில் ஓங்காரமாய்ப் பாடி, தான் வாழ்ந்த முக்காடுக்கு இன்று முகவரி கிடைக்கப் போகிறதா? கவிதைகள் காதலியாகி, பாடகர்கள் உறவினர் களாகி, இராகத்தை ரசித்து, இராத்திரிகள் தொலைத்து, பாடல்கள் இசையில் ஐக்கியமாயிருப்பதை ஆராய்ந்து பைத்தி யமானதற்கு இன்றுதான் பட்டம் பெறப் போகிறோமா?

சிலம்புவின் சிந்தனை சீராய் இல்லை. நேர்க் கோட்டி லிருந்து நழுவி விரவி அகலப்பாதையில் அங்கலாய்த்தது. அவன் நெஞ்சுக்குள் மின்மினிகள் ஊர்வலம், காதைச் சுற்றி குயில்களின் கும்மாளம், கற்பனைச் சொர்க்கத்தில் அவன் கால்கள் மிதந்தன. கைகளைப் பிடித்து அழைத்தது ஏதோ. மீண்டும் பலமாய் அழைக்கப்பட்ட போதுதான் தெரிந்தது அவன் அழைக்கப்படவில்லை இழுக்கப்பட்டிருக் கிறான் என்பது. அவன் கற்பனைப் பட்டத்தைக் காற்றே அறுத்தது. திரும்பிப் பார்த்தவன் திடுக்கிட்டான். கல்யாண வீட்டுக் காரன் கையைப் பிடித்து இழுத்திருக்கிறானே என்ன சொல்லப் போகிறானோ? ஐயோ இப்படி மாட்டிக் கொண்டோமே, இது நமக்கு மட்டுமில்லாமல் சமையல்காரர், ஏஜெண்ட் எல்லாருக்கும் பாதிப்பு ஆயிற்றே என்றெல்லாம் அவன் யோசிக்கும் முன்பே மாப்பிள்ளையின் அப்பா கேட்டார்.

‘ஏப்பா ... நீயி கேட்ரிங்க்கு வந்த பையந்தான?’

‘ஆமாங் சார்’ என்று முழுங்கினான். அவன் சொல்லா விட்டாலுங்கூட அவன் உடுத்தியிருந்த வெள்ளைச் சட்டையே அவனை அடையாளப் படுத்திக் காட்டியது.

‘ஏய்யா வேலைக்கினு வந்துப்புட்டு நீ பாட்ன்னு இங்க வந்து நின்னுங்கிற. எங்கயா உன்ன வேலக்கி கூட்டினு வந்தவன்? கூப்டுயா அவன’,

‘சார் சார் சார்... நான் இப்பதான் சார் வந்தேன். ஒரு ரெண்டே நிமிஷங்கூட ஆகாது. இவ்ளோ நேரமா வேல செஞ்சிட்டுதான் சார் இருந்தேன்..’

‘என்னய்யா சாரு மோருன்னு, வேல செஞ்சவன் இங்க எதுக்கு வந்து நின்னுங்கிற? நீயி வந்துபூட்டனா வேலய எவயா செய்றவன்?’

‘சார் சார்... அது... அது வந்து சமையல் ஏஜெண்ட் இவங்க ஃபோன் நெம்பர வாங்கிட்டு வரச் சொன்னாரு. அதான் வந்தேன். பாட்டு முடிஞ்சதுமே வாங்கிட்டுப் போயிலான்னு நின்னுட்டிருந்தேன்...’ என்று நேரம் பார்த்து நேர்ந்து கொண்ட பொய்யை உண்மையாக்கினான்.

‘அதுக்குனு நேரங்காலங் கெடையாது, எல்லாரும் பந்திக்கு போயினு வந்துங்கிறாங்க, நீயி இங்க வந்துட்டா? போய்யா... போய் வேலயச் செய்யி’ அதிகாரத் தோரணையோடு ஆணையிட்டார் அவர். விட்டால் போதுமடா சாமி என்று விறுவிறுத்தான் சிலம்பு. வேகமாய் வந்தவன் என்னருகே வந்து நின்றான். அவன் வெள்ளை விழிகள் சிவப்பேறியிருந்தது.

‘என்னடா இங்க வந்து நிக்கிற? என்ன ஆச்சு?’ அவன் விழிகளைப் பார்த்துப் பதற்றமானாலும் பொறுமையுடனே கேட்டேன்.

‘இல்லடா அது...’ என்று அவன் ஆரம்பிக்கும் பொழுதே

‘தம்பி... மோர் இருந்தா கொஞ்சம் ஊத்துப்பா’ வேண்டுதல் விழுந்தது. வேலை வந்தது. திரும்பிப் பார்த்தவன் அசைவே இல்லாமல் மீண்டும் திரும்பினான்.

‘தம்பி உன்னத்தாம்பா மோர் இருக்கா?’ இல்லையென்றால் சொல்லிவிடு இலையை மூடிவிட்டுப் போய்விடுகிறேன் என்பது போலிருந்தது அந்தக் கேள்வி. பதில் சொல்ல வந்தவன் பாதியிலேயே சென்று மோர் வாளியைத் தூக்கினான். அவன் கண்ணீர்த்துளிகள் கரை உடைத்தன, மோரில் கொஞ்சம் உப்பு கூடியது. சில துளிகளுக்கு மேல் சிந்தவிடாமல் கையால் வழித்துக் கொண்டான். கடைசிப் பந்தி வந்தது. எங்களில் சிலரை மட்டும் உட்கார்ந்து சாப்பிடச் சொன் னார்கள். செல்வா கை கழுவிக்கொண்டு வந்து தயாராக

நின்றான். நான் செல்வாவிடம் சிலம்பு ஏதோ மனந்தளர்ந்து போயிருப்பதாகவும், அவனையும் அழைத்துக்கொண்டு வந்து சாப்பிடச் செய் என்றும் சொன்னேன். நானும் சிலம்புவினை சாப்பிடுமாறு பணித்தேன். அவன்,

'நீதானடா எப்பவும் மொதல்ல ஒக்காந்துடுவ. நீயே ஒக்காந்து சாப்பிடு' என்றான்.

'நீ இப்ப உக்காந்து சாப்பர்றயா இல்லயா?' என்று கோபமாய் நான் கத்தியதும், மேலும் பேச முடியாமல் கைகழுவப் போனான். செல்வாவிற்குப் பக்கத்திலேயே சாப்பிட அமர்ந்தான். இலையில் ஒவ்வொரு பொருளாக வைக்கப்பட்டது. 'எப்படியாவது இன்னைக்கு சுரேஷைவிட ரெண்டு சப்பாத்தியாவது அதிகமா சாப்பிடணும்' என்று எண்ணி இதுதான் இமய வெற்றியாகக் கருதும் சிலம்புவின் இருதயம் இன்று கனத்தது. அவன் கண்களுக்குச் சப்பாத்தி வைத்ததே தெரியவில்லை. பிரிஞ்ச் சாதம் சூடாய் கொண்டு வந்து வைத்திருப்பதையும் அவன் கை உணரவில்லை. செல்வா,

'என்னடா பண்ற பன்னி? பிரிஞ்சி சாதத்த போட்டு பெசுஞ்சிக்கினுகீற? என்றதும் சிலம்பு இலையைப் பார்த்தான். கீழே குனிந்து ஒரு வாய் எடுத்துச் சாப்பிட்டான். மீண்டும் செல்வா,

'இன்னாடா சீக்கு வந்தக் கோழி மாதிரி சீன் போட்ற, இன்னா மேட்ரு?' என்று வார்த்தைகளை இழுத்தவாறு பேசினான்.

'ஒன்னுல்லடா . . . ஒரு மாதிரி இருக்கு அதான்!'

'ம் . . இருக்கும், சாப்பர்றா சீக்கிரம். இன்னைக்கு சாம்பாரு செரி டேஸ்ட்டு, ஐட்டம் பிரிஞ்சி வேற கல கட்டுது. ங்கொய்யாள ஒரு புடி புடிச்சிட்டுதான் நகரணுமே'

'சரி டா..' என்று பிரிஞ்சை மட்டும் எடுத்து வாயிருகே கொண்டு சென்று விரல்களால் வாய்க்குள் தள்ளிக் கொண்டிருந்தான். செல்வா மேலும் சிலம்புவைக் கவனிக்க வில்லை. அவன் வேகவேகமாய் சாப்பிடுவதிலே கருத்தாய் இருந்தான். சிறிது நேரத்தில் ரசத்திற்கும் தயாரானான். ரசம் கேட்டான். ரசத்தை ஊற்றிய பையன் சொன்னான்,

'சார் கொஞ்சம் சீக்கிரம் சாப்ட்டு எழுந்திரிங்க சார். அப்பதான் நாங்க ஒக்கார முடியும்' என்று அடக்காமாய்ச் சொன்னான். செல்வாவிற்குக் கோபம் வந்தது. 'இப்பதான் சாப்பிட்டுக்கிட்டேகீற அதுக்குள்ள எழுந்திரிக்கச் சொல்றான்.

இவன் அப்பமூட்டு சோறா காலியாவுது' என்று ஆத்திரமாய் மேலும் சில வார்த்தைகளைப் பேசிக்கொண்டான். இருந்தும் அந்தப் பையன் மீது கோபத்தைக் காட்டவில்லை. என்ன செய்வது அவனும் எவ்வளவு நேரந்தான் பார்த்துப் பார்த்துப் பரிமாறிக்கொண்டே இருப்பான். அவனுக்கும் பசிக்காதா என்று நினைத்தான்.

அவனுக்குப் பசித்தால் இன்னும் வயிறாற சாப்பிடட்டும் அதற்காக நாம் சாப்பிடாமல் எழுந்து கொள்வதா? என்றும் நினைத்துக் கொண்டான். இருந்த வெறியை சாப்பாட்டில் காட்டினான். வேகவேகமாய் ரசஞ் சாதத்தைப் பிசைந்தான். அவன் மூளைக்கேறிய அந்த கோப எண்ணம் அவன் மனத்தை சாப்பாட்டிலிருந்து பிரித்தெடுத்தது. சிலம்பு ஏனோதானோ என்று 'அதில் அதிலிருந்து ஒரு ஒரு வாய்' என்று எடுத்துச் சாப்பிட்டுக் கொண்டிருந்தான். இந்த நேரம் பார்த்துச் சமையல் ஏஜெண்ட் வந்து யாரையும் குறிப்பிட்டுச் சொல்லாமல் பொதுப்படையாக

'ஏம்பா சீக்கிரம் சாப்டுங்கப்பா. சாப்ட உக்காந்தா ஒக்காந்ததுதானா. நீங்க எழுந்தாதான அடுத்த ஆளு உக்கார முடியும்' என்று ஏதோவெனப் பேசிவிட்டுப் போனார். ஏற்கனவே இருந்த கஷ்டத்தோடு இதுவும் சேர்ந்து கொண்டு சிலம்புவினுள் கோபத்தீயை மூட்டியது. வெடுக்கென்று இலையை இழுத்து மூடிவிட்டு எழுந்தான். செல்வா கூப்பிட்டதையும் பொருட்படுத்தாமல் போய்க் கொண்டிருந்தான். அவன் சொல்பவன் சொல்லிவிட்டுப் போகிறான். அவன் வயிறா காயப் போகிறது? இவன் எதற்கு இவ்வளவு ரோஷமாக எழுந்து போகிறான் என்று தனக்குத்தானே பேசிக்கொண்டான் செல்வா.

பந்தி எல்லாம் முடிந்தது. இரவு இங்கேயே தங்கித்தான் ஆக வேண்டும். இவ்வளவு தூரம் மீண்டும் நடந்து சென்று, திரும்பவும் யார் காலையில் வருவது என்று மண்டபத்திலேயே படுத்துக்கொள்ள முடிவு செய்தோம். நாற்காலியில் சிறிது நேரம் உட்கார்ந்தோம். கொசுக்கடி பயங்கரமாய் பயமுறுத்தியது. என்னடா இப்படி கடிக்கிறதே என்று நினைத்தோம். இதுவரைக்கும் பார்த்திராத கொசுக்கூட்டமா இது? ஆமாம் அப்படித்தானிருந்தது. ஒவ்வொரு கொசுவும் பெரிது பெரிதாய் இருந்தது. இவ்வளவு நேரம் தெரியாமல் இருந்ததே, இப்போது படுக்கலாம் என்று வரும்போது எங்கிருந்துதான் வந்ததோ இது தெரியவில்லையே என்று கொசுக்களின் கும்மாளத்தைக் குறைகூறிக் கொண்டிருந்தான் செல்வா.

'என்ன ஆச்சு? ஏன்டா நீ பாட்டுப்பாடல? ஏன் சான்ஸ்

தரமாட்டனு சொல்லிட்டாங்களா?' என்று நேரடியாக நுழைந்து பேசினேன்.

'அதெல்லாம் ஒன்னுல்லடா' யார் முகத்தையும் பாராது, எந்த வருத்தமும் இல்லாதது மாதிரிக் காட்டிக் கொண்டு பேசினான் சிலம்பு.

'அப்புறம் வேற என்ன? ஏன் பாடல சொல்லு?'

'வெண்ணெ தெரண்டு வர நேரத்துல தாழி ஒடைஞ்சிப் போச்சு'

'என்னதான்டா நடந்துச்சு அங்க?'

'தயவு செஞ்சி இதுக்குமேல எங்கிட்ட எதயும் கேக்காத. நான் இன்னோரு நாள் சொல்றேன்' என்று குமுறி அழுதது அவன் குரல். அவன் அடிக்கடி பாடும்

'நூலும் இல்லை வாலும் இல்லை
வானில் பட்டம் விடுவேனா...'

பாடலைக் கேட்க ஏங்கியது அவன் இதயம்.

'டேய் இன்னாடா பாட்டு கீட்டுனு பேசுறிங்க? சிலம்பு நீ பாட்னியா? ஐயோ கழுதை கத்தறத நாங்கேக்காமப் போயிட்டனே...' என்று கிண்டலடித்தான் செல்வா.

'நீ வேற ஏன்டா ஒரு பக்கம் கடுப்பேத்தற. அவனே நொந்துப் போய்க்கிறான். நீ ஒரு பக்கம் லொள்ளு பண்ற. அத நான் அப்பறஞ் சொல்றேன். அமைதியா இரு' என்றேன்.

இதற்கு மேல் சிலம்புவிடம் எதுவும் பேசமுடியவில்லை. எதையும் கேட்கவும் முடியாது, கேட்டால் கோபமாய் எழுந்து வெளியே போய்விடுவானோ என்று பயம் வேறு. ஒரு தற்குறி போல இருக்கிறானே என்ன நடந்தது என்றே தெரியவில்லையே என்று எனக்குள்ளே புலம்பிக்கொண்டேன். இனி பேசுவதற்கு ஒன்றுந் தெரியாமல் படுப்பதற்கு முடிவானது.

'போடா செல்வா! அந்த ரோல் பேப்பர எடுத்துட்டு வா'

'மொதல்ல இந்த டேபுள் எல்லாத்தையும் இழுத்து ஒன்னாப் போடுவோம்'

'அத நான் ரெடி பண்றேன். நீ போய் எடுத்துட்டு வா போ...'

நன்றாகச் சுழலும் காத்தாடி எது என்று பார்த்து அதனடியில் அந்த இரும்பு மேசைகளைப் படுக்கையாக்கி, அதன் மீது காகிதப் பாயை விரித்துப் படுத்தால், காற்று சரியாகவே வரவில்லை. கொசுக்கடியால் கால், கையெல்லாம் தடிப்புத்

தடிப்பாய் ஆனது. எவ்வளவு நேரம் முயன்றும் உறக்கம் பிடிக்கவில்லை. போர்த்திக் கொள்ளவும் வசதியில்லை. கொசு காதோரம் வந்து ரீங்காரம் பாடியது. ஆனால் யாராலும் தூங்க முடியவில்லை என்று யாவருக்கும் தெரிந்தது.

'இது என்ன கொசுவா? இல்ல கொளவியாடா?' என்றேன்.

'நம்ம ஆஸ்டல் கொசுவயே நாம சமாளிச்சுடலாம் போலருக்கு. ஆனா இத சமாளிக்க முடியலயே' என்றான் செல்வா.

'ங்கோத்தா தலையெழுத்துடா. படிப்பும் வேணா வாழ்க்கையும் வேணா, எங்கனா ஓடிப்போயிலாமான்னு இருக்கு'

'விட்றா . . . விட்றா. நாம பாக்காததா? டெய்லியுந்தான் ஆஸ்டல்ல அனுபவிக்கிறோமே இது இன்னா நமக்கு புதுசா? என்னைக்கி ஆஸ்டல்க்கு விடிவு காலம் பொறக்குதோ அப்போதான் ஒவ்வொன்னுத்துக்கும் விடிவு காலம் வரும்'

'ம்ம் . . . வருண்டா . . . வரும் வரும்னு பாத்து கிட்டே இரு. போடுவான் போடுவான்னு பாத்துகிட்டே இருந்தா பிச்சதான் கெடைக்கும், போடான்னு புடுங்கிப் பாரு லட்சமே கெடைக்கும்' என்று திடீரெனக் குரல் கொடுத்தான் சிலம்பு.

'டே இன்னாடா, பாத ராத்திரியில பேய் பேசுது. என்னத்த பேயே புடுங்க சொல்ற?' என்றான் செல்வா.

'கேட்டு கேட்டுப் பாத்தானுங்க கெடைக்கல இப்ப நடுரோட்லயே நிக்கறானுங்க பாரு நம்ம சைதாப்பேட்டை பசங்க'

'சைதாப்பேட்ட பசங்களா?'

'ஆமான்டா. ஒரு மாசமா எம்.சி.ராஜா ஆஸ்டல்ல பிரச்சனை நடந்திட்ருக்கு. உனக்குத் தெரியாது நீ ஊருக்குப் போயிட்ட. ஆனா நியூஸ் பேப்பர்லலாம் போட்டிருந்தானே..'

'ஏய்... இன்னாடா பிரச்சன.. எதனா பெரிய மேட்டரா?'

'கவர்மெண்ட் ஆஸ்டல்ல போய் இன்னா பிரச்சன இருக்குந் தெரியாதா? எல்லாம் நம்மள மாதிரி தான். நம்மளவிட மோசம்னு கூட சொல்லலாம்' என்றான் சிலம்பு.

'நான் இருக்கிற மெயின் ஹாஸ்டல்ல கூடத்தான்டா எதனா ஒன்னு பிராபளம் ஆகுது. ஆனா ஒன்னு அப்பப்ப ரெடி பண்ணிட்றாங்க' என்றேன் என் பங்குக்கு நானும்.

'அங்க, எதனா ஒன்னுதான் பிராப்ளம். ஆனா இங்க ஒவ்வொன்னும் பிராப்ளமாத்தான் இருக்கு'

'இந்த லட்சணத்துக்கே தான் எடங் கெடைக்க மாட்டேங் குதே தெரியல. உள்ளே இருக்கிறவன விட எடங் கெடைக்காம வெளிய சுத்தறவந்தான் நெறய இருக்கான்' செல்வா வேறு சலித்துக் கொண்டான்.

'உனக்கின்னடா அந்த ஆஸ்டல்ல போய் சேந்துட்ட. இனி உனக்கு தங்கறதுக்கும் பிரச்சனையில்ல, திங்கிறதுக்கும் பிரச்சன இல்ல' என்னைப் பார்த்துச் சொன்னான் சிலம்பு.

சரிதான் தங்குவதற்கும், உண்பதற்கும் எந்தக் கவலையும் இல்லைதான். ஆனால் என் மனக்கவலை? மனம்படும்பாடு யாருக்குத் தெரியும்? ஒவ்வொரு முறையும் விடுதியில் சாப்பிட உட்காரும் போதெல்லாம் இவர்கள் சாப்பிட்டிருப்பார்களா? சாப்பிடாமல் எங்கேனும் திரிந்து கொண்டிருப்பார்களா? கிடைத்ததைக் கொண்டு வயிற்றைக் காத்துக் கொண்டார்களா? என்றெல்லாம் எண்ணங்கள் எனைப் பிடித்தாட்டுவது தெரியுமா இவனுக்கு?

பணம் கட்டுகிறோமே என்பதற்காகவே வயிறு முட்ட, பல்லைக் கடித்துக் கொண்டு சாப்பிடுவதுண்டு. சுரேஷ் சிலம்புவுக்கு எல்லாம் நல்ல சாப்பாடு கிடைக்காமல் அலைகிறார்கள்.. நமக்குக் கிடைத்தும் ஏன் வீணாக்க வேண்டும் என்று தோன்றும். சக்தி பிடித்தும் பிடிக்காததுமாக வாயில் போட்டுக் கொண்டு மென்று சுவைகூடப் பார்க்காமல் அரையுங்குறையுமாக அரைத்துத் தள்ளுவானே அவனுக்கும் சேர்த்து நாம் சாப்பிட வேண்டும் என்று வேகவேகமாக சாப்பிட்டு நிறைய சாப்பிட முடியாமல் மனம் வெதும்பிக் கொண்டே எழுந்து வருவதுண்டு. சில நேரங்களில் மெதுவாக, பொறுமையாகவும் உட்கார்ந்து சாப்பிட்டுப் பார்ப்பதுண்டு. அதுவும் பலிக்காமல் போய் விடும். கூலி வேலை செய்தாலும் கூட்டத்தோடு செய்யும் சந்தோஷமும் நிறைவும் தனியாக இருந்து இராஜாங்கத்தை ஆள்வதில் இல்லைதானே. உறவுவலைகளில் தானே வாழ்க்கையின் உயிர்ப்பு இருக்கிறது. சொந்தபந்தங்களைப் புழுக்கமாய் பார்த்தாலும், நட்பு காதலுக்குள் நனையாம லிருப்பதில்லையே மனிதன்.

விடுதியின் குண்டு குண்டு கொசுக்களைப் பார்த்தாலும், முயல்களைப் போலக் கொழுத்து இங்குமாக்குமாகத் திரியும் பெருச்சாளிகளைப் பார்த்தாலும் வயிறெரியாமல் இருந்த தில்லை. சாப்பாடு அவ்வளவு அருமையாக இருந்தும் அதை வீணாக்குபவர்கள், மனசே இல்லாமல் முழு சப்பாத்தியை யும் தோசையையும் அப்படியே கொண்டு வந்து குப்பைக் கூடைக்குள் போடுபவர்கள், இரண்டு சப்பாத்தி, ஒரே

தோசை, இரண்டு இட்டிலி, இரவில் பால் மட்டும் போதும் என்று அளவோடு சாப்பிடுபவர்கள், சாப்பாட்டு வேளைகளில் சாப்பாடே வேண்டாமென்று அறையிலேயே உறங்கிக் கொண்டிருப்பவர்கள் என்று இவர்களையெல்லாம் பார்க்கும் நேரத்தில் கையில் கத்தி இல்லாமலிருக்கவே கொலைகாரன் ஆகாமல் இருந்திருக்கிறேன். வசதி படைத்திருந்தால் வகைவகையான வீண்செலவுகளை வழக்கப் படுத்திக்கொள் வதா? மடிக்கணினிகளில் மன்மத லீலைகளைப் பார்ப்பதற் கும், விளையாடிக் கொண்டிருப்பதற்கும்தானா விடுதி? சாப்பாடே இல்லாமல் பசி மயக்கத்தில் கிடப்பவர்கள் வெளியே இருக்க இங்கே குடிமயக்கத்தில் கிடப்பவர்களைக் கண்டு நெஞ்சம் குமுறாமல் இருக்குமா?

சாப்பிடும் இடத்தில் எங்கள் துறைசார்ந்த ஆராய்ச்சி மாணவர்கள் (பி.எச்.டி) குழுவாக வந்து உட்காரும் போதும், கும்மாளமும் கூத்துமாகச் சாப்பிடும் போதும் ஐந்து பசுக்களில் ஒரு பசு மட்டும் தனியாக வந்து ஒரு சிங்கக் கூட்டத்தில் மாட்டிக்கொண்டது போல் இருக்கும். பொறாமைப் புற்று வளர்ந்து வளர்ந்து அதற்குள் ஒரு கெட்ட பாம்பு வாழ்வது போல் எனக்குள்ளே குறுகுறுக்கும். ஒவ்வொரு நாளும் வகுப்பு முடிந்து மாலையில் இவர்கள் ஒரு பக்கம் பிரிந்து செல்ல, வழியனுப்பிவிட்டு வருத்தத்தோடு என் விடுதிக்கு திரும்பும்போது தங்கக் கூண்டுக்குள் அடைக்கப்பட்ட கிளியாய் தகித்துக் கொண்டிருப்பேன். பேசாமல் இவர்களைப் போல, இவர்களுடனே மரப்பொந்து கிளியாய் சுதந்திர உலகத்தில் சுற்றியிருக்கலாம் என்றிருக்கும்.

இவற்றுக்கும், இன்னும் சொல்லவேண்டியவை எவ்வளவோ இருப்பவைக்கும் சேர்த்துச் சிறு ஆறுதல் அடைய சில நேரங்கள் வாய்க்கும். அதுதான் என் அறை தேடி இவர்களில் யாரேனும் வரும் நாள்கள். அந்த நேரங்களிலெல்லாம் விடுதி உணவகத்துக்குள் மீதமிருக்குற சாப்பாட்டைக் கண் காணித்து, பூனையாய் நடை நடந்து சாப்பாட்டைத் திருடிக் கொண்டு, புலிபோல் பாய்ந்து அறைக்குள் கொண்டு வந்து, வந்தவனை அதட்டி சாப்பிட வைக்கும்போது என் திருடுதல் ஒரு புண்ணியம் பெறும். புளகாங்கிதத்தோடு என் அடிவயிறு ஆனந்தமடைவதுண்டு.

இவ்வளவும் இவனுக்கெங்கே தெரியப் போகிறது? பார்த்துப் பார்த்துப் படகினைக் கடலுக்குள் விட்டால் அது தண்ணீருக்குள் சென்ற பிறகு தனக்குள் ஓட்டை என்றால் யார்தான் என்ன செய்ய முடியும்? சரி என்னைப் பார்த்துக் கேட்ட சிலம்புவிற்கு என்னதான் பதில் சொல்வது? சொன்னேன்.

‘நீ ஏன்டா சொல்லமாட்ட என் பிரச்சன எனக்குதான் தெரியும்’ என்றேன்.

‘சரி விடுங்கடா சாமி. நீங்க சண்ட போட ஆரம்பிச்சுடாதீங்க’ எல்லாம் சரியாப் போயிடும். அடுத்த வருஷம் எம்.பில் படிக்கும் போது பாத்துக்கலாம் விடுங்க’ சமாதானம் பேசினான் செல்வா.

‘ஆமான்டா… ‘அடியேன்றதுக்கு பொண்டாட்டி இல்லயாம் அதுக்குள்ள புள்ளைக்குப் பேர் வெக்கப் போய்ட்டான்.’ மூடிட்டு தூங்குடா’ என்றான் சிலம்பு. செல்வாவிற்கும் சிரிப்பு வந்துவிட்டது.

இன்னும் சில வார்த்தைகள் வாய்ச்சிறையிலிருந்து விடுதலையாயிருக்கும் அதற்குள்ளாக ஒருவரை அறியாமல் ஒருவர் உறங்கிவிட்டிருந்தோம். கால்களைச் சொரிந்து கொண்டும், கன்னத்தைத் தேய்த்துக் கொண்டும் உறங்கிக் கிடந்ததில் எத்தனைக் கொசுக்கள் உதிரம் சேமித்ததோ உணர்வதற்கில்லை. எங்கள் சரித்திர ஏடுகளில் கொருக்குப் பேட்டை கொசுக்களுக்கு இடம் இல்லாமலில்லையென மனம் அப்போது உயில் எழுதியது. விடிந்தது. கை கால்களெல் லாம் அங்கங்கே அம்மை போட்டிருந்தது கொசுக்களால். வேலையும் சுறுசுறுப்பாக நடந்து முடிந்தது. அடுத்த சம்பளத்திற்கு நீண்ட தூரம் பயணப்பட வேண்டியிருந்தது.

‘எங்கியோ சொன்னாங்களா? அப்ப உனக்குத் தெரியாதாடா?’ என்று பயந்தேன்.

‘எனக்குத் தெரியாதுடா. இப்ப நாம நேரா பிராட்வே போயிடுறோம். பசங்க எல்லாரையுங் கூட்டிட்டு ஏஜெண்ட்டும் அங்க வந்துடுவான். அப்டியே நாமளும் அவங்ககூட போவேண்டியது தான்’ என்றான் சிலம்பு.

‘அடப்போடா. ஏன்டா இப்டி சாவடிக்கிறிங்க, இங்கப் போயி, அப்புறம் அங்கப் போயி எங்கெங்கடா போய்த் தொலையறது’

‘இன்னைக்கு ஒரு நாள் வாடா. இதே உனக்கோசரம்னா வருவல்ல சுரேசுக்கு எதுக்குடா நாம போவணும்னு சலிச்சிக்கிறயா?’

‘டேய் என்னடா வெண்ணெ மாதிரிப் பேசற. அவனுக்கு உனக்குன்னுப் பிரிச்சிப் பேசற. வேணான்னு நெனைச்சிருந்தா நீ கூப்டப்பவே முடியாதுனு சொல்லியிருப்பல்ல’

‘எப்பா வுடுங்கடா. உங்கத் தொல்ல பெருந்தொல்லயா இருக்குது. இப்ப வாய மூடிட்டு வர்றீங்களா இல்லையா?’

என்னைவிட கோபமானான் செல்வா. சிலம்புவின் கேள்வி மேலும் கோபத்துடனே பயணிக்கச் செய்தது. சூடேறி வெளியாகி தனக்குள்ளாறே விழுந்து கொள்ளும் 'பாப்கார்ன்' மாதிரி எனக்குள்ளே வார்த்தைகள் புகைந்து விழுந்தன. பிராட்வே வந்து சேர்ந்தும் யாரும் பேசிக் கொள்ளவில்லை. செல்வாவே பேச்சுக் கொடுத்தான்.

'எங்கடா பசங்க யாரும் காணோம்? எப்ப வருவானுங்க?'

'என்னகேட்டா எனக்கென்ன தெரியும். அவனயே கேளு' என்றேன்.

'அஞ்சு மணிக்கெல்லாம் வந்துடுவன்னு சொல்லியிருக் காரு ஏஜெண்ட். வந்துடுவாங்க' என்று எனைப் பார்த்துக் கொண்டே சொன்னான் சிலம்பு.

'செல்வா! நேத்து போன கேட்ரிங்க்கு காசு வாங்கி, அவனயே வெச்சுக்க சொல்லு நான் ஒன்னும் எனக்காக வரல' என்றேன்.

'அய்யா சாமி... தெரியாம சொல்லிட்டன்டா வாடா. அப்டியே கோவம் பொத்துகிட்டு வருது. இன்னாதான் பீச்சுக்கு எதிர்லயே இருந்தாலும் உப்பு இவ்ளோ ஒரைக்கக் கூடாது'

'நீ மூட்றா, தெரியாம எதுவொண்ணாலுஞ் சொல்வியா'

'இப்ப இன்னாடா அதுக்கு? சும்மாதான சொன்னேன். இதோ இந்த சாம்பார் வாயனக் கூட தான் திட்னேன். அவன் உன்ன மாதிரியாக் குதிக்கிறான். வேணுன்னா சாரி கேட்டுக்கிறேன் விட்றா' என்றான் சிலம்பு. என்னால் அதற்குமேல் ஏதும் சொல்ல முடியவில்லை. எதிர்பார்த்த எல்லாரும் பேருந்தில் வந்து இறங்கினர். இரண்டு பேரைத் தவிர மற்ற எல்லாரும் சீருடையில் வந்திருந்தனர். அவர்களைப் பார்த்ததும் செல்வா,

'டேய் அங்க பாருங்கடா நாராயண வந்திருக்கான் இன்னாடா ஆச்சர்யமாக்கீதே..' என்றான். சிலம்பு அவனைப் பார்த்தானே தவிர எதுவும் வாயைத் திறக்கவில்லை. நான் சொன்னேன்,

'இவன் எங்கடா, இந்த கேட்ரிங்க்கா வந்திருக்கான்?' பேசிக்கொண்டே அவர்கள் அருகில் சென்றோம். அவர்களில் சிலர் அந்தப் பேருந்து நிலையத்தின் கூட்ட நெரிசலையும் பொருட்படுத்தாமல் அங்குமிங்கும் வேடிக்கைப் பார்த்துக் கொண்டிருந்தனர். திரும்பி சுற்றிச் சுற்றிப் பார்த்துக் கொண் டிருந்த நாராயணின் வலப்பக்கத் தோள் பட்டையைச்

சீண்டிவிட்டு அவனின் இடப்பக்கத் தோள்பட்டை அருகில் நின்ற செல்வா,

'இன்னா நாராயணா கேட்ரிங்க்லாம் வந்திருக்க? அதிசயந்தான்'

'வாடா செல்வா. ஏன் நாங்களாம் வரக்கூடாதா?'

'இல்ல நீயே ஒரு மாபெரும் ஏஜெண்ட். மத்த ஏஜெண்ட் டுங்க கேட்ரிங்க்கு வர்றியே அதாங்கேட்டேன்'

'இன்னாடி பெரிய ஏஜெண்ட். நான் வேல புடிச்சா எல்லாரையும் கூட்டிக்கினு போறேன். இல்லன்னா உங்க கூட வரப்போறேன். இதுலாம் ஒரு மேட்டரா?'

'இல்ல ... நீ ஒரு வில்லங்கம் புடிச்சவனாச்சே அதான் யோசிக்கிற'

'அதுவா நைட்டெல்லாம் கனவுல ஆன்ட்டிங்க தொல்ல. கைவசம் யாருமில்லயா அதான் கேட்டரிங்க்ல எதனா பிக்கப் பண்லான்னு'

'அத்தான, இரும்பு அடிச்ச கையும், செறங்கு புடிச்ச கையும் எங்கணாச்சும் சும்மா இருக்குமா?' என்று சிரித்தான் செல்வா.

அதற்குள் ஏஜெண்ட் எல்லாரையும் அழைத்துப் பேருந்தில் ஏறச் சொன்னார். ஓர் இருக்கைகூட காலியாக இல்லை. இருந்தும் இந்தப் பேருந்துதான் முன்னடியே கிளம்புகிறது, இதிலேயே போய் விடலாம் பின்பு நேரமாகி விடும் என்று, 'டீலக்ஸ்' பேருந்து அது என்பதையும் பொருட்படுத்தாமல் அரசாங்கம் பஸ்விடுது பஸ் விடுதுன்னு வெறும் டீலக்ஸ்ஸா விடுறானுங்க எனும் புலம்பலோடு எங்களைக் கிளப்பினார் ஏஜெண்ட்.

உள்ளே ஒரே கூட்ட நெரிசல் தாக்குப்பிடிக்க முடிய வில்லை. எங்களில் எல்லாரும் படியேறி முன்னரே நின்று கொண்டோம். ஏஜெண்ட் பயணச்சீட்டு வாங்குவதற்கேற்ப நடத்துநர் இருந்த பின் பக்கம் சென்று ஏறிக் கொண்டார். கீழே நிற்கும் போதே எத்தனை பேர் என்று எண்ணியிருந்தும், மீண்டும் பேருந்துக்குள் இருக்கும் எங்கள் தலைகளைச் சரிபார்த்துக்கொண்டார். செல்வாவிற்கும், எனக்கும் நெரிசலைச் சகித்துக்கொள்ள முடியவில்லை. உடம்பெல்லாம் வியர்வைப் பிசுபிசுப்பு அதிகரித்தது. மேலே கம்பியைப் பிடிக்காமலே, எந்தப் பிடிமானமும் இல்லாமல் என்னால் நிற்க முடியும் என்று காட்டினான் செல்வா. அதற்கு கூட்டமும் ஒத்துழைத்தது.

இரண்டு பேர் இறங்கினால் நான்கு பேர் ஏறுவதாக ஒவ்வொரு நிறுத்தத்திலும் நெரிசல் அதிகமாகிக்கொண்டே தான் இருந்தது. முதுகெல்லாம் வியர்வைச் சுரப்பிகள் அழுது வடித்தன. இன்னமும் பேசாமல் இருந்தால் இரத்த அழுத்தந்தான் அதிகரிக்குமென்று,

'இப்டிலாம் கூட்டிட்டுப் போய் சாவடிக்கிறானுங்க பாரு ... பொறம்போக்கு பசங்க ... ஹாஸ்டல்க்கு போயிருந்தாலாவது நிம்மதியா எதாவது படிச்சிணுருந்திருப்பேன்' என்றேன்.

செல்வா சொன்னான்,

'அட வுட்றா ... முன்னப் பின்ன பாக்காததா'

'ரொம்ப தூரம் போவனுன்னு சொன்னானுங்கல்ல... இங்கருந்து போய் சேர்றதுக்குள்ள எப்டியும் நொந்து நூடுல்ஸாயிடுவோம். போனவுன்னே நம்மலயே பந்தியில எடுத்துப் போட்ற சொல்லு ...'

'இதுவாவது பரவாயில்ல ... மொதல்லலாம் மெட்ராஸே தெரியாதப்போ, இது மாதிரி கூட்டிட்டுப் போவும் போது ஒன்னும் புரியாம பயந்துகிட்டே போவேன். இருக்கிற கூட்டத்தல வெளிய வேடிக்ககூடப் பாக்க முடியாது. சுத்தி சுத்திப் பார்த்தாலும் அவன் அவன் தல தான் தெரியுமே தவிர வேற ஒன்னுந் தெரியாது. எப்டி தெரியுமா இருக்கும்? என்னவோ தேயிலத் தோட்டத்துக்கு மக்கள ஏமாத்தி, பட்டியில அடைக்கிறமாதிரி இரயில் பெட்டியில அடைச்சி கங்காணி கூப்டுட்டு போவான்ல அது மாதிரி இருக்கும் ... இப்பல்லாம் பழகிப் போச்சு, ஏஜெண்ட் ஏறுனா ஏறுறது, எறங்குன்னா எறங்கறது அவ்ளோதான் நம்ம வேல ...'

புலம்பியவன் முடித்ததும் நாராயணனிடம் பேசுவதற்குத் திரும்பிக் கொண்டான். இவன் சொல்லிவிட்டான் நாம் சொல்லவில்லை என்று நினைத்துக் கொண்டு, வாழ்க்கை, குடும்பம், வாசிப்பு, கவிதை, நட்பு, காதல், பணம், விடுதி, பசி இவை எல்லாவற்றையும் ஒரே பாத்திரத்தில் போட்டுக் கலக்கியவனாய் பயணித்துக் கொண்டிருந்தேன். நிறுத்தம் வரப் போகிறது எல்லாரும் இறங்கி விடுங்கள் என்று சொல்லிய ஏஜெண்ட், நடத்துநர் நிறுத்தத்தின் பெயரைக் கூவியதும் இறங்க வேண்டியது இங்கில்லை, அடுத்தது அடுத்தது யாரும் இறங்காதீர்கள் என்று மீண்டும் முரசறைந்தார்.

தனக்குள்ளே, முணுமுணுத்தல், குசுகுசுவென என்று மூன்று முறையில் அமைந்தது அவருக்கான திட்டுதல். தேவையான நிறுத்தம் வந்ததும் இறங்கினோம். நீண்ட பயணம், அதுவும் சென்னைக் கூட்டத்தில் பயணம் செய்தது ஒரு போருக்குப்

போய் வந்த மாதிரி தான். எங்கு இந்தக் களைப்பிலும் மண்டபத்திற்கு எவ்வளவு தூரம் நடக்கச் சொல்லப் போகிறானோ என்று பயந்து கொண்டிருந்தேன். ஆனால் பயந்த மாதிரி எதுவும் நிகழவில்லை. மண்டபம் நிறுத்தத்திற்கு அருகிலேயே இருந்தது. தார் சாலையையே தனது சாலையாய் ஆக்கிக் கொண்டு நின்றது அந்த மண்டபம். சிலர் சட்டையைச் சரி செய்து கொண்டும். சீப்பைக் கடன் வாங்கிக் கொண்டு முடியைச் சீவிக் கொண்டும் பெண் பார்க்க வந்த வீட்டிற்கு உள்ளே நுழைவது போல நுழைந்தார்கள்.

பரந்து விரிந்த பரப்பையும், சுற்றளவையும் கொண்டிருந்த மண்டபம் அது. சமையல் கூடத்திற்கான இடம் பெரியளவில் இல்லாவிட்டாலும், சாப்பிடும் இடம் மிகவும் விரிந்திருந்தது. விழா நிகழும் அரங்கம் தனிக்கட்டடமாக அமைந்திருந்தது. 'அங்கங்க ஒண்டிக்க ஒரு வீடு கூட இல்லாமக் கெடக்குறாங்க. இங்க ஒரு ஊரையே வளைச்சுப் போட்ருக்கானே. இதான் ஊர அடிச்சி உலைல போட்றதோ?' என்று தனக்குத்தானே பேசிக் கொண்டு மண்டபத்தை வியந்தவாறு இருந்தான் செல்வா. வழக்கம் போல இரவு உணவுப் பரிமாறல் படபடவென தொடங்கியது. கூட்டுப் பொரியலே என் கைக்கு வேலை தந்தது.

'மொதல்ல ஸ்வீட்டு போ... ஸ்வீட்டு போ. ஆ.. ஆ.. சீக்கிரம் சீக்கிரம் அடுத்து வா, அடுத்து வா தயிர்பச்சடி வெய்யி. ஊறுகா யாருடா வெச்சிட்டிருக்கிறது? வா வா அவன் வெய்யி' என்று ஒவ்வொரு பொருளையும் வரிசைப்படுத்தி துரத்திக் கொண்டிருந்தார் ஏஜெண்ட். நான் பொரியலைப் பரிமாறினேன்.

'யோவ்.. கூட்டுலாம் கொஞ்ச கொஞ்சமா வெய். மத்தப் பந்திக்கு வேணாமா?' என்றார். உள்ளுக்குள்ளேயே உருமிக் கொண்டேன். ஐஸ்கிரீம் இந்த கேட்ரிங்கில் சரியில்லை போலத் தெரிகிறது, மட்டமான வகையாக இருக்கும் என்று செல்வா விமர்சித்துக் கொண்டே குருமா ஊற்றிக் கொண்டு வந்தான்.

'ஆமான்டா... இப்ப இது ரொம்ப முக்கியம். வேலை ஆரம்பிக்கிறதுக்கு முன்னாடியே கத்தறாம்பாருடா. அதுவும் சாப்புட்றவங்க முன்னாடியே சொல்றான் 'கொஞ்சமா வெய்'ன்னு...' என்றேன்.

'அட அவங்கெடக்கிறான். அவன்லாம் ஒரு ஆளா? அன்னைக்கி என் வெள்ளச்சட்டையில சாம்பார் கறை யாயிடுச்சுன்னு தொடச்சிக்கிட்டிருக்கேன்... இன்னா

சொன்னாந் தெரியுமா? 'ஆவட்டும் ஆவட்டும் அதனாலலாம் ஒன்னும் கிழிஞ்சிபோயிடாது, வேலையாவட்டும்'ன்னு சொன்னான். போடா மயிரு... நீ இன்னா சொல்றது? நீயா வந்து தொவைப்பனு நெனைச்சிக்கினேன். பாத்துப் பாத்துப் பரிமாற இதுயென்ன நம்ம வீட்டுக் கல்யாணமா? அதுவுமில்லாம சேவையா இது தொழில்தான? அடிச்சித் தள்ளிக்கினு வாடா' என்றவன், சிறிது நேரத்தில் என்னை அழைத்து 'கொஞ்சம் என் பின்னாடி வாயேன்' என்று குருமா ஊற்றிய தலை நிமிராமல் போய்க் கொண்டே இருந்தவன் வரிசையின் கடைசியில் போய் நின்று,

'டேய், அங்கப் பார்றா அவன' என்றான்

'யாருடா நாராயணனா?'

'ஆமா பின்ன யாரு? கரெக்டா அவன் வேலய ஆரம்பிச் சிட்டான் இல்ல. நமக்குதான் பயமா இருக்குது'

எதிரெதிரே அமர்ந்தவாறு மூன்று வரிசைகளில் பந்தி நடந்து கொண்டிருந்தது. நடுவரிசையின் நடுவில் நாராயணன் நின்று கொண்டிருந்தான். அவனுக்கு முன்பாக ஒரு பருவப் பெண்ணும், அருகில் முப்பது ஆண்டுகளைப் பார்த்திராத இன்னொரு பெண்மணியும் சாப்பிட்டுக் கொண்டிருந்தனர்.

'இன்னைக்கு எப்டியும் ஒரு ஃபிகர பிக்கப் பண்ணாம விடமாட்டான் போலருக்கே' என்றேன்.

'அடிங்க நீ வேற அவன் எங்கடி ஃபிகர பிக்கப் பண்றான்? ஆன்ட்டிங்களா கரெக்ட் பண்ணி மொக்க போட்றான்?'

'அப்டியா?'

'ஆமா, பாரு இப்ப அந்த எடத்த விட்டோ, லைன விட்டோ நகரவே மாட்டான்பாரு...

செல்வா சொல்லியவாறே அவன் அவ்விடத்தை விட்டு நகரவில்லை. எதிர்ப்பக்கம் திரும்புவதும், இரண்டு மூன்று இலைகளை விட்டு நகர்ந்து நிற்பதும், பிறகு மீண்டும் வந்து அங்கேயே நிற்பதுமாக இருந்தான் அவன். சகாக்களில் சிலரும் அந்த வரிசைப் பக்கம் போவதும் அந்தப் பெண்ணை உற்றுப் பார்ப்பதுமாக இலையைப் பார்த்துப் பார்த்துப் பரிமாறுவது போல சென்று இலையைப் பார்க்காமல் அந்தப் பெண்ணைப் பார்த்து வந்தனர். இப்போது நான் போய் நாராயணனை என்ன செய்கிறேன் பார் என்று செல்வாவும் அந்த வரிசைக்குச் சென்றான். இந்த முறை அவன் கையில் குருமா இல்லை ரசம்தான் இருந்தது. சென்றவன் நாராயணனின் பின்பாகத்தில் தட்டிவிட்டு,

'இன்னாடா தம்பி, இந்த எடத்த விட்டு நகரவே மாட்டன்ற. வேற லைன்ல போய் சர்வீஸ் பண்ண மாட்டியா?' என்றான்.

'அதெல்லாம் எங்குளுக்குத் தெரியும். போடா போடா போய் பரிமாறு'

'ம்ம்.... நடக்கட்டும் நடக்கட்டும்' என்று செல்வா அவ்விடத்தைத் தாண்டிச் செல்கையில், அந்தப் பெண் இரசம் கேட்டாள். செல்வா சென்று நல்லபிள்ளை போல் இலையைப் பார்த்து இரசம் ஊற்றியும், மனங்கேட்காமல் பெண்ணைப் பார்த்தும் வந்தான்.

'நேரம் பாத்தியா இவ்ளோ நேரம் நான் நின்னுங்கறேன் எங்கிட்ட ஒன்னுங்கேக்கல. இப்பதான் நீ வந்த அதுக்குள்ள உங்கிட்ட கேக்குது. இந்தப் பொண்ணுங்களே இப்டி தான்டா. ம்ம்... நீ யோகக்காரன்டா ...' புலம்பினான் நாராயணன்.

'எப்பா நான் இல்லடா சாமி..'

'நீயே பாத்தல்ல. அப்புறம் எப்டி இந்த எடத்த விட்டுப் போறது'

'நீங்க எப்பன்னா போங்க நான் போறேன்' என்று செல்வா விடைபெற்றுக் கொண்டு வந்தான்.

'என்னடா, என்ன சொல்றான் நாராயண? பசங்க வேற சுத்தி சுத்தி வர்றானுங்க பொண்ணு அவ்ளோ ஃபிகரா' என்றேன்.

'நான் என்னத்த சொல்றது நீயே தெரிஞ்சுக்க' என்றான்.

நவீன உடை உடுத்தியிருந்த அந்தப் பெண் மேல்துணியான 'துப்பட்டா'வை அணியாமலிருந்தாள். இருக்கையில் அமர்ந்து குனிந்து அவள் சாப்பிடுகையில் உள்ளாடை வரை தெரிந்தது. இதற்காகத்தான் இவர்கள் வரிசைக்கு அடிக்கடி போய் வருகிறார்களெனப் புரிந்தது. சென்னைக்கு வந்த புதிதில் கழுத்துவரை இறுக்கி துப்பாட்டாவை பின்பக்கம் விட்டுக் கொள்ளும் பெண்களையெல்லாம் பார்த்து 'துப்பட்டாப் பயன்பாடு தெரியாத தோழிகள்' என்று நான் கவிதையில் எழுத நினைத்ததுண்டு. ஆனால் காலப்போக்கில் கருத்துநிலை மாறியது. உறுப்பை வெறுக்குமளவுக்கு அவர்களை தள்ளிவிட வேண்டாம்.

> "பெண்கள்
> குனியும் போதெல்லாம்
> கும்மாளம் போடாதீர்கள்
> உங்கள் மனைவிக்கும்
> தண்டுவடம் தாழாமலிருக்காது ..."

பருக்கை

149

ஐந்தாவது பந்தியிலே வேலை முடிந்தது. இம்முறை பாட்டுக் கச்சேரியின் ஒலி சிலம்புவுக்கு பெரிதொரு தாக்கத்தைத் தரவில்லை. முடிந்த அளவிற்கு எல்லாரும் சாப்பாட்டை முழுங்கி விட்டு சிலர் ஐஸ்கீரிமையும், சிலர் வாழைப் பழத்தையும் எடுத்துக்கொண்டு வந்து உட்கார்ந்தனர். தனித்தனியே குழுவமைத்துப் பேசுவதற்கு அவரவர்களுக்கு கதை இருந்தது. இரண்டு கையிலும் பழத்தை உரித்து வைத்துக் கொண்டு இரண்டையும் ஒரே நேரத்தில் சாப்பிடுவதென ஒரு சேர வாயில் வைத்து நகைச்சுவை செய்து கொண்டே வந்தான் நாராயணன். செல்வா அவனை அழைத்தான்

'நாராயணா இங்க வாடா ஒரு நிமிஷம்'

'சொல்லு நாரதா! பழம் வேண்டுமா என்ன?'

'அதெல்லாம் ஒன்னுவேணா... என்ன இன்னைக்கு பந்தியில நடுலைன்ல இருந்து நகரவே இல்ல பலக்குது, பிக்கப் பண்ட்டியா?'

'நம்மகிட்ட மிஸ் ஆகுமா?'

'உங்கிட்ட எங்க மிஸ் ஆகுது. எல்லாம் மிஸ்ஸசுங்க தான் செல்லுபடி ஆகுது' என்றேன். அவனும் சிரித்து விட்டான்.

'இல்லடா பிக்கப் ஆயிடுச்சு. காலைல எப்டியும் ஃபோன் நெம்பர் வாங்கிடுவேன்'

'மொத பந்தியிலயே ஆரம்பிச்சுட்ட போலருக்கு. பரவால்ல ஃபிகரு நல்லாதான் இருந்துச்சு' செல்வா சொன்னான்.

'அடிப்போடி அது எங்க வேலைக்கு ஆச்சு. நான் சொன்னது மூணாவது பந்தியில பிக்கப் பண்ணத' என்றான்.

'அடப்பாவி மூணாவது பந்தியிலயா? அது எப்படா? நான் பாக்கலயே, உன்னால மட்டும் எப்பர்றா முடியுது?' என்றான்.

உண்மையும் இதுதான்... நடப்பவை நாராயணன் வெளிப்படையாக எல்லாரிடமும் பேசிவிடுகிறான். ஆனால் இந்தச் செயலை ஏறக்குறைய எல்லாருந்தான் செய்கிறார்கள், செய்ய நினைக்கிறார்கள். யாரும் வெளிப்படுத்துவதில்லை. ஒரு போலி முகம் புனைந்திருப்பது யாரிடம் தான் இல்லை.

'மேல மினுக்கு உள்ள தொளுக்கு' என்று தக்காளி நம்மைப் பார்த்தால் கிண்டலடிக்கப் போகிறது.

எல்லாரும் ஆளுக்கொரு பக்கம் சென்று படுத்துக் கொண்டோம். சிலம்புவின் காதில் 'ஹெட்ஃபோன்' வழியாக

பாடல் அவன் மனதுக்குப் பயணப்பட்டுக் கொண்டிருந்தது. எனக்குத் தூக்கம் கண்ணைக் கட்டிக்கொண்டு வந்தது. தூங்கியதே தெரியவில்லை. நேற்று கடித்ததைவிடவா இன்று கொசுக்கள் பெரிதாகக் கடித்துவிடப் போகிறது என்று மனமோ உடலோ பொருட்படுத்தவில்லை திடீரென்று அதிகாலையில் தூக்கம் கலைந்து பார்க்கையில் குளிரால் நடுக்கமுற்று தன்னிரு கைகளையும் பெருக்கல் குறிபோல மார்பின் மீது இறுக்கிக் கிடந்தான். அவன் கால்களும் முடங்கிக் கிடந்தன. காகித உருளையைக் (பேப்பர் ரோல்) கிழித்துப் போர்த்திக்கொண்டவர்கள் அதனைத் தன் வசத்தில் வைத்திருக்கவில்லை. நாராயணனின் சட்டைப் பையில் அலைபேசி பாதி வெளியே தெரிந்து கிடந்தது.

எனக்கும் குளிர் கொஞ்ச கொஞ்சமாகத் தெரிந்தது. போர்வைக்கும் வழியில்லை, காத்தாடியை நிறுத்தலாமென்றாலும் கடிக்கிற கொசுக்களின் பல்லை உடைக்க வழியில்லை. சிறிது நேரத்தில் வைகறைக்கு மட்டும் வழி வந்தது.

‘ஏன்டா செலம்பு நேத்து நைட்டு வந்த மாதிரி காலையிலயும் கூட்டம் வந்துடுமா?’ நாராயணன் கேட்டான்.

‘அப்டிலாம் வராதுடா. எப்பவுமே காலைல கூட்டம் கம்மியாத்தான வரும்’

‘காத்தாலக்கி எத்தன எலையாம்?’

‘350 பேர் சொல்லியிருக்காங்க... இராத்திரியே 800 பேருக்கு வந்தாங்க பலக்குது. இப்ப கொஞ்சம் கொறையும் அவ்ளோதான்’

‘என்னா எழவோ சீக்கிரம் விட்டா சரி, இங்கருந்து காலேஜ் போறதுக்கே லேட் ஆவும்...’

‘ஆமான்டா இன்னைக்கு வேற எங்களுக்கும் காத்தால ரெண்டு பீரியட்டும் முக்கியமான கிளாஸ். நாங்களும் சீக்கிரமா போயிட்ணும்’

‘எங்கப் போறது. ஒவ்வொரு டைம்மும் இப்டியே தான் நெனைக்கிறோம். ஆனா ஏஜெண்ட் எங்க விட்றானுங்க’ என்று இடையிட்டுப் பேசினான் செல்வா.

‘ஏஜெண்ட்கிட்ட முன்னடியே போயி சொல்லிடலான்டா செல்வா’ இது சிலம்பு.

‘எங்க போனமுற கேட்ரிங்கலயும் முன்னடியேதான் சொன்னோம். அவ வேற பசங்கள பத்து நிமிஷம் முன்னாடி அனுப்பிச்சிட்டு, நம்மள போலாம் இரு, போலாம் இருன்னு உக்கார வெச்சிட்டான்’

‘டேய் நம்ம கடமை நாம சொல்லிடுவோம். விட்டா பாப்போம், விடலயா நாம கெளம்பிட்டே இருப்போம். இன்னைக்கு காலைல இருக்கிற கிளாஸ் எல்லாமே முக்கியமானது தெரியும்ல?’ என்றேன் நான்.

‘நைட்டே வாழப்பழம் ரெண்டு எடுத்து வெச்சிருந்தா ஆயிருக்குன்டா. காத்தாலங் காட்டியும் பசிக்குது அதுவும் இந்த சாப்பாடு செய்ற வாசனை வேற ஒரு பக்கம் வயித்தப் புடுங்குது’.

‘எனக்கும் பசிதான்டா நாராயணா. சாப்பாடு எல்லாத்தயும் ரெடி பண்ட்டாங்க. வடை சுட்டுன்னே இருக்காங்கன்னு நெனைக்கறேன். போய்ட்டு வடையை எடுத்துட்டு வரயா?’ என்றேன்.

‘ஏ போடி நான் போவல. வேணுன்னா நீயும்வா ரெண்டு பேரும் போலாம்’

‘வாடா எருமமாடு . . . எழுந்து வாடா’ என்று,

இருவருமாகச் சமையல் செய்யுமிடத்திற்குச் சென்றோம். பொருட்கள் எல்லாம் தயார் நிலையில் இருக்கிறதா என்று பார்வையிடுவது போல பாவனை செய்தோம். சமையல் செய்யும் ஆட்கள் நாராயணனுக்கு ஏற்கனவே பழக்கமானவர் என்பதால் முதலில் சென்று அவனே வடையை எடுத்தான். தயக்கத்துடன் நானும் ஒரு வடையை எடுத்துக் கொண்டேன். நான் எடுப்பதை வடை சுடுபவர் பார்த்தாரே தவிர எதுவும் சொல்லவில்லை.

நிம்மதியில் வெளியே விரைந்தேன். நாராயணனும் கைக்குள் வடையை மறைத்துக் கொண்டே பழைய இடத்தில் வந்தமர்ந் தான். வடையைக் கேட்காவிட்டாலும் வடையைப் பார்த்த துமே வாயூறியது செல்வாவுக்கு. என் வடையில் செல்வாவும், நாராயணனோடு சிலம்புவும் பங்கிட்டுக் கொண்டனர். வாங்கியதும் வேகமாக வாயை இயக்கினான் செல்வா. எல்லார் வாயிலும் உளுந்து வடை திரும்பவும் மாவு ஆனது.

‘சொல்ட்டியாடா சிலம்பு ஏஜெண்டுகிட்ட?’

‘இல்லடா, அந்த ஆளு எங்கியோ பேப்பர் வாழைஎல வாங்க வெளிய போயிருக்கானாம் . . .’

செல்வா சொன்னான்;

‘பிரியாணி கேட்ரிங்காடா நடக்குது இங்க. ஒருத்தன் சுவீட்டுக்கு பதிலா கேசரி செஞ்சு வெச்சிருக்கான். இவன் இன்னாடான்னா பேப்பர் வாழஎல வாங்கப் போறான் . .’

‘எவன்டா கண்டுபுடிச்சான் பேப்பர் வாழைஎலய? ஊருலலாம் இப்டியா பந்தி போட்றாங்க? எப்படி அழகா வாழைஎல வெச்சி, பார்த்துப் பார்த்துப் பரிமார்றாங்க... இந்த எலயில என்னடான்னா மூஞ்சுந் தெரியல, முதுகுந் தெரியல எல்லாம் ஒரே மாதிரியே கெடக்குது’ என்றேன்.

‘பின்ன நாட்ல ஒருத்தன் வியாபாரம் செஞ்சிப் பொழைக்கறதுக்கு ஊரையே கெடுக்கற கண்டுபிடிப்பதான நெறைய பண்றாங்க. இருக்குற வாழைத்தோட்டத்தலாம் ரியல் எஸ்டேட்னு வித்துட்டா அப்புறம் இப்டிதான் ஆவும்’

‘ஏற்கனவே ரெண்டு கட்டு இருக்குது இங்க. சரி பத்தாமப் போயிடுச்சுன்னா இன்னாப் பண்றதுன்னுதான் கொஞ்சம் வாங்கப் போயிருக்காங்க’ என்றான் சிலம்பு.

‘ஆனா இங்க சாப்ட வர்றவனுங்க ரொம்பப் பாவன்டா. பெரியப்பன், சித்தப்பன், மாமன் மச்சான்னு பார்த்து பாசமா பரிமார்றதுக்கு எவன் இருக்கான் இங்க. கேட்ரிங் சர்வீஸ்னு நம்மள மாதிரி ஆளுங்கள வெச்சிட்றானுங்க... நமக்கு யாரு, என்னன்னு தெரியுது சோத்த போட்டுட்டே போயிடுறோம். என்னவோ கடமைக்கு கல்யாணம் பண்றானுங்க’

சிலம்பு சொன்னான்;

‘உண்மதான்டா ஊர்ப்பக்கம்லாம் இப்டி இல்ல. கல்யாணக் காரங்களே வந்து பாத்து கவனிச்சிக்கிறாங்க. இங்க எவனோ சோறுபோட எவனோ தின்ட்டு போறான். கல்யாணங்கூட நம்மூர்ல நடக்கிற மாதிரிலாம் இருக்கிறதில்ல. நாதஸ்வரத்த நாக்கு காயுற வரைக்கும் ஊதுவாங்க. இங்க எவன் ஊதறான்’

பேச்சுக்கு இடையிலே செல்வா போய் இன்னொரு வடையை எடுத்துக் கொண்டு வந்து உட்கார்ந்தான். திடீரென்று பயந்தவனாய் தலைக்கு மேலே நிமிர்ந்து பார்த்தான். கேமரா எதுவும் அவனுக்கு நேரே இல்லை என்பதை அறிந்ததும் ஆசுவாசமாய் வடையைக் கடித்தான் அந்நேரம் பார்த்து மேலே ஏறி வந்த கல்யாண வீட்டுக்காரர் பார்த்து விட்டார்.

‘ஏய்யா... உங்களுக்லாம் அறிவில்ல? வேலை செய்யி றதுக்குதான வந்திங்க... டைம் ஆச்சில்ல எலயப் போடாம வடைய எடுத்துத் தின்றிங்க. பந்திக்கு வெக்கிறதா இல்லையா?’ என்று கத்தினர்.

யாரும் எதுவும் பேசாமல் நின்றோம். சமையல்காரர் ஒருவரும் வெளியே சத்தங்கேட்டு வந்து பார்த்தார்.

கல்யாணக்காரர் அவரை முறைத்துப் பார்த்தார். இதற்குள் ளாக வாங்கி வந்த வாழைஇலையையும், பிளாஸ்டிக் டம்ளர்களையும் கையிலேந்திக் கொண்டு வந்த ஏஜெண்ட்,

'ஏன் சார் ஏன் சார்... என்ன சார் ஆச்சு? பசங்க ஏதாவது பண்ட்டாங்களா?' என்று கோபமாயிருந்த கல்யாணக்காரரிடம் கேட்டார்.

'என்னய்யா நீ ஆளுங்கள கூட்டிட்டு வந்திருக்க? வடை பந்திக்குப் போறதுக்கு முந்தியே இவனுங்க முடிச்சிரு வானுங்க போலருக்கு. காலைல வேலய பாக்கலாம்ல'

'ஏன்டா, காலைல ரோல் போடலாம், எதனா வேல இருந்தாப் பாக்கலாம்ல. தூங்கியெழுந்ததும் எந்த மூலைக் குடா உனக்குப் பசிக்குது. அப்டியாப் பட்டினியா கெடக் குறிங்க' என்று என்னைப் பார்த்து திட்டிய ஏஜெண்ட்,

'சார் மன்னிச்சிடுங்க சார்... தப்பா எடுத்துக்காதிங்க நான் பாத்துக்கிறேன் நீங்க போங்க சார். சாரி சார் நீங்க போங்க சார்' என்று அவரிடமும் சொன்னார். அவர் போகும் வரை எங்களை முறைத்துப் பார்த்துவிட்டு,

'ஏன்டா, தின்றவன் சமையல் ரூம்லயே தின்னுத் தொலைய வேண்டியதான, ஏன்டா இப்டி உயிர வாங்குறிங்க?' என்றார் ஏஜெண்ட்.

'ஒன்னுல்லண்ணே சும்மா ஒரு வடைய கையிலேயே எடுத்துட்டு வண்ட்டாங்க' பேச்சுக் கொடுத்துக் கொண்டே ஏஜெண்டைத் தள்ளிக் கொண்டு சென்றான் நாராயணன்.

எல்லாருக்கும் கோபமானது தலை வரை ஏறியது. வாய்க்குத் தேவையில்லாத வார்த்தைகளையெல்லாம் கொட்டித் தீர்த்தோம்.

'என்னமோ அவங்க அப்ப மூட்டு சொத்தே போன மாதிரி கத்திட்டு போறான் பொறம்போக்குப் பையன். ஒரு வடையில இன்னா போயிடுச்சுன்னு தெரியல' என்று மீண்டும் திட்டினேன்.

'பந்தி முடிஞ்சி கடைசியில எவ்ளோ நாறின்னு கெடந் தாலும், இன்னானு கண்டுக்கமாட்டானுங்க. பந்தியில எவ்ளோ வீணாப்போது இதெல்லாந் தெரியாது. ஒழைக்கிற வன் ஒன்னு தின்னுட்டாதான் இவனுங்க உசுநீர்ல வலி வந்தா மாதிரி கத்தறானுங்க. ஒரு வடைக்கே உயிர வுட்றான்...' இது செல்வா.

'தெரிஞ்சுக்கோடா. இதுக்கே இப்டின்றாங்க. இதுல நீவேற வேல முடிஞ்சி மதியத்துக்கு தோசையும், வடையும்

எடுத்துட்டுப் போலான்ற. வாடா ரோலும், எலயும் எவன்னாப் போடட்டும், நாம தண்ணி வெக்கலாம் வா’ என்றான் சிலம்பு. செல்வா எதுவுமே பேசவில்லை.

யார் மனதிலும் வேலை செய்யும் எண்ணமே போய் விட்டிருந்தது. கோபத்தோடே பந்தி வைத்துக் கொண்டிருந் தோம். ஆனால் ஆட்கள் வந்து அமர்ந்த பிறகு அது முடிய வில்லை. சில முகங்களின் அமைதியைப் பார்த்து எங்களுக் குள்ளும் அமைதி பிறந்தது. ஆவி பறக்கும் இட்டிலிகளும், அழகழகான காய்த்துருவல்கள் தூவிய ஊத்தாப்பங்களும் பந்தியில் பறந்தன. ஊத்தாப்பம் சிலம்புவின் கண்ணைப் பறித்தது. இதயத்தைக் கவர்ந்து இழுத்தது. இராத்திரி சாப்பிடும் போதெல்லாம் வேணா வேணான்ற அளவுக்குத்தான் சாப்பிட்றோம். ஆனால் பொழுது விடிந்தால் எப்படித்தான் பசியெடுக்கிறது என்று தெரியவில்லையே, ஒருவேளை இந்த வயிறுகூட நம்ம துறையில பாடங்கேட்டிருக்குமோ? எவ்வளவு படிச்சாலும் இன்னும் இன்னும்ற வாசிப்பு பழக்கத்தைப் போல வயிறும் சாப்பாட்டை விடமாட்டேனென்கிறதே என்று சிந்தனையில் மூழ்கியே பரிமாறிக் கொண்டிருந்தான் சிலம்பு. ஒருவர் கேசரி கொஞ்சம் வைக்கச் சொல்லி என்னிடம் கேட்கவே, நான் அதனை எடுத்துவரச் சென்றேன். கையிலிருந்த வடைகறி வாளியைச் சாப்பாட்டு மேசை யிலேயே வைத்துவிட்டு, கேசரி வாளியைத் தேடினேன். வாளி கிட்டியது ஆனால் வாளிக்குள் கேசரி காலி ஆகியிருந்தது.

சரியென்று கேசரி மொத்தமாக வைத்திருக்கும் பாத்திரத் திலிருந்து எடுத்து வரச் சென்று, அந்தப் பாத்திரத்தைத் திறந்தேன். கேசரியின் மேல் பழத்துண்டுகள் வகைவகையாகத் தூவப்பட்டிருந்தன. அதன் ஒரு பக்கம் மட்டும் வெட்டி எடுக்கப் பட்டிருந்தது. அடப்பாவி! இவ்வளவு பழத்துண்டுகள் கேசரியில் இருக்கின்றனவே. சத்து மிகுந்த இவைகளை யெல்லாம் விட்டுவிட்டு வடைக்கும் ஐஸ்கீரிமுக்கும் அலை கிறோமே என்று நினைத்து இன்றைக்கு கேசரி கொஞ்சம் சேர்த்துச் சாப்பிட வேண்டும் அதிலுள்ள பழங்களையாவது நிறைய எடுத்துச் சாப்பிட வேண்டும் என்று உறுதி எடுத்துக் கொண்டு கேசரியையும் எடுத்துக் கொண்டு போனேன்.

அப்படியும் இப்படியுமாக மூன்றாவது பந்தியும் வந்து விட்டது. ஆனால் பந்திக்கு ஆட்கள் குறைந்த பாடில்லை. மூன்றாம் பந்தியின் கடைசியிலேயே ஊத்தாப்பம் இல்லை, இட்டிலி மட்டுந்தான் இருக்கிறது. வடை கொஞ்சம் தான் இருக்கிறது பொண்ணு மாப்பிள்ளைக்கு வேண்டும் என்றெல்லாம் பேச்சு புழங்கியது. ‘வொய்ட் சட்னி இல்ல

சார். கார சட்னியும் இப்பதான் காலியாயிடுச்சு' என்று செல்வாவும் ஒரு பக்கம் பரிமாறிக்கொண்டிருந்தான். கடைசியில் இட்லி, சாம்பார், பொங்கல் என்ற நிலை மட்டுமே மீதியிருந்தது. நான்காவது பந்திக்கு கூட்டம் முழுமையாகவே வந்தமர்ந்தது. எங்களுக்கும், ஏஜெண்ட்டுக்கும் ஒரே திகிலானது. என்னடா இது 350 இலைக்குத்தான் சொல்லியிருந்தார்கள் ஆனால் கூட்டம் 400 இலைகளையும் தாண்டிப் போய்க் கொண்டிருக்கிறதே என்று பதற்றம் ஏற்பட்டது. சமையல்கார ஏஜெண்ட்டும், எங்கள் ஏஜெண்ட்டும் இருப்பது இதுதான் என்று சொல்லி இருப்பவற்றை மட்டும் பரிமாறச் சொன்னார்கள்.

எங்களுக்கு என்ன சொல்லிப் பரிமாறுவது என்ற பயமும், எங்களில் சிலருக்கு நமக்கென்ன இருப்பதை போட்டுவிட்டுப் போய்க் கொண்டே இருப்போம் என்ற எக்களிப்பும் தோன்றியது. எனக்கு அந்த நொடியே எங்கே நமக்கு சாப்பிட எதுவுமில்லாமல் போய்விடுமோ என்று கிலிபிடித்துக்கொண்டது. உட்கார்ந்து முன்னாடியே சாப்பிடவும் முடியாது ஏனெனில் கூட்டம் அதிகமாக இருக்கிறது. மனம் பொருமிக் கொண்டே பரிமாறினோம். இன்றைக்கு நமக்கு அவ்வளவு தானா ஒன்றுங்கிடைக்காதா என்று வெதும்பிக் கொண்டே வேலை செய்தான் செல்வா. எந்தப் பொருள் இல்லையோ அதனையே நோண்டி நோண்டிக் கேட்டுக் கொண்டிருந்தார்கள். நான் தனியே சென்று சமையலறையில் எதையாவது மிச்சப் படுத்தி வைத்திருக்கிறார்களா என்று பார்த்தேன். எதையும் எடுத்து வைத்திருப்பதற்கான அறிகுறியே தெரியவில்லை.

நமக்கு எங்கே கடைசியில் கிடைக்காமல் போய் விடுமோ என்று எனக்கு மட்டுமாவது எடுத்து வைத்துக்கொள்ள முடியுமா பார்க்கலாம் என்று சமையல் அறையிலிருந்து வெளியே வந்தால் ஒரு பையன் சாம்பார் வாளியைத் தூக்கிக் கொண்டு வந்து என்னிடம் நீட்டி,

'சார் சாம்பார் காலியாயிடுச்சு, வேற இதல ஊத்திக் குடுங்க சார்' என்றான். சரி ஊற்றலாம் என்று சாம்பார் பாத்திரத்தைத் திறந்தால் சாம்பாரையேக் காணோம். தூக்கிவாரிப் போட்டது எனக்கு. இருந்ததே இட்லி சாம்பார்தான் இதுவும் இல்லையா மனத்தில் ஆழ்குளம் கலங்கியது. மனம் உண்மையிலே அழுது விட்டது.

சாம்பாரும் காலியென்று தெரிந்ததும் பந்தியில் ஒரே பரபரப்பானது. அதுவரையில் பறந்து பறந்து பரிமாறிக் கொண்டிருந்த எங்களுக்கு நிலையான இடத்தில் நிற்க

முடிந்ததே தவிர, நிம்மதியாக நிற்பதற்கில்லை. சகாக்களில் சிலர் இலை போட்டு அமர்ந்து சாம்பார் இருந்த பிற வாளிகளில் இருந்த மிச்சமீதிக்கு இரண்டு, மூன்று இட்டிலிகளைச் சாப்பிட்டனர். வெறும் பொங்கலையும் நான்கைந்து வாய் உள்ளே விட்டுப் பார்த்தனர் ஆனால் அது பிடிக்கவில்லை. கேசரியைக் கொஞ்சம் வைக்கச் சொல்லிச் சேர்த்து சாப்பிட்டு எழுந்தனர்.

பின்னாலிருந்து ஒரு கை என் முதுகின் மீது தொட்டது.

'இன்னாடா இது எதுவுமேயில்ல, பந்திக்குக் கூடப் பத்தலயே' என்றான் செல்வா.

'ங்கோத்தா . . . நம்மள இன்னைக்குப் பட்னி போட்டா னுங்கடா. செஞ்சானே கொஞ்சம் சேத்து செஞ்சித் தொலைய வேண்டியதான'

'ஏஜெண்டு கேட்டதுக்கு சமையல்காரன், '350 பேருக்குத் தான் சாப்பாடு சொன்னாங்க, பந்திக்கு 450 பேர அனுப்புனா நான் இன்னா பண்றது'ன்னு சொல்றான்டா'

'அந்தத் திருட்டுத் தாயாளி ஒரு வடைக்கு அப்டி உயிர விட்டானே.... ங்கோத்தா இப்ப நமக்கு சோறு போடச் சொல்றா அவன'

'அவங்கூடச் சேந்து ஏஜெண்ட்டும் குதிச்சான்ல வாடா இப்ப அவனயும் போய்க் கேப்போம்' ஆதங்கப்பட்டான் செல்வா.

திரும்பிப் பார்த்தால் ஏஜெண்டைக் காணவில்லை, சிலம்பு எங்களை நோக்கி வந்து நின்றான். ஆனால் எதுவும் பேச முடியாமல் நின்றான். செல்வாவும் சிலம்புவும் அகத்தில் அழுதுகொண்டிருப்பதை முகம் காட்டிய படி இருந்தது. பழமொழியின் அழகு பளிச்சென்று புரிந்தது.

'இன்னாடா கெளம்பலாமா?' என்றான்

'எங்க?'

'அதான் இங்க 'அரோகரா'ன்னு சொல்ட்டாங்களே . . . அப்புறம் இன்னா பண்றது போவேண்டியது தான்.'

'நீ வேணுன்னா போடா. நான் அவனுங்க சாப்பாடு வெளியிலயாவது வாங்கிக் கொடுக்காம வரமாட்டேன்' என்றேன்.

'டே சாம்பாரு, பைத்தியக்கார மாதிரி பேசாத. அவனுங்ககிட்ட கேட்டா மதிய சோறு தான் போடுவானுங்க. நமக்கு கிளாஸ் இருக்கிறத மறந்துட்டியா?'

‘ஆமான்டா வாடாப் போலாம். இவனுங்க சோறு சாப்ட்டா, மானங்கெட்ட சோறு சாப்ட்ட மாதிரி தான்டா அர்த்தம். ஒடம்புல கூட ஒட்டாது..’ என்று செல்வாவும் சொன்னான்.

கடைசியில் மனங்கேட்காமல் பசியில் கேசரியை ஓர் இலையில் அள்ளிக்கொண்டு வைத்து, நின்று கொண்டே சாப்பிட்டேன். செல்வாவும், சிலம்புவும்கூட ஆளுக்கு கொஞ்சம் சாப்பிட்டார்கள். கேசரியைக் கொஞ்சம் அதிக மாகச் சாப்பிடலாம் என்று ஆசைப்பட்டோம் கடைசியில் கேசரியை மட்டுமே சாப்பிடும் நிலையை ஒரு வெற்றுச் சிரிப்பு வெளிப்படுத்தியது. இன்னுங் கொஞ்சம் போட்டுட்டு வந்து சாப்பிடலாமா’ என்று நான் கேட்டதற்கு,

‘மயிரு, இப்ப நீ வர்றயா இல்லியா? அதான் ஏஜெண்ட்டே நம்மள விட்டுட்டு எஸ்கேப் ஆய்ட்டுகிறானே. இன்னாப் புடுங்கிறதுக்கு நாம இங்க இருக்கணும்?’ என்றான் செல்வா.

வெளியில் வந்து ஏஜெண்ட்டைத் தேடிப் பார்த்தோம் காணவில்லை. எங்களுடன் வெளியே வந்த சகாக்களில் ஒருவன் அவர் பணம் வாங்குவதற்காகப் போயிருக்கிறார் என்று சொன்னான். ஆனால் நாராயணன் அதை ஒத்துக் கொள்ளாமல், இல்லை இல்லை! ஏஜெண்ட் அப்படிச் சொல்லச் சொல்லிவிட்டுப் போயிருப்பான் என்றான். சிலம்பு, எதையும் எதிர்ப்பார்க்காதே வா என்றான். மேலும் முதல் பாடவேளைக்கே இன்னும் அரைமணி நேரம் தான் இருக்கிறது. இங்கிருந்து கண்ணகி சிலை போவதற்கே ஒரு மணி நேரத்திற்கு ஆகும் என்று பதறினான்.

அவசரமாக வெளியே வந்து பேருந்து நிறுத்தத்தை அடைந்தோம். அந்த ‘வாய்க்குத் தேவையில்லாத வார்த்தை கள்’ வழியெல்லாம் வந்து விழுந்தன. சென்னையின் தீராத அவலமான பேருந்துக் காத்திருப்பு இம்முறையும் எங்களைத் தொற்றிக் கொண்டது. நேரம் போய்க் கொண்டே இருந்தது.

ஒரு நிலையில் இல்லாத மனதைத் தாண்டி, எந்த சிந்தனைக்கும் வாசல் திறக்காது தலைவலியுடன் நின்றிருந் தேன். யாரும் பிறருடன் பேசாமல் நின்றிருந்தாலும் தங்களுக்குள்ளே பேசிக் கொண்டுதான் நின்றிருந்தார்கள்.

‘இந்த பீத்தின்ற பணத்துக்கு இப்டிலாம் வந்து பட்னியா சாவணுமா? பணமும் வேணாம் வேலையும் வேணாம் இனி கேட்ரிங்க்கே வரக்கூடாது. அவ அவங்கிட்ட வந்து கேள்வி வாங்கற இந்த மானங்கெட்ட பொழப்புக்கு எங்கனா மயிரப் புடுங்கிகிட்டு சாவலாம்’.

'படிக்குறதுக்குன்னு வந்துட்டு படிக்காம இங்க பனாதி மாதிரி அலஞ்சிட்டு கெடக்குறோம். இங்க வந்தா இவங்கிட்ட பயம், காலேஜ்க்கு சரியா போவாம வாத்தியார் கிட்ட பயம், படிச்சி முன்னேறியாகணுமேன்னு வாழ்க்கையில பயம் . . . ஐயோ, இப்டியே வாழ்க்க ஃபுல்லா பயத்துலேதான் சாக வேண்டி இருக்கு. இதே வேலைக்கு மட்டும் வராம இருந்தோம்னா, ஒழுங்காக் காலேஜ்க்கு போனமா, படிச்ச மான்னு இருக்கலாம். இங்க வரவேதான இப்டி எல்லாப் பிரச்சனையும் வருது. சாப்பாட்டுக்குன்னு வந்துட்டு சரியா சாப்டவும் முடியறதில்லை. இந்த வருஷம் படிப்பு முடிஞ்சு போச்சுனா அடுத்த வருஷம் என்னா பண்றதுன்னே தெரியல. பணங் கெடைக்குது, சோறு கெடைக்குதுன்னு கடைசியில வாழ்க்கையில பொழைக்கிறத பத்தியே யோசன இல்லாமக் கெடக்குறோம். படிக்கிறதுக்கு போயிருக்கான்னு தான் வீட்ல வேற நம்பிக்கையா இருக்குறாங்க. அவங்களுக்கு என்ன சொல்றது . . .? இப்டிலாம் வேலைக்குப் போறம்னு தெரிஞ்சா?'

நினைக்க நினைக்க அழுகை முட்டிக் கொண்டு வந்து நின்றது. அதைத் தடுக்கும் விதமாக பேருந்தும் வந்து நின்றது. எல்லாரும் ஏறின பிறகே ஏறிக் கொண்டேன். இருந்தும் பேருந்தில் எனக்கு இருக்கை கிடைத்தது. இருக்கை நிலை கொண்டும் இருப்பு நிலை கொள்ளவில்லை. பேருந்தில் இருந்த எல்லார் முகத்திலேயும் ஏதோ ஒரு படபடப்பு, பயம் இருப்பதை உற்றுப் பார்த்தால் உணரலாம். ஆம் மானுடத்தைப் பயம் ஒரு பக்கம் ஆள்கிறது. பேருந்து இரைச்சல்களையும் பொருட்படுத்தாது மனம் மீண்டும் அதே சிந்தனையிலேயே மூழ்கத் தொடங்கியது.

'சிலம்புவும் கேட்ரிங் கேட்ரிங்ன்னு ஒன்னு கூட விட்றதில்ல. எல்லா கேட்ரிங்க்கும் போயிட்றான். செல்வா அதுக்குமேல கேட்ரிங்க்கும் போறான். மீதி நேரத்தில எளநீர் கடைக்கு தேங்கா லோடு ஏத்தினு வர, அரிசி குடோன்ல மூட்டைத் தூக்கன்னு போயிட்றான். எங்க எவனும் படிக்கிற தில்லையே. அப்படி படிக்காம சம்பாரிச்சும் ஒரு புரயோஜனமுமில்ல.. எல்லாந் தானிக்குத் தீனி செலவுக்கே சரியாப் போயிடுது. கடைசில ஒரு வெங்காயமும் கிழிச்சா மாதிரி தெரியல. பத்தாததுக்கு கேட்ரிங்க்குப் போட்றதுக்குன்னு ஒரு வெள்ளச்சட்டை கூட இல்லாததுதான் மிச்சம்.

அப்டி இன்னாதான் இருக்குது இந்த கேட்ரிங்கல? என்ன, தெரியாத நாலு மூஞ்சிங்களுக்கெல்லாங் கூட சோறு போடும் போது ஒரு சின்ன சந்தோஷங் கெடைக்குது அவ்ளோதான். அதுக்குன்னு நம்ம சந்தோஷத்தை வுட்டுட்டு திரியிறதா . . .

போதுன்டா சாமி யு.ஜி.சி. எக்ஸாம்காவது படிப்போம். செமஸ்டர்ல தான் மார்க் எடுக்குறதில்ல இதலயாவது உருப்படியா செய்வோம். இனி இந்த சோறு போட்ற வேலையே வேணாம். எவன்னே தெரியாது, போறவ வரவங்கிட்டலாம் பேச்சு வாங்க வேண்டியதாக்கீது. பாத்துப் பாத்து செஞ்சும் தெ...... பசங்க கடைசில நம்மள பட்னியா விட்டானுங்க' என்று மீண்டும் நினைக்க நினைக்க ஏறுவதும் இறங்குவதுமாக மனக்கண்ணில் அழுகை மூக்கோடு சேர்ந்து முட்டிக் கொண்டது. இனி கேட்ரிங்க்கே போவதில்லை என்ற முடிவையே மனம் திரும்பத் திரும்ப பாராயணம் செய்துகொண்டிருந்தது.

வேண்டிய நிறுத்தம் வந்ததும்தான் வகுப்பு ஞாபகமே வந்தது. வேகமாக இறங்கி கைக்கடிகாரத்தைப் பார்க்கும் போதெல்லாம் முதல் பாடவேளை முடிந்தே போயிருத்தலைத் தீர்மானித்து மனசு மீண்டும் பொருமிக்கொண்டு அழுகையைத் தொட்டு வந்தது. சக நண்பர்களிடையே கையசைப்பில் மட்டுமே விடை பெறுவதைத் தெரிவித்து விட்டு, வேக வேகமாக கால்களை இயக்கினோம்.

'போச்சு. இன்னைக்கு முக்கியமானக் கிளாஸ்ன்னு தெரிஞ்சும்..' என்று வார்த்தையை முழுங்கினான் செல்வா. சிலம்புவிற்கு சாப்பிடாமல் வயிறு இழுத்துப் பிடித்துக் கொண்டது. பின்னாலேயே நடந்து வந்தான். வகுப்பறையில் வாத்தியார் என்ன சொல்லுவாரோ அடுத்த பயம் இதயத்தை வேகடித்தது.

'சீக்கிரம் வந்துத் தொலையேன்டா' அவனைச் சினந்தேன்.

'... மூடிட்டு போடா. என்னால முடியாது.. நான் கிளாஸ்க்கும் வரல ஒன்னும் வரல அப்டிப்பட்ட படிப்பே வேணாம் எனக்கு' என்றான். அழுகையை வெளிப்படுத்தாத, அடக்கி வைத்திருந்த அவன் முகம் கொதித்துக் கொண்டிருப்பதை உணர முடிந்தது.

'சரி வாடா...' என்றான் செல்வா.

'ஸாரிடா வாடா' என்றேன் நான்.

வியர்வை பூத்த முதுகோடும், பிசுப்பிசுத்த முகத்தோடும் இரண்டு மாடி ஏறி வேகமாக, சுறுசுறுப்பான களைப்புடன் வகுப்பறையின் வாசலில் வந்து நின்றோம்.

'அறப்பெரிய பஞ்சத்தில் அன்னம் பகர்ந்தோன்'னு மணிவாசகம் வாத்தியார் பாடம் நடத்திக் கொண்டிருந்தார். மாணவர்கள் எல்லாரும் எங்களைப் பார்க்கவே அவரும் வாசலைப் பார்த்தார்.

‘என்னய்யா . . . எங்க போய்ட்டு வர்றீங்க எல்லாரும்?’ ஒரு கம்பீர அன்பு காதை இழுத்தது. மூவருமே பேசவில்லை மௌனங் காத்தோம்.

‘உள்ள வாங்க. என்ன யாருமே பேச மாட்டேங்கிறீங்க... சரி வகுப்புல சொல்ல முடியலனா அப்புறம் தனியா வந்து சொல்லுங்க’ என்றார். இருக்கையைப் பிடித்து உட்கார்ந் தோம்.

‘பாருங்க.. உங்களுக்கு அப்பா எத்தன பேருன்னு கேட்டா நீங்க சும்மா இருப்பீங்களா? அப்படியொரு வம்பு புடிச்ச கேள்விக்கு விடை சொல்லுது இந்த தனிப்பாடல் திரட்டு பாடல் . . . உங்களுக்கு யார் யாரெல்லாம் அப்பா?’ என்று கள்ளச் சிரிப்புடனே புத்தகத்தைப் பார்க்க மூக்குக் கண் ணாடியைத் தூக்கி கண்களோடு ஒட்ட வைத்தார். அது மூக்கின் மீதே வந்தமர்ந்தது.

என்னது? யார்யாரெல்லாம் அப்பாவா? என்னடா கேள்வி இது? எங்கள் தலையில் குண்டு விழுந்தது போல இருந்தது.

“பிறப்பித்தோன் வித்தைதனைப் பேணிக் கொடுத்தோன்
சிறப்பினுப தேசஞ் செய்தோன் – அறப்பெரிய
பஞ்சத்தி லன்னம் பகர்ந்தோன், பயந்தீர்த்தோன்
எஞ்சாப் பிதாக்களென எண்”

எனும் பாடலை விளக்கி, சீரைப் பெறாமல் ‘எண்’ என அசையைப் பெற்று முடியும் இது போன்ற பாடல்கள் மிக அரிது என இலக்கணத்தையும் இணைத்தார்.

“இத்தனை மலைகளைத்
தாண்டி வந்தது
இந்தத் தேனுக்காகத்தானா?”

மனம் அமைதி கொண்டது. விளக்கத்தினிடையே அவர் சொன்ன ஒன்று மட்டும் மனதைக் கிண்டியது. ‘சாப்பாடு போட்றதுன்றது ஒரு வேலை இல்லய்யா. அது ஒரு தர்மம். அது ஒரு கலை. பெரிய ஹோட்டல்ல சம்பளத்துக்கு வேலை செய்தாலுங்கூட அவனும் சந்தோஷமா பரிமாறனாதானே நம்மலால சாப்பிட முடியும்?’ என்பதுதான் அது. இனி கேட்ரிங்க்கே போகக் கூடாது என்ற தீர்மானத்தின் மீது அது ஒரு தீக்குச்சி கிழித்துப் போட்டது. மனித ஆசைகள், முடிவுகள் எல்லாமே அப்படித்தானே. நிலையில்லாத வாழ்க்கையில் சிலவற்றை நிலைப்படுத்த விரும்பும்போது ‘நிலையாமை’ வந்து பாடம் புகட்டி விட்டுப் போகிறது.

இனிமேல் வேலை செய்யும் போதெல்லாம் உச்சரிக்க வேண்டிய அந்த வாசகத்தை, மனம் மீண்டுமொரு முறை உள்ளுக்குள் உச்சரித்துப் பெருமை கொண்டது.

'அறப்பெரிய பஞ்சத்தில் அன்னம் பகர்ந்தோன்...'

“வாடிய பயிரைக் கண்ட போதெல்லாம்
வாடினேன் பசியினால் இளைத்தே
வீடுதோ றிரந்தும் பசியறா தயர்ந்த
வெற்றரைக் கண்டுளம் பதைத்தேன்”

– **இராமலிங்க அடிகள்**

அரைமணி நேரப் போராட்டத்துக்குப் பின்பு ஒரு காக்காக்குளியலுடன் உள்ளே நுழைந்தான் சிலம்பு. குளித்து முடித்து விட்டு அறைக்குள் வந்ததும் வியர்ப்பது போலவே இருந்தது அவனுக்கு. மேசையின் மீது காலைத் தூக்கி வைத்துக் கொண்டு இருக்கையில் அமர்ந்த படியே படித்துக் கொண்டிருந்த செல்வாவைப் பார்த்துக் கேட்டான்,

‘ஏன்டா தம்பி . . . கிளாஸ்க்கு வர்ற ஐடியா இல்லயா ?’

‘ம்... வரணும்டா . . . இந்த கிளாஸ்னு ஒன்னு இல்லனா நாம படிக்கிற பசங்கன்றதே மறந்துடும் பலக்குது. டைம் ஆய்டுச்சா ?’

‘டைம் ஆயிடுச்சாவா ?... டேய்... எட்ரை ஆவப் போவுதுடா எரும மாடு. நீ எப்ப கௌம்புறது ?’

‘இதோ ஒரு அஞ்சே நிமிஷன்டா . . . சும்மா லைட்டா ஒரு குளியல் போட்டு வந்துட்றேன்’

என்று படித்துக்கொண்டிருந்த புத்தகத்தைத் திறந்தவாறே மேசையின் மீது கவிழ்த்து வைத்துவிட்டு நாற்காலியிலிருந்து எழுந்தான்.

‘டைம் ஆவுறது கூடத் தெரியாம அப்டி என்னத்தடா சாமி படிக்கிற நீ....’ என்று கேட்டுக் கொண்டே தன் இடது கையை மேலே தூக்கியவாறு அக்குள் பகுதியைத் துண்டினால் துடைத்துக் கொண்டே முகத்தைக் கீழே சாய்த்து, குனிந்து அந்தப் புத்தகத்தைப் பார்த்தான் சிலம்பு.

‘ஓ . . . யு.ஜி.சி.–க்குப் பயங்கரமாப் படிக்கிற போலருக்கு . . .’ பாத்துடா JRF* அடிச்சிடப் போற?’

‘ஆமான்டா எப்பா, நீங்களாம் எம்.ஏ படிச்சிட்டு ஏர் ஓட்டப் போறன்னு சொல்வீங்க. கேட்டா, ஏன் எம்.ஏ படிச்சிட்டா ஏர் ஓட்டக்கூடாதான்னு வேற கேப்பீங்க. நாங்களாம் வாத்தியார் வேலயதான் நம்பிக்கிட்ருக்கோம். அதான் இப்பலாம் காலேஜ் வாத்தியராப் போகணும்னா ‘நெட்’ இல்லனா ‘சிலெட்’ பாஸ் பண்ணியிருக்கணும்னு கட்டாயமாக்கிட்டாங்களே...’

‘தமிழ் படிச்சவன் பள்ளிக்கூடத்துல வாத்தியாராப் போறதே பெரும்பாடா இருக்குது. இதுல இவரு கல்லூரிப் பேராசிரியராம்? ம்ம் . . . நடத்து நடத்து . . .’

‘நடத்துறம் பாரு . . . உன்ன மாதிரி ‘வீரம் விளைந்தது’ காரம் தெரிஞ்சது, கடைசியில கோரம் வௌஞ்சதுன்னுலாம் நான் படிச்சிட்டு இருந்தா வாத்தியார் வேலைக்குலாம் போக முடியாது. இததான் நான் படிச்சாகணும், உங்க மார்க்சியம் எனக்கு சுட்டுப் போட்டாலும் வராது . . .’

சிலம்புவிற்குத் தன்னை மார்க்சியவாதி என்று அடையாளப்படுத்தியது பெருமையாகவே இருந்தது. இரண்டாம் ஆண்டு தொடக்கத்திலிருந்தே அவன் இத்தகைய வாசிப்புகளை வழக்கமாக்கிக்கொண்டான். அவன் கையிலி ருக்கும் புத்தகத்தைப் பார்த்து விட்டு யாரேனும் கிண்டல் செய்யும் பாவனையில் பேசினாலும் கூட அது அவனுக்குப் பெருமையாகத் தானிருந்தது. அத்தகு பெருமை இப்போதும் கிடைத்த பூரிப்புடன்,

‘படி படி . . . உன்ன யார் வேணான்னு சொன்னது? ஆனா நம்ம எச்.ஓ.டி அடிக்கடி சொல்லுவாரே ‘தமிழ்ப் படிக்கிறப் பயலுக தான்டாப்பா ஒரு சமூகத்த படிக்கிறீங்க’ன்னு அத மறந்துடாத. எப்பயும் ஞாபகத்துல வச்சிக்கோ . . .’ என்றான்.

JRF: Junior Research Fellowship

‘நாங்கள்லாம் எல்லாத்தையும் செய்வோம். இது வெறுங்கை இல்ல ... நம்பிக்கை, யானையின் தும்பிக்கை’ என்று தன் வலக் கையை மடக்கிக் காட்டினான் செல்வா.

‘போடாத் தம்பி போடா ... மொதல்ல அஞ்சி நிமிஷத்துல குளிச்சிக்காட்றா ...’ என்று துண்டினைச் சுருட்டி செல்வா மீது வீசினான் சிலம்பு.

வாளியை ஒரு கையில் எடுத்துக் கொண்டு, சிலம்பு வீசியெறிந்த துண்டை இன்னொரு கையில் பிடித்துக் கொண்டு அறையை விட்டு அவசர அவசரமாக வெளியே ஓடினான் செல்வா. அவன் பின்னாலேயே துரத்தப் போவது போல் ஆரம்பித்து அறையைத் தாண்டாதவனாய் கதவைப் பிடித்துக் கொண்டு சிலம்பு,

‘டேய் மகனே… அஞ்சி நிமிஷத்துல நீ வரலன்னா அப்புறம் நான் விட்டுட்டு போய்டுவேன். வரும்போது சக்திவேலுன்னு ஒரு பொறுக்கி அங்க குளிக்கும் பாரு அவனயும் இழுத்துட்டு வா ...’ என்று கொம்பு ஊதினாற் போலக் கத்தினான்.

கல்லூரி வாசலில் வந்து நுழைந்தனர். வாயில் காவலர் நுழைவாயில் அருகிலே இருக்கையில் அமர்ந்தபடியே தூங்கிக் கொண்டிருந்தார். இரவிலும் வேலை செய்துவிட்டு பகலில் அப்படியே தொடர்ந்து செய்கிறார் என்பதை உணர்ந்தான் சக்தி. ‘உட்கார்ந்துகொண்டே தூங்கும் ஓர் உயிரினம் செக்யூரிட்டிதான்’ என்று அவன் யோசித்துக்கொண்டே வகுப்பில் நுழைந்த அடுத்த மூன்றாவது மணி நேரத்தில் பாட இடைவேளை வந்தது. வகுப்பில் தோழிகள் அவரவர்கள் உணவுப் பாத்திரத்தைத் திறந்து தங்கள் வீட்டின் இருப்பை அறிமுகம் செய்யத் தொடங்கினர். பையன்களில் சிலர் கீழே கேண்டீனுக்குச் செல்வதற்குத் தயாரானார்கள். ஒரு சிலர் மதியம் சாப்பிடாமல் அங்கேயே அமர்ந்திருந்தார்கள். செல்வா தோழி ஒருத்தியின் சாப்பாட்டிலிருந்து ஒரு வாய் எடுத்துச் சுவைத்தான். உடனே அவள்,

‘டே, போடா வாலு. இன்னைக்கு உனக்கு இல்ல சாப்பாடு சக்திக்குத்தான். அந்தப் புள்ளதான் பாவம் ஒடம்பு சரியில்லாம இருந்துட்டு வந்திருக்கு ...’ என்று நீட்டினாள்.

‘டேய் கொரங்கு மண்டையா! இந்தா வா உனக்குதான் சோறாம் ... இவங்களாம் நோயாளியானாதான் சோறு குடுப்பாங்களாம்’ என்று சக்தியை அழைத்து மூடியில் அள்ளி வைத்திருந்த சோற்றைக் காட்டினான். நாட்டில் நடக்கிற அன்னதானம் போன்றவை அப்படிதானே. நாக்குரிமைக்கு நாதியில்லை வாக்குரிமைக்கு மட்டும் வருமானம் இருக்கிறது.

‘எனக்கா? எனக்கா? என்று கேட்டுக் கொண்டே வேகமாக வந்தவன் ‘ஒரு நிமிடம்’ என்று போக்குவரத்துக் காவலர் போல கையைக் காட்டி பொறுக்கச் சொன்னான். தனது பின்புறத்து பாக்கெட்டிலிருந்த பணப்பையை எடுத்து விரித்து அதிலிருந்து ஒரு சீட்டை எடுத்தான். இவன் என்ன செய்கிறான் என்பது போல் எல்லாரும் அவனையே இமை தப்பாமல் பார்த்தோம். சக்தி அந்த சீட்டையும் பார்த்தான் பிறகு மூடியிலிருந்த சோற்றையும் பார்த்தான். மீண்டும் அதே மாதிரி மாறி மாறிப் பார்த்தான். பின்இருக்கையில் உட்கார்ந்து கொண்டிருந்த எனக்கும் கோபம் வந்து எழுந்து போய் அந்தச் சீட்டைப் பிடுங்கிப் பார்த்தேன். அதற்குள் சக்தி, ‘இதுல இல்ல, ஓ.கே இப்ப சாப்பட்லாம்’ என்று சாப்பாட்டினை நெருங்கினான்.

‘இன்னடா அது?’ என்று என்னிடம் கேட்டான் செல்வா. அந்தச் சீட்டில் பெரிய எழுத்தில் ‘பத்திய அட்டவணை’ என்று எழுதி முதல் எழுத்திற்கும், கடைசி எழுத்திற்கும் இல்லாமல் அடிக்கோடிடப் பட்டிருந்தது. அதில்

> **“ஒரு வாரம் பத்தியம், சாப்பிடக் கூடாதவை**:
> தேங்காய், இளநீர் ....
> **மூன்று மாதம் சாப்பிடக் கூடாதவை**:
> மது வகைகள், மட்டன், சிக்கன், முட்டை
> மாங்காய் ஊறுகாய், கிஸ்முஸ் பழம்
> ... .
> Oil – அதிகமாக சேர்க்க கூடாது
> Salt – அதிகமாக சேர்க்க கூடாது”

என்று ஏதேதோ எழுதியிருப்பதை மேலோட்டமாகப் பார்த்து விட்டு எல்லாருக்கும் அதைத் தெரியப்படுத்தினேன்.

‘அது என்னடா சக்தி கிஸ்முஸ் பழம்?’ சந்தேகித்தேன்.

‘அட . . . அத விட்றா. அது யாருக்குத் தெரியும். தயிர் சாப்பாடு அதல இல்லல்ல அப்ப விடு சாப்டுவோம்’ என்றான்.

‘டேய் காஞ்சமாடு.... இதல இருக்கிறது ஒன்னுத்தயும் நீ தின்னப் போறதில்ல. அப்டிப் பாத்தா இந்தச் சீட்டே உனக்குத் தேவையில்லடா’ என்று கிழிப்பது போல் பாவித்தேன்.

‘டேய் டேய் கிழிச்சிடாதடா சாமி, அதல தான் இப்ப என் உயிரே இருக்குது’ என்று பதறியெழுந்து அதனைப் பிடுங்கினான். அவன் சொல்வதும் சரிதான். எலும்பும் தோலுமாக இருக்கின்ற அவன் உடம்பில் உயிர் மட்டும்தான் இருப்பது போலத் தெரிந்தான். கேட்டரிங் சென்றால்

மட்டுந்தான் மட்டன், சிக்கன் வாய்க்குக் கிடைக்கும். அவன் தனக்கு மஞ்சள் காமாலை என்று தெரிந்ததுமே அதனையும் தவிர்த்திருந்தான்.

சிறிது நேரத்தில் சிலம்பு வந்தான். வந்து இன்று மாலை வகுப்பு முடிந்ததும் எங்கும் போய் விடாதே கேட்ரிங் இருக்கிறது, நான் கேட்டுச் சொல்கிறேன். விடுதிக்கு எதிர்க்கவே தான், அதுவும் இரவு மட்டுந்தான் என்றான். எனக்கு இரவு மட்டும் இருந்தால் கட்டுபடியாகாது என்று தெரிவித்தேன். போய் வரும் பேருந்து செலவே இருபது ரூபாய் ஆகிறது என்பதையும், வேண்டுமானால் திரைப்படத் திற்கு அழைத்துச் செல்வதாய் இருந்தால் வருகிறேன் என்பதையும் முன்னிறுத்தினேன். அதற்கு செல்வா,

'இன்னாடா பைத்திக்காரன் மாதிரி பேசற நீ. படம் இராத்திரி 10 மணிக்கெல்லாம் ஆரம்பிச்சிடுவாங்க. நமக்கு வேலயே முடியாதே அப்போ' என்றான்.

'இல்லடா இன்னிக்கு பர்த்டே கேட்ரிங்தான். சீக்கிரம் முடிஞ்சாலும் முடிஞ்சிடும்' சிலம்பு மறுத்தான்.

'எப்பா நல்லவனுங்களே ரொம்ப நல்லாதான் யோசிக் கிறிங்க. நான் கேட்டது நாளைக்கு காலைல போறதுக்கு. தீபாவளி ரிலீஸான படத்துல ஒன்னுகூட இன்னும் பாக்கல. ஏன் எந்திரன் படத்தகூட இன்னும் பாக்கலல்ல யாரும்?' என்றேன்.

'எங்கிட்லாம் காசு இல்ல நான் படத்துக்கலாம் வரல'

'ஏய் அவன் வரலனா போவட்டுன்டா நாம போவலாம். படத்துக்குப் போயே ரொம்ப நாளாச்சு' இப்பொழுது செல்வா மறுத்தான்.

'சரி என்ன படத்துக்குப் போலாம்? எந்தெந்த தியேட்டர்ல என்னென்ன படம் ஓடுது?' கேட்டேன்.

'நம்ம 'ஐட்ரீம்ஸ்'ல 'மைனா' ஓடுதுடா. அதான்டா எனக்குத் தெரியும்'

'நம்ம ஏரியால வேற தியேட்டர்ல?'

'தெரியலடா, அந்தப் பக்கம் எதுவும் கேட்ரிங்கூட போலயா அதனால எதுவும் தெரியல'

'போடா டுபுக்கு உன்னப் போய் கேட்டம்பாரு. இதுக்கெல்லாம் நம்ம சக்திதான்டா லாய்க்கு. கூப்பட்றா அந்த ஊர்த்தமட்டைய' நாட்டாமை அதிகாரம் போலக் குரல் கொடுத்தேன். கை கழுவச் சென்றவன், முகத்தையும்

கழுவிக்கொண்டு தனது பூப்போட்ட இளஞ்சிவப்பு நிறக் கைக்குட்டையால் துடைத்துக் கொண்டே வந்தான் சக்தி.

'டேய் என்னடா பெரிய இவனாடா நீ, நாட்டாமை மாதிரி சவுண்டு வுட்ற . . .' கேட்டான் அவன்.

'இல்லைங் . . . நீங்கதானுங் அரியலூர் பதினெட்டுப் பட்டிக்குங் நாட்டாமைங் . . . உங்களுக்காகத்தானுங் காத்து கிட்டிருக்கேனுங்...'

'சரி சரி என்னா விஷயம்னு சீக்கிரம் சொல்லுங்க. எனக்கு அடுத்த பஞ்சாயத்துக்கு போறதுக்கு நேரமாவுதில்ல'

'மூட்றா... ஒடனே ஓவர் சீன் போடாத' குறுக்கிட்டான் செல்வா,

'நாளைக்கு காலைல படத்துக்கு வரயாடா சக்தி நீ?'

'நீங்க டிக்கெட் போட்டுக்கற மாதிரி இருந்தா வரன்டா'

'ஆமான்டா, எல்லாம் இப்டியே சொல்லுங்க . . . சரி அத விடு. நம்ம ஏரியா தியேட்டருங்கள்ல என்னன்ன படம் ஓடுது?'

'நம்ம ஐட்ரீம்ஸ்—ல மைனா'

'அது தெரியுன்டா. அடுத்து சொல்றா வெங்காயம்'

'அப்புறம் 'அகஸ்தியா'ல கூட 'மைனா' தான்.

'மகாராணி'ல எந்திரன் ஓடுது, ஏய் ஏய் 'அகஸ்தியா'ல வல்லக்கோட்டை படமும் ஒரு ஷோ ஓட்றாங்கடா. அவ்ளோ தான், 'எம்.எம்.' தியேட்டர்ல தெரியல ஞாபகமில்ல'

'மத்த எடத்துல்லாம் என்ன ஓடுது?'

'சாந்தி'ல 'வ'குவாட்டர் கட்டிங், 'ஆல்பர்ட்'ல நான் மகான் அல்ல, அபிராமி—எந்திரன், 'தேவி'லயும் மைனா தான் ஓடுது. இதெல்லாம் நம்ம பட்ஜெட்க்கு ஒத்துவராதுடா'

'சரி வேற . . .?'

'வேற எங்க 'மாயாஜால்'க்கு தான் போகணும் கூப்ட்டு போறயா? சும்மா கடுப்பேத்தாத. படத்துக்குப் போவனும்னு கேக்கறயா இல்ல சிட்டில எந்தத் தியேட்டர்ல என்ன படம் ஓடுதுன்னு பட்டியல் போடப்போறயா' கோபமானான்.

'சரி மாயாஜால்க்கு தான் போலாமே. அங்க என்ன படம் ஓடுதுன்னு சொல்லு' சிரித்துக் கொண்டே கேட்டேன்.

'அங்க எல்லாந்தான் ஓடுது, உனக்கு எந்தப்படம் வேணும்னு சொல்லு?' பதில் சொல்லிக்கொண்டிருந்தவன் கேள்வி

கேட்கலானான். காலங்காலமாக பதில் சொல்லிக் கொண்டிருந்த சமூகம் இப்போதுதானே கேள்வி கேட்க ஆரம்பித்திருக்கிறது.

‘டேய் டேய் சக்திவேலு! இன்னடா கோவம்லா பட்ற... சின்னப் பயலே அடங்கு அடங்கு . . .!’ என்று செல்வா அவன் தோள்பட்டையில் கேலியாகத் தட்டினான். மீண்டும் அவனே,

‘பார்றா . . . வந்து நாலு நாள் ஆவல, அதுக்குள்ள எங்கெங்க இன்னா படம் ஓடுதுன்னு கரெக்டா சொல்றாம் பாரு. நாம இங்கேயேதான் இருக்கிறோம் நமக்கு ஒன்னு கூடத் தெரியல பாரு’ என்றான்.

‘பின்ன உங்கள மாதிரியா? சக்தி டேலண்டேடு பர்சன்டா. இதோ இவன பாரு . . . பக்கத்துல இருக்கிறவந் தலையில கல்லு விழுந்தாக்கூட கம்முனே இருப்பா ஒன்னுந் தெரியாது’ என்று சிலம்புவைக் கைகாட்டினேன். சிலம்பு,

‘கையில காசு இல்ல வாய்க்கு தோசை கேக்குதாடா உங்களுக்கு? மொதல்ல எல்லாருக்கும் கேட்ரிங் இருக்குதாப் பாக்கலாம் வா’ என்று தன் கம்பீரத்தைக் காட்டினான்.

மாலை வகுப்பு முடிந்து அவர்களுடன் நானும் இராசபுரம் விடுதிக்குக் கிளம்பினேன். வழியில் அவளின் நினைப்பு என்னை ஆக்கிரமித்துக் கொண்டது. தனக்கான விருப்பத்தை அவள் சொல்லியும் விருப்பமிருந்தும் வெளிப்படுத்த முடியாத நிலையை நினைத்துப் பார்த்தது மனசு . . .

‘அவளுக்கு என்ன குறை? அவள எதுக்கு நாம மிஸ் பண்ணணும். இதுமாதிரி ஒருத்தி கெடைப்பாளான்னுதான இத்தன நாளா ஏங்குனோம். இப்ப கண்ணு முன்னாடியே நிக்கும்போது, அதுவும் அவளும் விருப்பத்தோட இருக்கும் போது இதவிட வேற என்ன வேணும்? இதுக்கு நாமதான் கொடுத்து வெச்சிருக்கணும். வாழ்க்கைக்கான சந்தோஷம் இவளத்தாண்டி இன்னொருத்திக்கிட்ட கெடைச்சிராது’ என்று ஒரு நினைப்பிலும், இன்னொரு நினைப்பில்,

‘நம்ம குடும்பமே நம்மள நம்பிக்கிட்டுதான் இருக்கு. அந்த நம்பிக்கையக் காப்பாத்துறதுக்கே இங்க ஒழுங்காப் படிச்சி கரையேற முடியாது போலருக்கு. இதுல லவ் பண்றது ஒரு கேடா? சோத்துக்கு வழியில்லாம, தங்குறதுக்கும் நாம பட்ட பாட்டுக்கு, நம்மள காப்பாத்திக்கிறதே பெரிய விஷயமா இருக்கு. எதுக்கு அவ வாழ்க்கைய வேற கெடுக்கணும். ஒரு முழம் பூ கேட்டாளுன்னா கூட அப்பறம் அதுக்கு ஒரு கேட்ரிங் போகணும்’ என்றவாறும் சிறுமூளையும்

பெருமூளையும் மாறி மாறி என்னைச் சிரமப்படுத்திக் கொண்டிருந்தன. இறுதியாய் அவளிடம் நிலையற்றுக் கிடக்கும் வாழ்க்கையில் உன்னை நிலைப்படுத்திக் கொள்ள முடியும் எனும் நம்பிக்கை வரும்பொழுது நானே சொல்கி றேன். இரண்டாண்டு முடிவில் இதற்கு ஒரு முற்றுப்புள்ளி தருகிறேன் என்று காதலை மறைத்து ஒரு காதல் ஒப்பந்தத்தில் கையெழுத்திட்டதைக் கவலையோடு எண்ணிக்கொண்டு இருந்தேன். அதைக் கலைத்தான் சக்தி.

‘அங்கப்பாருடா அவனுங்கள. மதியத்துலருந்து ரெண்டு பேரும் என்னப்பாத்து ஏதோ குசுகுசுன்னு பேசிக்கினே கீறாங்க. என்னான்னே தெரியில ...’ என் தோள்பட்டையைச் சீண்டிச் சொன்னான்.

‘எதனாப் பேசிட்டு போறானுங்க. தெரிஞ்சி என்னப் பண்ணப்போற?’

‘இல்ல தெரிஞ்சேயாவணும் எனக்கு இப்போ’

‘இந்தத் தெரிஞ்சே ஆவணும்ற நெனப்பயே விட்றுடா. அவனுங்கள மாதிரி யாரு குசுகுசுன்னு பேசனாலும் கண்டுக் காத. ஏன்னா அவங்க என்னப் பேசனாங்கன்னு தெரியிலயே, தெரியிலயேன்னு தெரிஞ்சிக்கிற வரைக்கும் மனசு நரகந்தான். தெரிஞ்சிகிட்டாலும் நரகந்தான். அதனால நீ உன் வேலயப்பாரு’

‘உங்கிட்டப் போய் கேட்டம்பாரு என்ன சொல்ல ணுண்டா’

‘முன்னாடி நிக்குதே அந்த ஃபிகர பாரு ... சீனா இருக்கா.. அவகிட்ட போய் கேளு’ அவனைத் திசை திருப்பினேன்.

‘யாரு அந்தக் கறுப்பியா? ஏன்டா கடுப்பேத்துற’

‘அடிங்க.. அந்த மொகத்தப் பாருடா ஒரு கலையே இருக்கு. எல்லார் மொகத்தலயும் ஒரு கலை இருக்கு அதப் பாருங்கடா, கலரப் பாக்காதீங்க.’

‘எனக்குந் தெரியும் நீ மூடு..’

‘இதோ இந்தப் பொண்ணு மூஞ்சையே அன்பாப் பாத்துகிட்டு ஒரு பத்து நிமிஷம் பேசிக்கிட்டேருந்தனு வெச்சிக்கியேன், இந்த உலகத்துலயே அவதான் உனக்கு அழகாத் தெரிவா..’

‘போதுன்டா. நீ ஆள விடு. உன் மொக்கைக்கு நான் ஆளு இல்ல’ என்று முகத்தைத் திருப்பிக் கொண்டான்.

விடுதியை நெருங்க நெருங்க வழியிலே சீருடை அணிந்த எங்கள் வீரர்கள் அணிவகுப்பு நடத்திக்கொண்டு வந்தனர். அதைப்பார்த்து விட்டு,

'ஐயோ... டைம் ஆய்டுச்சு போலருக்குது சீக்கிரம் வாங்கடா' பதறிக் கொண்டு சிலம்பு உள்ளே ஓடினான்.

'அவங்கலாம் வேற கேட்ரிங்டா. ராஜா அண்ணன் பொன்னேரிக்கு ஆள் அனுப்பறாரு. நமக்கு இன்னும் டைம் இருக்குடா வாடா' சமாதானப் படுத்தினான் சக்தி.

உள்ளே சென்றோம். செல்ல வேண்டிய இடங்களுக் கெல்லாம் ஆள் பிரித்துக்கொண்டிருந்தான் நாராயணன். அறைக்குள் ஒருவன் தன் சட்டையைத் தேய்த்துக் கொண்டி ருந்தான். என் சட்டை அழுக்கேறியும், சுருக்கமாகவும் இருந்தது. இருந்த மன வருத்தத்தோடு மேலும் ஒரு பாரம் சேர்ந்து கொண்டது. என்னை எதிரிலேயே உள்ள மண்டபத் திற்கும், மற்ற மூன்று பேரை வேறு மண்டபத்திற்கும் அனுப்புவதாய் முடிவானது. எதிர்க்கவே இருப்பதால் சீக்கிரம் வேலை முடிந்து வந்து படுத்துக்கொள் என்று தேற்றினான் சக்தி. அவர்கள் முன்னே கிளம்பிப்போக, நான் வேறு சிலருடன் எதிர் மண்டபத்திற்குப் போனேன். சாலையின் போக்குவரத்தைக் கடந்து மறுபக்கம் செல்லும் போதெல்லாம் உயிரைக் கையில் இறுக்கமாகப் பிடித்துக் கொள்ள வேண்டியிருக்கிறது. ஐந்து பேருடன் நான் சென்றிருந்தாலும் தனியாக இருப்பது போலவே இருந்தது.

அது ஒரு குழந்தையின் முதல் பிறந்தநாள் விழா. மிகவும் ஆடம்பரமான அலங்காரத்துடன் குளிரூட்டப்பட்ட மண்ட பத்தில் தயார் செய்யப்பட்டிருந்தது. அந்த விழாக் குடும்பத் தினரைப் பார்க்கும் போது ஒரு நடுத்தரக் குடும்பத்தினர் போலவே தெரிந்தது. ஆனாலும் ஏன் இவ்வளவு ஆடம்பரம்? இது தேவைதானா? பிறந்தநாள் என்றால் என்னவென்றே தெரியாத குழந்தைக்கு, அதுவும் தனக்குத்தான் இந்த விழாவே என்பதும் தெரியாத அந்த குழந்தைக்கு இது தேவையான ஒன்றா என்று எனக்குள் எழுந்தது போலவே என்னுடன் வந்த சகாக்களுக்கும் சந்தேகம் வேர் தோண்டியது. ஆனால் ஆளாளுக்கு அவரவர்களாகவே ஒரு பதிலைத் தயாரித்து வெளியிட்டனர்.

'சார்... இதுலா சம்பாதிக்கிறோம்ன்ற திமிரு சார்...'

'சும்மா அக்கம் பக்கத்து வீட்டு ஆளுங்க முன்னாடி போடுற சீன் இது. வேற ஒன்னும் இல்ல. அவங்க பண்ணி யிருப்பாங்க அதப்பாத்துட்டு இவனுங்களும் பண்றானுங்க.

மத்தவங்க செய்றாங்களேன்னு பாத்து பாத்துதான இருக்குற கேனத்தனத்த எல்லாம் கத்துக்குறாங்க. கௌரவத்துக்கு செஞ்சி கடைசியில கடன்ல மாட்டிக்கிறான்'

'அவஅவனுக்கு சோத்துக்கே வக்குல்லயாம். இவனுக்கு பர்த்டே பார்ட்டி அதுவும் மண்டபத்துல வேற. நம்மூர் பக்கத்துலலாம் இப்டி இருக்குதா பாத்தீங்களா? மெட்ராஸ்ல இருக்கிறவந்தான்டா மச்சி இப்டிலாம் பண்றானுங்க'

'அடங்கொய்யாள... அது அப்பிடி இல்லடா. இவன் அங்கங்க மொய் வெச்சிருப்பான் அதெல்லாத்தயும் வசூல் பண்ணணும்ல அதுக்குத்தான் இந்த ஐடியா' என்றவாறு ஒவ்வொருவரும் ஒவ்வொரு கருத்தை வெளியிட்டனர். பின் எல்லாருடைய எண்ணத்திற்குள்ளும் சில நிமிடங்கள் ஏகாந்தம் புகுந்து கொண்டது. வேடிக்கைப் பார்ப்பது போல் அவர்கள் இருந்தாலும் யோசித்துக்கொண்டிருந்தனர் என்று தான் சொல்ல வேண்டும். மற்றவர்களுடைய மௌனத்தையும் சேர்த்து ஒருவன் கலைத்தான்,

'மொத்தத்துல இது இன்னா மேட்டருன்னு சொல்ட்டுமா? அவங்கிட்ட பணம் இருக்குது எல்லாம் பண்றா, நம்ம கிட்ட பணம் இல்ல இதோ வந்த வேலைய விட்டுட்டு இந்த வேலைக்கு வந்துக்கிறோம்' என்று தீர்ப்பெழுதினான். இடையிலமர்ந்திருந்த ஒருவன் என்னைப் பார்த்து,

'என்னங் சார் நீங்க ஒன்னுமே பேசாம ஒக்காந்துட்ருக் கீங்க. ஏதாவது சொல்லுங்க நீங்களும்...' எதிர்பார்த்தான்.

'எல்லாரும் பேசிட்டிருக்கிங்களேன்னு கேட்டுட்ருந்தேன். அதனாலதான் நான் பேசல' சொன்னேன்.

'நாங்க பேசறதையே கேட்டுட்டுருந்தா கேட்டுட்டே தான் இருக்கணும். நீங்க பேச ஆரம்பிச்சாதான் மத்தவங்க கேப்பாங்க' இடைமறித்தான் இன்னொருவன்.

'என்னப் பொறுத்த வரைக்கும் தன்னோட பொறந்த நாள தானே கொண்டாடுறத விட, தன்னோட பொறந்த நாள அடுத்தவன கொண்டாட வெக்கிறவந்தான் பெரிய ஆளு...' என்றேன்.

'சார், பயங்கரமா டையலாக் அடிக்கிறீங்க... அப்ப இந்த கொழந்தய பெரிய ஆளுன்னு சொல்றீங்க?' வம்பு பேசினான். சத்தமில்லாது விரிந்த என் சிரிப்பு மட்டுமே அதற்கு பதிலாக முடிந்தது.

'அப்புறம் அப்புறம்... உங்க கிட்டருந்து இன்னும் நெறைய எதிர்பாக்குறோம்' என்றனர் இருவர்.

‘மனுச ஜாதி ரெண்டு வகைதான் சார். ஒன்னு மத்தவங்க முன்னாடி தான் நல்லா வாழணும்னு நெனைக்கிறவங்க. இன்னொன்னு தனக்கு முன்னாடி மத்தவங்க நல்லா வாழணும்னு நெனைக்கிறவங்க. இதல மொதல் ஜாதி தன்னோட காலத்துல நல்லா வாழ்ந்துட்டு பின்னாடி வாழாமப் போயிட்றாங்க . . . ரெண்டாவதா சொன்னவங்க தாங் காலத்துல வாழலனாலும் பின்னாடி காலாகாலத் துக்கும் வரலாற்றுல வாழ்ந்துட்டுதான் இருக்காங்க... அவ்ளோதான் சார். இதுல இவங்க எது? நீங்க எதுவா இருக்கணும்னு நீங்களே முடிவு பண்ணிக்கிங்க’

‘இன்னும் இன்னும் எதிர்ப்பாக்குறோம்’

‘நீங்க எவ்ளோ எதிர்பாத்தாலும் எங்கிட்ட இருக்கிறது இவ்ளோதான் . . . காமெடி பண்ணாதிங்க’

‘ஏம்ப்பா இங்க வாங்கப்பா. அதோ வண்டில சாப்பாடு வந்துடுச்சு பாரு, வந்து எறக்குங்க வாங்க’ ஓர் அதிகாரக் குரல் அதிகாரம் செய்யாமல் அழைத்தது.

‘இன்னா மச்சி, சாப்பாடு வண்டியில வருதுன்றாங்க பஃபே சிஸ்டமா? அப்ப வேல சீக்கிரமா முடிஞ்சிடுமா?’

‘அட நீ வேற . . . அப்டிதான் நெனைச்சிடாத. பஃபே சிஸ்டத்துலதான் இன்னும் நேரமாவும். அவ அவன் ஆர அமர வந்து சோறு போடச் சொல்லிக் கேப்பானுங்க. வேலயே இல்லாத மாதிரி தெரியும். ஆனா பாரு பதினோரு மணி ஆக்கிடுவானுங்க.

‘ஆமா ஆமா’

‘இன்னா ஆமா ஆமா? ங்கொய்யாள இன்னாவோ முன்னபின்ன பஃபே கேட்ரிங் போகாத மாதிரி பேசற...’

நண்பர்கள் இருவரும் மாறிமாறிப் பேசிக்கொண்டனர். பேசிக் கொண்டே மண்டபத்தின் வெளியே கீழே வந்து நான்கு சக்கர வாகனத்திலிருந்து சாப்பாட்டுடன் கூடிய பாத்திரங்களை இறக்கிக் கொண்டு செல்ல எங்களுடன் வந்தனர். தூக்கிக்கொண்டு மாடிப்படியேறுவது மிகவும் கடினமாக இருந்தது. மூன்று மூன்று படிக்கட்டுகளாக வைத்து வைத்தே தூக்கிக்கொண்டே சென்றாலும் முதுகுத் தண்டுக்கு மூச்சுக்காற்று வந்துபோகவே மாட்டேனென்கிறது.

பொதுவாக மண்டபங்களின் செங்குத்தாய் இருப்பது போன்ற படிக்கட்டுகளும், குறுகலான படிக்கட்டு வழியும் ஒவ்வொரு முறை பாத்திரங்களைச் சுமக்கும்பொழுதும் எங்கள் உழைப்பை உறிஞ்சாமல் விட்டதில்லை. ஒரு பாத்திரத் திற்கு மூன்றுபேர், நான்குபேர் என்று ஒவ்வொன்றாக

இறக்கிக் கொண்டுபோய் வைத்துவிட்டு வந்தோம். கூடவே தண்ணீர் புட்டிகள் இருக்கும் அட்டைப் பெட்டிகளும் தூக்கிக் கொண்டு வர வேண்டியிருந்தது. பிரியாணி இருந்த இரண்டு பாத்திரங்களை இறக்க முற்படும்போதே சல்லடை மேகம் மழையை நிறையக் கொட்டிச் சலித்தது. படபடவென்று தூறல் போட்டுக்கொண்டிருக்கும் போதே வேகவேகமாய் அவையிரண்டோடு தண்ணீர்ப் பெட்டிகளும் இறக்கி வரப்பட்டன. மழைநாளில் வழக்கமான நனைதல் இல்லாமல் மண்டபத்திற்கு வந்து சேர்ந்த மகிழ்ச்சி நீடிக்கவில்லையே, வந்ததுமே மழையில் நனைந்து விட்டோமே என்றெண்ணி புலம்பிக்கொண்டிருக்கையில்,

'வண்டில வந்து சாப்பாடு எறக்கி வெச்சிட்டுப் போறானுங் களே அவனுங்க நியூ காலேஜ் பசங்க மாதிரி இல்லடா . . .'

'அட எல்லா வேலைலயும் காலேஜ் படிக்கிற பசங்கதான் இருக்கானுங்க. எங்க இல்லாம இருக்கானுங்க சொல்லு..'

'ஆமா சார் . . . செல்போன் கம்பெனிங்க சிம் கார்டு விக்கறதுக்கூட காலேஜ் பசங்கதான்'

'ஐயோ நீங்க வேற அதுலமட்டுமில்ல, எல்லாத்தலயும் இருக்காங்க. 8ஆம் நெம்பர்ல கையில கட்டு போட்டுட்டு ஒருத்தந் திரியிறாந் தெரியுமா? ஏதோ கட்சிக்காரனுங்க வந்து கட்சிக்கூட்டத்துக்கு அடியாளு வேலைக்கு கூப்ட்டு போயிருக்காங்க. ஒரு நாளுக்கு இவ்ளோனு கையில காசு குடுத்துட்டு, ஒரு பிரியாணி பொட்டலத்தயும் குடுத்துட்டு பசங்கள நல்லா யூஸ் பண்ணிக்கிறாங்க. இன்னைக்கு நெறைய காலேஜ்ல இதான் நடக்குது'

'அடக் கடவுளே.. இன்னா சொல்றிங்க?'

'ஆமாங்க. அப்பப்போ பசங்களுக்கு செலவுக்குப் பணம் தேவைன்னா காசு குடுத்துட்டு, கடைசில அவங்க அடி யாளாவே வெச்சிக்குறாங்க. அப்பறம் பெரிய பெரிய சூப்பர் மார்க்கெட்ல வேல செய்றது, பீச்ல எதனா சுண்டலோ, இல்லனா சூப் விக்கறதோ, கம்பெனிங்கள்ல நைட் ஷிப்ட்டு வேலைக்குப் போறது, இன்னும் கெடைக்கிற வேல எல்லாத்தயும் செய்றாங்க..'

'எங்க காலேஜ்ல கூட 'சேர்மேன் எலக்ஷன்'ல ஜெயிக்கிற பையன மொதல்ல அரசியல்வாதிங்கதான் வந்து பாத்துட்டுப் போறாங்க'

'இலங்கைல கூட சார், படிக்கிற பசங்க பேப்பர் கம்பெனிக்கும், செல்போன் கம்பெனிக்கும் வேலைக்குப் போறதப்பத்தி ஒரு புக்ல போட்டிருந்தாங்க..'

‘மச்சி . . . திருப்பூர், கோயமுத்தூர் பக்கம்லாங்கூட பனியன் கம்பெனிக்கு வேலைக்கி போயிட்றாங்களாம்..’

‘அட இது மாதிரி எல்லா ‘சிட்டி’லயும் நடக்குதுங்க, எங்கதான் பசங்க வேல செய்யாம படிக்கிறாங்க. சினிமாத் தியேட்டர்ல கூட இருக்காங்க.. ஏன் அங்கங்க பொண்ணுங் கூட ஏதாவது வேலைக்கு போய்க்கிட்டுதான் இருக்காங்க..’

‘காலைல கிளாஸ் முடிச்சிட்டு மதியத்துக்கு மேல துணிக்கடையில 100 ருபா 50 ருபா சம்பளத்துக்கு போறாங்க. அப்பறம் டிடிபி வேலை செஞ்சிக்குடுக்க, எங்கனா ஆபீஸ்ல ரிசப்ஷன் வேலைக்கு அப்பிடி இப்பிடின்னு போய்க்கிட்டு தான் இருக்குதுங்க பாவம் . . .’

‘ஏன் எங்க காலேஜ் கெமிஸ்ட்ரி டிபார்ட்மெண்ட் பொண்ணுகூட ஒன்னு மகப்பேறு மருத்துவமன வாசல்ல பிரெட் கடையில பிரெட் விக்குது . . . ஆமாந்தானடா மாப்ள?’

‘அட அத விட்றா . . . நம்ம கேட்ரிங்லயே பொண்ணுங்க வேல செய்ய வராங்களே இன்னா?’

‘என்னடா சொல்ற? அப்டி யாரும் நம்மகூட வர்றதில்லயே . . ?’

‘ஆமா, உங்கூட வந்தா உருப்புட்ட மாதிரிதான்... தாம்பூலம் கொடுக்கிறதுக்கு, சாய்ந்தரம் கூல்டிரிங்ஸ், காபி கொடுக் கிறதுக்குலாம் நெறைய மண்டபத்துல வராங்களேடா.. அதலயும் அழகா இருக்குற பொண்ணுங்களதான் வேலைக்கி கூப் . . .’ என்று ஆளாளுக்குப் பேசி முடிக்கும் முன்பே ஏஜெண்ட் வந்து வேடந்தரிக்கச் சொன்னான்.

வேலை என்றாலே எளிமையாக இருக்க வேண்டும் என்று எல்லாரும் எண்ணுகின்றனர். பரிமாறும் வேலையும் இன்று குறைவாக இருக்காதா என்று எல்லாருக்கும் ஆசையானது. எனக்கு வேலையே இருக்கக் கூடாது என்று கூட கூடுதலாகக் கற்பனை தோன்றியது. வேடந்தரிக்க ஆரம்பித்தோம்.

இந்த ‘பஃபே சிஸ்டம்’ என்றாலே எங்களுக்கெல்லாம் இராஜ அலங்காரம்தான். எல்லாரையும் கவருகிற வாடிக்கைப் பொருள் நாங்கள்தான். அவர்கள் தரும் கையுறை அணிந்து கொண்டு, தலைக்குத் தொப்பி, சட்டைக்கு மேல் போடப்படும் முகவரியை முத்திரையாய்ப் பதித்த ஆடை அல்லது ஆடையோடு அடையாள அட்டை, சில இடங்களில் டையும் உண்டு. எல்லாவற்றையும் அணியச் செய்து திரைப் படக் கதாநாயகன் போலத் தயார் செய்த பிறகே வேலை வாங்குவார்கள். மொத்தத்தில் அவர்கள் ‘நோட்டீஸ்’ ஒட்ட

எங்கள் வீட்டுச் சுவர்தான் கிடைத்தது. அவற்றை அணியும் போதெல்லாம் எங்களுக்குள் ஒருவித பூரிப்பு, கம்பீரம் இருக்கும். ஆனால் கம்பீர ஆடைகளைக் கையிலேந்திக் கொண்டு, பூரிப்பே இல்லாமல் திடீரென்று வந்து நின்றான் செல்வா. மிகவும் களைத்துப் போனவனாய் தெரிந்தான்.

'ஏய்.. என்னடா இங்க இருக்க. அவனுங்ககூட போலயா வேலைக்கி.?' கேட்டேன். அவனிடம் எந்த பதிலும் இல்லை, அமைதியாகவே இருந்தான்.

'உன்னதான்டா செல்வா கேக்குறேன் ... பேசுடா எதாவது பிரச்சனையா?'

'பிரச்சனைலாம் ஒன்னுமில்லடா. சும்மா கடுப்பேத் தறானுங்க பன்னி நாய்ங்க..' என்றான்.

'ஏன்டா, என்ன ஆச்சு சொல்றா. அங்க போலயா நீ?'

'போனேன்டா. எல்லாம் ஒன்னாத்தான் போனோம். போன பின்னாடி இங்க ஒரு ஆள்வேணும்னு ஃபோன் வந்துச்சு. உடனே என்னக் கூப்ட்டு இங்க அனுப்பிட்டான். பரதேசி, இவ்ளோ தூரம் நடக்கவெச்சிக் கூட்டிட்டு போய்ட்டு, திரும்பவும் அங்க இருந்து இவ்ளோ தூரம் மறுபடியும் நடக்க வெச்சிட்டான்டா. இங்க வந்தா, இங்க இருக்கற ஏஜெண்ட்டு இவ்ளோ நேரத்துக்குதான் வேலைக்கு வருவியான்னு கேக்கறான். சாவடிக்கிறானுங்கடா ...' என்று அவன் வரலாற்றை வரைந்து காட்டினான்.

'அடக்கொடுமையே ... சரி சரி விட்றா. இங்க சீக்கிரம் வேல முடிஞ்சிடும். நாம சீக்கிரமாவே ஹாஸ்டல்க்கு போயிட்லாம்..' சமாதானப்படுத்தினேன். ஆனால் அவனோ அதை ஏற்கவில்லை.

'அதுக்கில்ல நண்பா. வர வழியில சிலம்பு அவங்க அம்மா ஃபோன் பண்ணாங்கடா எனக்கு..'

'உனக்கா? உனக்கெதுக்குடா பண்ணாங்க?'

'பின்ன அவன் சிம் கார்ட என் ஃபோன்லதான போட்டு வெச்சிருக்கான். அவன் செல்லுதான் ரிப்பேரா இருக்கே ...'

'ஓ.. ஆமால்ல ... ஸாரிடா மறந்துட்டேன். சரி என்ன சொன்னாங்க?' என் நினைவை நானே மீட்டெடுத்துக் கொண்டு கேட்டேன்..

'நல்லாயிருக்கியாப்பா?ன்னு அப்டி இப்டி விசாரிச்சிட்டு சிலம்பு எங்கன்னு கேட்டாங்க. நான் வெளிய இருக்கம்மா. அவன் ஆஸ்டல்ல இருக்கான்னு பொய் சொன்னேன்.

‘சரிய்யா . . . நல்லா படிங்க. செலம்பயும் நல்லாப் படிக்கச் சொல்லுப்பா. அவன் ஒரு வேலைக்கு வந்து சம்பாரிச்சாதான் எங்க கட்டைக்கி கொஞ்சம் ஓய்வு கெடைக்கும். இது மாதிரி நான் போன் பேசனனு சொல்லு அவங்கிட்ட’ன்னு சொன்னாங்கடா. அப்பறம் திடீர்னு இன்னா நெனைச்சாங் கன்னு தெரியல..

‘ஏம்ப்பா, எங்க செலம்பு நல்லாப் படிக்கிறானா . .’ன்னு கேக்கறாங்கடா. இதுக்கு நான் இன்னாடா சொல்றது. அப்டியே என் நெஞ்சே கலங்கிடுச்சி . . .’ என்று சொல்லி கலங்கலானான். என்னையும் கலங்க வைத்தான். மீண்டும் அவனே ‘இல்லடா, நாம இன்னடான்னா இங்கயும் அங்கயும் இப்டி அலைஞ்சிங்கெடக்குறோம். படிக்கணும்னும் ஆசைய வெச்சிக்கிட்டு வேலைக்கும் வந்துக்குனு போயினு இருக்கிறது மனசுக்கு ரொம்ப கஷ்டமாயிருக்குது நண்பா. நெறைய படிக்கலான்னு நெனைச்சாலும் படிக்க முடியாம இருக்கிறோமே . . . இப்டி இருக்க சொல்ல அவங்க அம்மா அப்டி கேட்டா எதடா சொல்றது. ரொம்ப சங்கடமாயிடுச்சு. ஊரை விட்டு வந்து இவ்ளோ நாளாகியும் இன்னமும் வாழ்க்கை குதுருபடல. பேசாம ஒடம்பு சரியில்லாம ஊருக்குப் போனனே அப்டியே அங்கியே ஊரோடவே இருந்திருந்தாக்கூட ஒரு கொறையும் இல்லாம இருந்திருப் பேன்..’ என்று வெதும்பினான்.

உண்மைதான் ஒரு குறையும் இல்லாமல்தான் இருந்தி ருப்பான். அவன் ஊர் ஓர் ஆற்றங்கரை நாகரிக பூமிதான். அந்த நாகரிகம் நன்செய் நிலங்களாலேயே அலங்கரிக்கப் பட்டது. ஒரு பெரிய கல்லைத் தூக்கிப் போட்டால் தெறிக்கிற தண்ணீர் நேரடியாகச் சென்று வயலில் விழுமளவுக்குக் கிணறுகளின் நீர்மட்டம். நான்காம் வகுப்பு படிக்கும்போது ‘ஐயோ.. அம்மா..’ என்று அலறிக்கொண்டு இந்தக் கிணறுகளில் நீச்சல் பழகியவன்தான், இப்பொழுது ஊருக்கு வரும் பொழுதெல்லாம் கையில் கொண்டுவரும் பையைத் தூக்கிப் போட்டுவிட்டு ஆடையுடனே அப்படியே குதிக்கிறான். சென்னையில் தேம்பிய மனமெல்லாம் இந்தக் கிணற்று நீரில்தான் ஆசுவாசமடையும்.

இரவு பேருந்து ஏறி விடிய விடிய ஊருக்கு வந்து இறங்கியதும் அவன் முகத்திலேதான் தெரியும் அன்றைய சூர்யோதயம். இறங்கி அந்த வயல்வெளி வரப்புகளில் நடந்துவரும் பொழுது சில்லிடும் பனித்துளிகளைச் சிலாகிக்க முடியாமல் தடுக்கும் கால் செருப்புகளை எப்படி அணிந்துகொண்டிருக்கத் தோன்றும்? வேறெங்கு கிடைத்திடும் இந்தச் சுகம். ஓர்

எல்லைக்கோடு பனித்துளைகளைச் சுமந்துகொண்டிருப்பது கிராமங்களில் மட்டுந்தானே காண முடிகிறது. திசைக்கு ஒன்று என்பதைப் போல நான்கு கழனிகளைத் தனக்கான பலமாய் வைத்திருந்தது அவன் வீட்டு லேசான சொத்துப் பத்திரம். கழனி நெற்பயிரோடு கைக்குலுக்கிவிட்டு, அவற்றின் கன்னத்தில் தட்டிக் கொண்டே 'வந்து உங்களைக் கவனித்துக் கொள்கிறேன்' என்று சொல்லி ஊருக்குள் வேகமாய் ஓடுவான். அவன் அறியாமல் அவன் மனம் அவனை மீண்டும் சின்ன பிள்ளையாக்கியிருக்கும். கிழடுகளின் விசாரிப்பும், எந்த சாதியாய் இருந்தாலும் உறவு முறையாய் அழைத்து உபசரித் தலும் ஊர்ப்புறங்களுக்கே உரியதுதான். கல்லூரி வளாகத்தில் 'சாப்ட்டியாடா' என்று கேட்பதற்கு யார் இருக்கிறார்?

எல்லாச் சுகந்தங்களையும் உள்ளிழுத்துக் கொண்டே வீட்டிற்குச் சென்று உள்ளே நுழைந்து, 'அம்மா!' என அதிகாரமாய் அழைத்துவிட்டு, அப்பொழுது உட்கார்ந்தால் தான் அம்மா திட்டமாட்டாள் என்று வாசற்படியிலே உட்காரும் பொழுது அவனுக்குள் தோன்றும், 'அப்படியே இந்த உயிரை இந்த இடத்திலேயே விட்டுவிட்டு செத்துப்போய் விடலாம்' என்று. இத்தனையும் அவனுக்கு அனுபவிக்கச் சொல்லித் தந்தது சென்னையின் அலைந்து திரியும் வாழ்க்கைதான். வீட்டுப் பசுமாடும், வீதி நாய்களும்கூட அவனுக்கு இப்பொழுது ஆறுதல் தருகிறது.

ஒவ்வொரு ஊருக்கும் நீதிமன்றக் கட்டடமாக வளர்ந்திருக் கும் ஆலமரமோ அரசமரமோ அவன் ஊரில் மட்டும் இரண்டும் ஒருசேர வளர்ந்திருந்தது. அவ்விடத்தைத் தேடி விரைவான். அதுதான் அவன் நட்புக்கடலின் நங்கூரம். சுடிதார், தாவணிகளின் சுக துக்கமெல்லாம் அங்கே விசாரணை செய்யப்படும். அருகிலேயே மஞ்சள் சுண்ணாம்பு வெளுத்துப் போன நிறம் மாறாத பள்ளிக்கூடம். 'இண்ட்ரோல் பெல்' அடித்தால்கூட இங்கேதானே வீடு என்று ஒரே ஓட்டத்தில் சென்று ஒரு சாப்பாடு சாப்பிட்டு வந்துவிடும் அவன் பள்ளிக்கூட வாழ்க்கையைத் திரும்பிப் பார்க்கும்போது, கல்லூரி வாழ்க்கை பள்ளிக்கூடத்து நிழல் தரும் மரத்தின் வேப்பங்காயைப் போல கசக்கத்தானே செய்யும்.

இங்கேதான் அவனுக்கு எத்தனை உணவுகள் அழைப்பு விடுக்கின்றன? துவரங்காயின் தோலுரிக்கவும், அதையே மென்று துப்பி பற்களைத் துலக்கவும், யார் கொல்லையின் வேர்க்கடலைச்செடி எப்பொழுது அறுவடைக்கு வரும் என்பதெல்லாம் இவர்களுக்குத்தானே தெரியும். பருவத்திற் கொரு பழவகையைப் பரிமாறும் இந்த இயற்கை இன்னும்

எவ்வளவு கொடுத்திருக்கிறது அவன் வயிற்றுக்கு. செட்டியார் நிலத்தின் குண்டு மாங்காயும், தெற்குநில மரத்தின் திருட்டுத் தேங்காயும், சொந்த நிலத்தின் சோளமும் கம்பும், களத்து மேட்டு ஒற்றைப் புளியமரத்தின் சுண்டு புளியங்காய்களோடு சேரும் சுவையான கலவையும் இன்னமும் தொண்டைக் குழிக்குள் எச்சில் ஊற்றெடுக்கச் செய்கின்றன.

பள்ளிக்கூடத்தை மட்டம் போட்டுவிட்டுக் கோயில் குளத்திற்குச் சென்று மீன் பிடித்து பச்சையாகவே கடிக்க, பல்லில் குத்திய முள்ளின் வலியும், ஈச்சங்காயைச் சேமிக்கச் சென்று அருகிலிருந்த இலந்தை மரம் கழுத்தில் கீறிய முள்ளின் வலியும் இப்பொழுதும் அவனுக்குள் சுகமாய்தான் வாழ்ந்து கொண்டிருக்கின்றன. இதையுந்தாண்டி பள்ளிக்கூட நேரத்திலே பசியெடுத்தாலுங்கூட வளாகத்தினுள் ஆதரவு தெரிவித்த இலுப்பை மரம் தன் ஆயுளை இன்னும் நிறுத்தி வைத்திருக்கிறது. இத்தனையும் பார்த்துச் சீரணித்த வயிறுதான் இன்று சென்னையில்...

பள்ளி மேற்படிப்பும் அவனுக்குப் பக்கத்து ஊரிலேயே அமைந்தது. இளங்கலைப் படிப்பும் இருபது கிலோ மீட்டருக்குள்ளேதான் இருந்தது. காலையில் எழுவான்; கழனி வேலை செய்வான்; கல்லூரிக்குச் செல்வான்; இரவு வந்து படிப்பான். அவன் வாழ்க்கையோட்டத்தில் எந்த ஒரு விஷயமும் அவனுக்கு முரண்பட்டு நிற்கவில்லை. தனக்குக் கீழே தம்பியொருவன் இருந்தாலும் அப்பா, அம்மா பாசம் அவனுக்கு அப்பொழுதும் குறைவில்லாமல் கிட்டியது. படித்துக் கொண்டிருந்தாலும் ஊரிலும் அவன் கூலி வேலைக்குச் சென்றவன்தான். ஆனால் அப்பொழுது அவன் மனம் இப்படி யெல்லாம் பேசவில்லை. அப்பொழுது வகை வகையான சாப்பாட்டைப் பார்க்காவிட்டாலும் நிறைவாகவே சாப்பிட் டான்; வகைவகையான புத்தகங்களைப் படிக்காவிட்டாலும் நிறைவாகவே படித்தான்; வகைவகையான வேலைக்குப் போகாவிட்டாலும் நிறைவாகவே உழைத்தான். இப்பொழுது இந்த நிறைவு எங்கு போனது? எங்கு தொலைத்துவிட்டான், எதிலிருக்கிறது இந்த நிறைவு? அவனுக்கே புரியாமல் அன்றாடம் வாழ்ந்து கொண்டிருக்கிறான். அனுதினமும் நேரத்தை நகர்த்திக்கொண்டிருக்கிறான்.

வீட்டைச் சுற்றி மரங்கள், ஊரைச் சுற்றி மரங்கள் என்றிருந்த நிலை எப்பொழுதும் சுவாசத்திற்குள் ஓர் உயிர்ப்பை வைத்திருந்தது. இங்கோ ஏதோ உயிர் வாழ்வதற்காக சுவாசித்துக் கொண்டிருக்கிறான். வாகன இரைச்சல்களையே கிரகித்துக் கொண்டிருக்கும் அவன் காதுகள் ஊருக்குச் சென்றால் காகம் கரைதலைக்கூட கானமாக இரசிக்க

ஆரம்பித்திருக்கின்றன. இங்கு இத்தனை பேர் வாழ்கிறார்களே ஒருவேளை தனக்கு மட்டும்தான் இந்நகரம் நரகமாகத் தெரிகிறதா? இல்லை எல்லாரும் நரகம் என்று தெரிந்தேதான் வாழ்க்கையை நகர்த்திக்கொண்டிருக்கிறார்களா? என்றெல்லாம் அவன் யோசனை செய்ததுண்டு.

மண்ணில் விளையாடிக்கொண்டு, கழனிச்சேற்றில் வேலை செய்து கொண்டிருந்தபோதெல்லாம் எந்த நோயும் அவனை அடிக்கடி தீண்டியதில்லை. இங்கு சுத்தமாகத் தானிருக்கிறான் ஆனால் என்ன மாயத்தில் வியாதிகள் அவனுக்குள் விசுவரூபம் எடுக்கிறதென்று தெரியாமல் தவிக்கிறான். 'ஹாஸ்டலில்' தங்குவது என்னவோ 'ஆஸ்பிடலில்' தங்குவது போலத்தான் இருக்கும். சுற்றிலும் ஒருவன் மாற்றி ஒருவன் நோயாளியாகத் தான் இருப்பான். இதில் தன் நோய்போல் யார் போற்றுவார்? அம்மாதான் அரவணைப் பிற்குச் சரியானவள். சாதாரண தலைவலியென்றாலே விழுந்து விழுந்து கவனிப்பாள். ஊரில் யார் செத்தாலும் பிழைத்தாலும் சரி, கல்யாணம் கச்சேரி எதுவாயினும் சரி, அக்கம்பக்கத்து வீட்டுக்கதைகளைப் பேசும் அம்மாவிடம் பாதி வெளியாகிவிடும். மீதி ஆலமரத்தடி 'ஆல் இண்டியா ரேடியோ'க்கள் சொல்வார்கள். நண்பர்களோடு விளையாடித் திரிந்தவனுக்கு இங்கு விளையாட்டு என்ற வார்த்தையே மறந்துவிடும் போலிருக்கிறது.

அக்காவைக் கல்யாணம் என்ற பெயரில் நாடு கடத்தியதில் உண்டான கடன், உடனிருந்த நண்பருக்காய் பொறுப்புக் கையெழுத்துப் போட்டு மாட்டிக்கொண்ட அப்பா, அண்ணனைப் படிக்கவைத்ததில் அரை சவரன் விடாமல் அடகு போன கடன் என்றிவையெல்லாந்தாண்டி நம்மைப் படிக்க அனுப்பியிருப்பதே பெரிய தியாகம் என்று நினைப்பவனால் வீட்டிலிருந்து எப்படி பணத்தை எதிர் பார்க்க முடியும்? 'கழுதை கெட்டால் குட்டிச் சுவருதான்' என்பது போல் எல்லாவற்றிற்கும் கேட்டரிங்தான்.

இத்தனை பிரச்சனைகள் வீட்டிலிருந்தாலும் வீடுதான் அவனது சந்தோஷம். அங்குதான் அவனது ஆத்மா உலாவிக் கொண்டிருக்கிறது. ஒவ்வொரு முறையும் ஊருக்குச் சென்று உயிர்த்திருந்துவிட்டுக் கிளம்பும் போதெல்லாம் இன்றைக்குப் போகலாம் இல்லை நாளைக்குப் போகலாம், ஒரே முடிவாக திங்கட்கிழமை வகுப்புக்குப் போய்விடலாம், ஞாயிறு இரவுப் பயணம் மேற்கொள்ளலாம் என்றெல்லாம் பலவாறான முடிவுகளைத்தாண்டி ஊரைவிட்டுக் கிளம்பி வருகையில் அழுதுகொண்டேதான் வந்திருக்கிறான். ஊரோடு இவ்வளவு ஒட்டுறவோடு இருக்கும்பொழுது பின்பு ஊரில் என்ன

வீரபாண்டியன்

குறை அவனுக்கு இருந்துவிடப் போகிறது? செல்வா சொல்வது நியாயந்தானே. எனக்கு நியாயமாகத்தான் பட்டது.

'சரி விடு. இதையெல்லாம் பார்த்தால் படித்து வாழ்வில் எப்படி முன்னேறுவது? இதுவும் ஒரு விதத்தில் நல்லதுதான். இங்கு வந்ததால்தானே ஊரின் அருமை உணர முடிந்தது, பசியோடு இருப்பவர்களின் வறுமையை உணர முடிந்தது. நிறைய படித்துத் தெரிந்து கொள்ள முடிந்தது' என்றெல்லாம் சொல்லி சமாதானப்படுத்தினேன். தனக்குத் தான் தகிடுதத் தோம் அடுத்தவர்கள் பிரச்சனைக்கு அறிவுரைகளை அள்ளி வழங்குவது நமக்குதான் கைவந்த கலை ஆயிற்றே.

தேவையான பாத்திரங்களையெல்லாம் எடுத்து வைத்து, அதில் சாப்பாட்டு வகைகளையிட்டு நிரப்பினோம். கடைசியில் அசைவ வகைகளே அதிகம் என்று தெரிந்தது. சைவம் சார்பில் சப்பாத்தி, பருப்புக் கூழ்மம், தயிர் சாதம் மட்டுமே நின்றன. நான் சைவம் வழங்குகிற பணியைக் கேட்டுப் பெற்றுக் கொண்டேன். செல்வா அசைவப் பிரிவிற்கு அனுப்பப்பட்டான். அசைவம் சாப்பிடுவதில்லை என்பது தெரிந்ததும் எல்லாருடைய பார்வையும் என்னை ஏளனப் படுத்தியது. தயிர் சாதத்தைப் பார்த்தவுடனே எனக்கு மிக்க சந்தோஷம். அதில் மாதுளை விதைகள், அண்ணாச்சிப்பழம், ஆப்பிள் பழம், திராட்சைப்பழம், செர்ரிப்பழம் உள்ளிட்ட வற்றின் கலவை, துண்டுதுண்டாய் தயிர் சாதத்தையே மூடிக் கிடந்தது. இன்றைக்கு தயிர் சாதம்தான் என் ஊட்டச்சத்து என்று முடிவானது.

பூனைக்கு யார் மணியைக் கட்டுவது? என்பது போல் யார் முதலில் தட்டைத் தூக்கிக் கொண்டுப் போவதென்று விழாவிற்கு வந்தவர்கள் ஆளாளுக்கு பார்த்துக் கொண்டிருந் தனர். சிலர் எங்களையே பார்த்தவாறும் இருந்தனர். தைரியமாய் ஒருவர் வந்து 'சாப்பாடு தயாரா?' என்று கேட்டு விட்டு, பதில் கிடைத்ததும் தட்டைத் தூக்கிக் கொண்டு தன் நண்பரையும் அழைத்தார். அவ்வளவுதான் அவர் நண்பர் வருவதற்கு முன்பே கூட்டம் வந்து வேட்டையை ஆரம்பித்தது. தயிர் சாதத்தை எல்லாரும் கடைசியில், கடைசியில் என்று புறக்கணித்தார்கள். சரியென்று நானும் சப்பாத்தியும், அதற்கான 'டால்' எனும் பருப்புக்கூழ்மத்தையும் மட்டுமே வழங்கிக் கொண்டிருந்தேன். சிறிது நேரத்தில் இன்னொருவர் வந்து சப்பாத்தியை நானே வைக்கிறேன். நீ தயிர் சாதத்தையும் டால்–ஐயும் மட்டும் போடு என்றார். ஏற்கனவே வேலையில்லாமலிருந்த என் வேலையை இன்னும் குறைத்து விட்டார். பிரியாணி, 'கிரேவி' எனப்படும் அசைவக்

குழம்பு, சப்பாத்தி, டால் என்று வரிசையாக வாங்கிக் கொண்டு வந்தவர்கள் போகப் போக, சப்பாத்திக்கும் கிரேவியையே ஊற்றிக்கொண்டனர்.

எனக்கு கடைசியில் வேலையே இல்லாமல் போனது, எதனையும் பரிமாற முடியாது செயலற்று நின்றிருந்தேன். பரபரப்பாக இருந்த அந்த இடத்தில் வேலைசெய்யாமல் நிற்பது ஏதோ போன்றிருந்தது. அதுவே போகப் போக உறுத்த ஆரம்பித்தது. சாப்பிட்டு முடிந்தவர்களும் பெரும்பாலும் தயிர் சாதத்தை வாங்கவில்லை. நானே கூவிக்கூவி அழைத்த போதிலும் தயிர் சாதத்திற்கு வாக்களிக்க யாரும் முன்வர வில்லை. அடப்பாவிகளா! இத்தனை பழவகைகள் நிறைந்து கிடக்கிற தயிர் சாதத்தை விட்டுவிட்டு கறி வகைக்கே போகிறீர்களே என்று சபித்துக் கொண்டேன்.

வேலையே இல்லாமல் சும்மாவே நிற்பதைப் பார்த்து, கூட இருந்தவனும் கிண்டல் செய்தான். பேசாமல் பிரியாணி கேட்ரிங்க்கே சென்றிருந்தால் கூட தயிர் வெங்காயம், கேசரி என்று எதையாவது தூக்கிக் கொண்டு வரிசையாகப் பரிமாறி யிருக்கலாம், இல்லை அந்த அசைவ வேட்டையில் ஒரு பக்கம் அசையாமல் நின்றிருந்தால் கூட யாருக்கும் தெரிந்திருக்காது என்று நினைத்ததும் என் அனிச்ச மூளை 'அடி செருப்பால..' என்றது. ஏனெனில் சென்றமுறை பிரியாணி கேட்ரிங்கில் அசைவப்பிரிவில் பரிமாறிக்கொண்டிருந்தேன். வேலை முடிய இன்னும் இரண்டு பந்தி இருந்தபோதே எதற்கும் சைவப் பகுதிக்குச் சென்று சாப்பாடு இருக்கிறதா? காலியாகி விடுமா எனும் நிலவரத்தை அறிந்து வரலாம் என்று சென்றேன்.

அங்கு போனால் எல்லாமே தீர்ந்து போயிருந்தது. பரிமாறும் வேலையாட்கள் கூட இல்லாமல் இருந்தது அந்தப்பகுதி. ஒரே ஒருவர் மட்டும் கடைசியாகச் சாப்பிட்டுக் கொண்டிருந் தார். அவரருகே ஒரு வாளியில் "வெஜ் ப்ரைடு ரைஸ்' மட்டும் சிறிதளவே இருந்தது. இதையாவது சாப்பிட்டு விடுவோம் என்று அவர் அனுமதியுடன் ஓர் இலையில் எடுத்து வைத்துக் கொண்டு 'அரக்கப் பரக்க'ச் சாப்பிட்டேன். பசியின் மனம் என்னை அலைக்கழித்தது. மேலும் அது சோறு வேண்டும் என்றது. செய்வதறியாமலும், என்னையே அறியாமலும் அருகிலிருந்த சாப்பிட்டு விட்டுப்போன இலைகளில் சாப்பிடாமல் விடப்பட்டிருந்த வற்றையெல்லாம் தேடி எடுத்து என் இலையில் வைத்துச் சாப்பிடத் தொடங் கினேன். இரண்டு வாய் உள்ளே சென்றிருக்கும், அப்பொழுது தான் தோன்றியது, "ஒருவேளை சாப்பிடாமல் இருப்பதற்கே பிறர் விட்டுச் சென்ற இலைகளில் இருப்பதை எடுத்துத்

தின்கிறோமே ... அப்பொழுது பட்டினியாகவே கிடக்கும் பிச்சைக்காரர்கள் எச்சிலிலைக்கு அலைவதும் இப்படித் தானே.. அவர்கள் பசியை என்றாவது நினைத்துப் பார்த்தி ருப்போமா..” என்று. இதனால்தான் என் அனிச்ச மூளை என்னை இப்படித் திட்டியது.

இங்கு அனைவரின் கண்ணிலும் படும்படி அசையாமல் நிற்பது வலிக்க ஆரம்பித்தது. வேலையே இருக்கக் கூடாது என்று நினைத்த மனம் கடைசியில் வேலையே இல்லையே, யாராவது தயிர் சாதம் கேட்க மாட்டார்களா என்று ஏக்கம் பிடித்து, வெதும்பல் வார்த்தைகளை வெளியே வீசுவதாய் நானே முழுங்கிக் கொண்டிருந்தேன். இப்படி யெல்லாம் நிற்பதற்கு, கடினப்பட்டாலும் வேலையே செய்துவிடலாம் போலிருந்தது.

ஓர் ஒன்பது மணியளவில் கூட்டம் சற்று குறைவதைப் பார்த்து பெரிய பாத்திரங்களில் மீதியிருக்கும் உணவை அளவிட வந்தார் விழாக்காரர். கூடவே ஏஜெண்ட்டும் வந்தார். தயிர் சாதத்தைத் திறந்து பார்த்தவர் காலியாகாமல் இருப்பதைக் கேட்டார். அதற்கு ஏஜெண்ட் என்னை முறைத்தான். ‘எல்லாத்தயும் போட்டு காலி பண்ணுங்கப்பா’ என்று சொல்லி விட்டு விழாக்காரர் சென்ற பிறகு, ஏஜெண்ட் என்னிடம் வந்து தயிர்சாதத்தை நிறைய அள்ளிவை, எல்லாரையும் அழைத்துப் பரிமாறு, டாலையும் இரண்டு கரண்டி ஊற்று என்று மாற்று ஆணையிட்டுப் போனார். பசி ஒரு பக்கம் ஆரம்பித்தது. இன்னொரு பக்கம் மனம் தயிர் சாதத்தையே தின்று கொண்டிருந்தது.

இடுப்பில் சேலை நிற்காத அளவுக்கு உடல் பருத்த ஒரு பெண்மணி என்னை நோக்கி வந்தாள். கொஞ்சம் பொலிவுற்று ‘வாங்க மேடம் ... வாங்க’ என்றழைத்தேன். வந்தவள் ‘அது என்னதுப்பா அது?’ என்று கேட்டாள். ‘ம்ம்... பாத்தா தெரியலையா?’ என்று கேட்கவே எண்ணினாலும் தயிர் சாதம் என்று சொன்னேன். வேறேதும் இல்லையா என்று விசாரித்தாள். இருக்கின்ற சைவ வகை இரண்டையும் சொல்லித் தாழ்ந்தேன். ‘சரி சரி கொஞ்சமா போடு’ என்றாள். ஒரு கரண்டியளவே அள்ளினேன். ம்ம் ... வேண்டவே வேண்டாம் ஒரே ஒரு வாய் போதும் என்று மூன்றில் ஒரு பாகம் வாங்கிக் கொண்டு போனாள். இதுதான் யானையின் கவளமா என்று எக்களித்தேன் எனக்குள்ளாக. திடீரென்று கூட்டம் பெருக்கெடுத்தது. அடப்பாவிகளா இன்னும் ஓயவேயில்லையா இவர்கள்?’ என்றான் அருகிலிருந்தவன். ‘பத்து மணிக்குத்தான் இவர்களுக்கெல்லாம்

பசிக்குமா?' என்னிடம் புலம்பலானான். அவனுக்குப் பசியிருப்பதையும் வாய்விட்டுப் பகிர்ந்துகொண்டான்.

ஏஜெண்ட் வந்து, ஒருத்தர் ஒருத்தராகச் சாப்பிடச் சொன்னார். தயிர் சாதத்தை யாரும் தொட வேண்டாம், அதனை விழாக்காரர் அவர்கள் வீட்டுக்கு எடுத்துச் செல்ல விருப்பதையும் தெரிவித்தார். எனக்கும் பசியிருப்பதை பக்கத்திலிருப்பவனிடம் மட்டுமே தெரிவிக்க முடிந்தது. ஏஜெண்டிடம் கேட்டால், 'வேலையே செய்யவில்லை அதற்குள் பசிக்கிறதா' என்று கேட்டு விடுவானோ என்று ஒரு பயமில்லாத பயம் எனக்குள். மேலும் என் மனசாட்சியே என்னை கேட்க விடாமல் தடுத்தது.

ஒவ்வொருவன் சாப்பிட்டு முடித்து எழும் போதும் என் வயிறு என்கையைப் பிடித்து இழுத்தது. ஏஜெண்ட்டின் முகம் பார்த்தேன். பின்பு அவருடைய பக்கத்திலிருந்தவரிடம் சென்று 'கண்ணகி சிலை' வரையில் நான் போக வேண்டும். அங்கிருந்துதான் நான் வேலைக்கு வந்திருக்கிறேன் என்பதைத் தெரிவித்து ஏஜெண்ட்டுக்குத் தூது அனுப்பினேன். மகிழ்ச்சியான செய்தியே விடையானது. ஐந்தாவது ஆளாக உட்கார்ந்து சாப்பிடத் தொடங்கினேன். எனக்கென்று சப்பாத்தி மட்டுமே இருந்தது. டால் அதிகமாக ஊற்றி, மிருதுவாக இருந்த சப்பாத்தியை ஒரு கை பார்த்துக்கொண்டிருந்தேன். அந்த நேரத்தில் ஒரு தந்தையும், அவன் பிள்ளையுமாகத் தட்டைத் தூக்கிக் கொண்டு வந்து 'தயிர்சாதம் இல்லையா?' என்றார்கள். என் சகா ஒருவன் என்னைத் திரும்பிப் பார்த்தான். சப்பாத்தியைத் தொண்டை வழி மறித்தது.

இத்தனைகளையுந் தாண்டி இன்றுதான் நிம்மதியாக, திருப்தியாக சாப்பிட்டது போல் இருந்தது. கேட்ரிங் வேலைக்கு வந்து சாப்பிட்டதில் முதன் முறையாக பூரண த்துவம் பெற்றிருந்தது மனது. காரணம் இன்று சப்பாத்தி மட்டுமே. என் நோக்கம் முழுவதும் சப்பாத்தியிலேயே இருந்தது. குலோப் ஜாமுன், காலிஃப்ளவர், பிரிஞ்சிக்குத் தயிர்ப்பச்சடி, பொரியல் போட்டு சாதம் பிசைதல், ஒரு வாய் பரோட்டாவுக்கு ஒரு கரண்டி பன்னீர்பட்டர் மசாலா, காயும் பருப்புமாக வடிகட்டி ஊற்றும் சாம்பாருடன் சாதம், முடிந்தவரை ரசம் சாதம், இதனையெல்லாம் முடிக்க முடியாமல் எழுந்து போனால் முடிவில் இரண்டு வாழைப்பழம் என்றெல்லாம் எதனோடும் என் நோக்கம் உரையாடல் நிகழ்த்தவில்லை.

'ஒரே நினைவு; ஒரே உணவு; உன்னதம்' என்றானது.

"ஒருநாள் உணவையொழி என்றால், ஒழியாய்
இருநாளுக்கு ஏல்என்றால் ஏலாய்; ஒருநாளும்
என்நோவு அறியாய் இடும்பைகூர் என்வயிறே!
உன்னோடு வாழ்தல் அரிது"

– **'நல்வழி' ஔவையார்**

'டே ... டே ... அட ஊத்தாப்பம் வாயா! ஏன்டா இப்டி நடக்கவெச்சே சாகடிக்கிற. இன்னும் எங்கடா கூப்டுட்டுப் போற? எவ்ளோ தூரந்தான்டா இருக்குது?' முன்னால் வேகமாக நடந்து கொண்டிருந்த சுரேஷின் சட்டைக் காலரைப் பிடித்து இழுத்தவாறே கேட்டேன்.

'சொல்லுடா இடியாப்பந் தலையா! இன்னா வேணும் உனக்கு?'

'இன்னும் எவ்ளோ தூரந்தான்டா நடக்கிறது?'

'வந்துடுச்சு வாடா, கொஞ்சந் தூரந்தான்'

'ஏ... போடாப் பொறம்போக்கு நடக்கவே முடிலனு சொல்ற..'

'அடி வாங்கப்போற ... நடந்தா ஒன்னும் செத்துப் போயிட மாட்ட. ஆயுசு கொறஞ்சிடாது உந் தொப்பைதான் கொறையும்'

'உங்கக்கூட கேட்ரிங் வந்தம்பாரு, என்ன அடிக்கணும்டா செருப்பால' என்று எனக்கு

நானே புலம்பிக் கொண்டு அவர்கள் பின்னாலேயே நடந்து சென்றேன்.

இவையாவும் காதில் விழாததைப் போலவும், நடப்பதால் கால் வலிக்காததைப் போலவும் ஒரு பக்கம் தலையைச் சாய்த்தவாறே பூமியைப் பார்த்து வேகமாக நடந்துகொண்டிருந்தான் சிலம்பு. ஏறக்குறைய எழுபது அடி தூரத்தில் எங்களுக்கும் முன்னே ஓர் ஒல்லியான, உயரமான உருவம் நடந்துச் சென்று கொண்டிருந்தது. உருவத்திற்குரியவனை அழைத்தேன் நான்.

‘சக்தி! டேய் நில்லுடா. நீ பாட்டுகிட்டு போய்ட்டே இருக்க’

என் கத்தல் அவன் காதைச் சென்றடைந்திருக்க வேண்டும். திரும்பிப் பார்த்தவன் நின்றான். சுரேசையும், சிலம்புவையும் பார்த்து ‘ரெண்டு கல்லூளிமங்கனுங்களும் வந்து சேருங்கடா, நான் அவங்கூட போறா’ சொல்லிவிட்டு முன்னே ஓடினேன். சாலையின் ஓரத்தில் நின்றிருந்த குப்பைத் தொட்டியின் நாற்றம் தாங்க முடியாமல் நான் மூக்கைப் பொத்திக் கொண்டு வேகமாய் நடந்த போது, இருவரும் அந்த வாடையை கொஞ்சமும் சட்டை செய்யாமல் இயல்பாகவே நடந்து வந்தார்கள். அதனால் ஏற்பட்ட மெல்லிய கோபத்துடன் அவ்வாறு பேசிவிட்டு ஓடினேன்.

‘சக்தி, நடக்கவே முடிலடா. காலெல்லாம் வலிக்குது. எப்பட்றா ஒன்னுமே தெரியாத மாதிரி வர்றீங்க?’

‘வாடா. இதெல்லாம் ஒரு தூரமாடா? நம்ம அகஸ்தியா தாண்டனவுன்னயே மண்டபம்டா. கொஞ்சந் தூரந்தான ... அது நீ கேட்ரிங் வந்து ரொம்ப நாளாச்சுல்ல ... அதான் ...’

‘அதெல்லா இல்லடா. கிளாஸ் முடிஞ்சதுமே நீ முன்னாடியே வந்துட்ட. நானும் சுரேசும் ‘6D’ ல வந்தோம். அதான் ராசபுரத்துல எறங்கி ஹாஸ்டல் வரைக்கும் நடந்தே வந்தோம் இப்ப இங்க வேற இவ்ளோ தூரம் நடக்கறதா இருக்குது ...’

“அப்போலோ’ பக்கத்துல தான்டா ‘RNA’ மண்டபம். இன்னைக்கு அங்கதான் வேல. இதோ வந்துடுச்சுடா வாடா’ என்னவோ மண்டபம் நடந்து எங்களிடம் வந்ததைப் போன்று சொன்னான். இருந்தும் மண்டபத்தின் பெயரைக் கேட்டதுமே உள்ளுக்குள் ஒரு பொலிவு தோன்றாமலில்லை. இரண்டாமாண்டில் நாங்கள் அதிகமாக வேலைக்கு வந்தது இங்குதான். வேலை செய்வதற்கு எங்களுக்கு வசதியாக இருக்கும் மண்டபம். எல்லாவற்றிற்கும் தான்.

'அட சூப்பர் மண்டபம். இது முன்னாடியே தெரியாமப் போச்சே ...'

'என்னா சூப்பர் மண்டபம்? ஏன் வாடகை கம்மியா இருக்குமான்னா? அட வாடா எங்கப் போனாலும் நமக்கு வேல ஒன்னுதான்' என்று வாயடைத்தான்.

இரண்டு நிமிடங்களில் வழியில் ஒரு பாட்டி வடை, முறுக்கு, பஜ்ஜி உள்ளிட்டவற்றை சுட்டு விற்றுக் கொண்டிருந்தாள். ஆனால் வாங்கிடத்தான் ஆட்கள் அதிகமில்லை. எங்காவது டீக்கடையில் சுட்ட எண்ணெயிலேயே சுட்ட பஜ்ஜியைத்தான் வாங்குவார்கள். இல்லையானால் கண்ணாடிக்குள் அடைத்து வைத்திருக்கும் எண்ணெய் மிதக்கும் பஜ்ஜியை வாங்கித் தின்பார்கள் நம் மக்கள். இங்கே இந்தக் கிழவிகளிடம் உள்ள சுவை யாருக்குத் தெரிகிறது? சக்தியிடம் முறுக்கு வாங்கித்தரச் சொல்லிக் கட்டாயப் படுத்தினேன். என்னிடமெல்லாம் பணமில்லை நீ வேண்டுமானால் வாங்கிக் கொடு என்றான். நான் அன்றைக்கு செங்குன்றம் சென்ற போது வாங்கிக் கொடுத்தேன் அல்லவா! இன்றைக்கு நீ வாங்கிக் கொடு என்றேன். ஐந்து ரூபாய்தான் இருப்பதாக எடுத்துக் காட்டினான். அட இது போதுமே, சீக்கிரம் வாங்கு, அவர்கள் வருவதற்குள் சாப்பிட்டுவிடலாம் என்றேன். அது உண்மையோ, வியாபாரத்திற்கோ அவள் அந்தச் சிரிப்புடனே முறுக்கும் தந்தாள். சாப்பிட்டுக் கொண்டே,

'சக்தி, இந்த முறுக்குப் பாத்தா, அந்தக் கெழவி மூஞ்சில இருக்கிற சுருக்கம் மாதிரியே தெரில?'

'எனக்கு வேற ஒன்னு தோணுது'

'பார்றா ... உனக்கு என்னத் தோணுது?'

'இந்த முறுக்கு மாதிரியேதான் நம்ம வாழ்க்கையும் எங்க ஆரம்பிக்குது, எங்க முடியுதுன்னே தெரில. எங்கெங்கயோ போறோம்... வரோம் ... என்னப் பொழப்போ?' என்றான். அவன் முடித்ததிலிருந்து முறுக்கின் மீது எண்ணமே போகவில்லை.

'ஏன்டா சக்தி ... வந்ததுலருந்து டல்லாவே பேசற?'

'அதெல்லாம் ஒன்னுல்லடா. நாங்களும் தத்துவஞ் சொல்லலாந்தான் ... சாப்பட்றா போலாம்.'

திடீரென்று என் கையிலிருந்த முறுக்கு பறிபோனதும் திரும்பிப் பார்த்தேன். அந்தக் காக்கா வேறு யாருமில்லை சுரேஷ்தான்.

பருக்கை 187

‘அடப் பரதேசி, எங்கள வுட்டுட்டு நீங்க மட்டும் தனியாத் தின்றிங்க?’ என்று முறுக்கைக் கடித்துக்கொண்டே கேட்டான். முறுக்கு அவன் பேச்சுக்குத் தாளலயமானது.

‘தனியா எங்கடா தின்றோம்? நாங்க ரெண்டுப் பேருந் தான சாப்புட்றோம்’

சிலம்பு முறுக்கு வேண்டாமென்று மறுத்தான் . . . பிறகு எதுவுமே வேண்டாமென்றான். ஆனால், பாட்டியிடம் இன்னும் இரண்டு முறுக்கை வாங்கி அவனிடம் நீட்டினேன் பெற்றுக் கொண்டான்.

‘ஒரே ஒரு மொளக்கா பஜ்ஜிடா . . .’ சுரேஷ் கேட்டான்.

‘மூடிட்டு போடா, நீ காசு குடுக்கறயா வாங்கறேன்?’

நான்கு பேரும் மண்டபத்தை நெருங்கினோம். சாலையின் போக்குவரத்து நெரிசலால் நின்று கொண்டிருந்த அனைத்து வாகனங்களையும் ஒதுக்கி ஒருவன், நடைபாதையை ஒட்டி இடிப்பது போல வாகனத்தை ஓட்டி வந்தான். சிலம்பு ஒதுங்கி நடைபாதையில் ஏறிக் கொண்டான். ‘நின்னுதான் வாயேன்டா, உனக்குலாம் இன்னாக் கேடுகாலம்? அடடா... மரத்துலயே மோதிக்குவாம் போலருக்குது’ முனகிக் கொண்டே சபித்தான்.

மண்டபத்தின் நுழைவாயில் அட்டகாசமாக இருந்தது. வழக்கமான வாழைமரம், தென்னம்பந்தலைத் தாண்டி மண்டபத்தின் உள் வாயிலில் அலங்காரம் இன்னும் பலமாக இருந்தது. வாசலில் நிறுத்தப்பட்டிருந்த அரசியல் கட்சிகள் சார்ந்த அறிவிப்புப் பலகையைப் பார்க்கும் பொழுது, கூடவந்த ஒருவன் சொன்னான்,

‘பணக்காரங்க கல்யாணம் போலருக்குது. இல்லன்னா கட்சிக்காரங்களா இருப்பாங்கோ’

‘பணக்காரன் எல்லாமே கட்சில தான் இருக்கான். கட்சில இருக்கவன் எல்லாம் பணக்காரனாதான் இருக்கான் எல்லா ஒன்னுதான் வாங்க சார்’ அழைத்தான் சுரேஷ்.

உள்வாயில் படிக்கட்டுகளில் முத்துமுத்தான மணி போன் றிருந்த தென்னம் பாலைகளின் கவர்ச்சியும், பனை ஓலைகளினால் பின்னப்பட்ட வெளிர் மஞ்சள் பச்சையுங் கலந்த தோரணங்களின் பொலிவும் அவற்றின் செயற்கை அலங்காரங்களைத் தாண்டி இயற்கை அழகையே கண்முன் நிறுத்தின. இவற்றின் நடுவில் பித்தளையிலான கடவுள் சிலை ஒன்றும், அதனைச் சுற்றி தண்ணீர் ஊற்று பெருகி வழிகிற அழகும் நாத்திகனையும் ஆத்திகன் ஆக்கிவிடும்படி

பிரிதிபலித்தது. இத்தனை மனமகிழ்ச்சிகளையும் திடீரென்று கலைத்தது அங்கு நின்றிருந்தவரின் செய்கை. மேலும் கீழும் வெள்ளை ஆடையை அணிந்திருந்த அந்த வெண்மை மனிதர் அங்கு தொங்கிக்கொண்டிருந்த தோரணத்தை அழுக்காக்கி விட்டார். 'இவ்வளவு அழகாக இருக்கிறதே இது என்ன பனை ஓலையில் செய்யப்பட்டது தானா?' என்று சந்தேகத்தை வெளிப்படுத்திக் கொண்டே தோரணத்திலிருந்து ஒரு கீற்றைப் பிடித்துக் கிழித்துப் பார்த்தார். அவர் சந்தேகம் நிரூபணமா னது. அலங்காரம் அலங்கோலமானது. அழகாகத் தொங்கியத் தோரணம் அந்த இடத்திலிருந்து கிழிந்து தொங்கியது. இதனைப் பார்த்துக் கொண்டே மெதுவாக படியேறிய எங்களுக்கு மிகுந்த வருத்தமானது.

சுரேஷ், 'இப்படிப்பட்ட ஆட்களின் செயல்களெல்லாம் இப்படித்தானே இருக்கும்' என்று யோசித்துக்கொண்டே இயல்பாகவே இருந்தான். ஆனால் சக்திக்கு அந்தச் செயல் சாதாரணமானதாகத் தெரியவில்லை. எவ்வளவு அழகிய தோரணம் அது. அதற்குள் எத்தனை உழைப்புகள் அடங்கி யிருக்கின்றன. சிராய்ப்புகளுடன் பனையேறியவனின் இரத்தக் கீறள்களுடனான உடம்பு, அலங்காரத்திற்கேற்ப கீற்றுகளை முறைப்படுத்தியவன், அழகிய தோரணமாகப் பின்னியவன், அதனை இங்கு வாயிலில் பார்த்துப் பார்த்து அலங்கரித்தவன் என்றெல்லாமிருக்கிற உழைப்புகளெல்லாம் அவன் கண்முன் நிழலாடின. இவனெல்லாம் ஒரு பெரிய மனிதனா? இத்தனை உழைப்புகளும் உருவாக்கிய ஒரு கலையை உருக்குலைத்துவிட் டானே என்று வியர்வைகளுக்காய் அவன் எண்ணம் கண்ணீர் சிந்தியது.

பணத்தை வாங்கியதும் ஓலையை வெட்டியவன் மறந்து விடுகிறான், தினக்கூலி கிடைத்ததும் முறைப்படுத்தியவன் மறந்துவிடுகிறான், விலை வந்ததுமே அல்லது வந்த விலைக்கோ விற்றவுடன் பின்னியவன் மறந்து விடுகிறான் இப்படியே ஒவ்வொருவருக்கும் அது தொழிலாகி விட, யாருக்குத்தான் அது கலையாகிறது? மண்டபத்திற்கு வருபவர்களும் கடவுள் சிலைக்கே கைகூப்பி நுழைய. இப்படிப் பலமாக யோசித்தவன்,

"உங்கள் கிழிசல்
என்னைக் கலையாக்கும்
என்றிரங்கி வந்தேன்...
இதற்கு நான்
உயரப் பனைமரத்தில்
ஓலையாகவே இருந்திருக்கலாம்...!"

என்று பனையாக மாறிப் பேசினான். கடைசியில் கலைகளின் வழக்குகளுக்கெல்லாம் பணமே தீர்ப்பெழுதுவதாய்ப் பட்டது

அவனுக்கு. ஏதேதோ செய்துவிட வேண்டும் போல் தோன்றி னாலும் அவன் எதையும் செய்யவில்லை.

உள்ளே நுழைந்து மாடிப்படியேறி மேலே சாப்பிடும் இடத்திற்குச் சென்றான். மண்டபத்தில் அங்கு பாதி இடம் காய்கறிச் சந்தையாக இருப்பது போலத் தெரிந்தது. கொத்த மல்லிக் கட்டுகளும்,வெங்காய மூட்டைகளும், தக்காளிக் கூடைகளும், பலவகைக் காய்கறிகளும் குவிந்து கிடந்தன. மேலும் எங்களுக்கு முன்னே அங்கு வந்திருந்த பிற சகாக்கள் தயாராகியிருந்த சாப்பாட்டு வகைகளை மட்டும் அடுக்கி வைத்திருந்தனர். சாம்பார், தயிர், எலுமிச்சை உள்ளிட்ட கலவை சாதங்களும் நான்கைந்து பொரியல் வகைகளும் இன்னும் இதர சில பொருட்களும் அடுக்கப்பட்டிருப்பதைப் பார்த்தவுடனே இன்றைக்குப் பலமான விருந்து என்று தோன்றியது. சுரேஷ் அடிப்புறம் சிவந்தும், மேற்புறம் சிறிது பச்சையாகவுமிருந்த தக்காளியைத் தேடியெடுத்துக் கடித்துச் சாப்பிட்டான். அந்த நேரம் சமையல்காரர் வந்தார். சமையல் வேலை இன்னும் முடியவில்லை, உங்கள் வேலைக்கு இன்னும் ஒரு மணிநேரமாவது ஆகும் என்று முன்னறிவிப்புத் தந்துவிட்டுப் போனார்.

மூன்று பெண்கள் உட்கார்ந்து கொண்டு காலை உணவுக்கான காய்கறிகள் வெட்டிக்கொண்டு இருந்தனர். யாதொரு வேலையிலும் பெண்களின் உழைப்பு பெரும் பான்மையானதுதான். ஆனால் கூலி மட்டும் குறைவுதான். ஆண் சமூகம் இருக்கிறதே அது சமையலுக்கு உதவும் பெண்களாயினும் சரி, கூட்டிப் பெருக்கித் துப்புரவு செய்யும் பெண்களாயினும் சரி பெண் என்றாலே வேலையில் நையப்பு டைக்கும் இல்லை விட்டுக்கொடுக்கும் பட்சத்தில் கையைப் பிடித்திழுக்கும். இச்சிந்தனையுடனே சக்தி தண்ணீர்க் குழாய்களுள்ள கைகழுவும் இடத்திற்குச் சென்று முகங்கழுவி வந்தான். அப்போது அங்கு சுவற்றிலிருக்கும் ஓர் அறிவிப்புப் பலகையைக் கவனித்தான்.

‘தயவுசெய்து உணவுப் பொருட்களை வீணாக்காதீர்கள். இருவர் வீணாக்கும் உணவில் மூன்றாமொருவர் பசியாற முடியும்’ என்றிருப்பதை வாசித்துக் கொண்டே வந்து உட்கார்ந்தவன்,

‘அங்க பாருங்கடா நம்ம ‘செல்வராணி’ல வெச்சிருக்கிற மாதிரி இங்கயும் போர்டு வெச்சிருக்கானுங்க’ என்றான். அதை எல்லாரும் படித்தோம். சிலம்பு,

‘அட இதவிட செல்வராணி ல இன்னும் நல்லா எழுதி வெச்சிருப்பாங்கடா’ மதிப்பிட்டான்.

‘அட வுட்றா . . . இவனுங்களாம் கடமைக்கு எழுதி வெச்சிருப்பானுங்க இல்லனா கவர்மெண்ட்டுக்கு கணக் காட்றதுக்கு வெச்சிருப்பானுங்க, வேணும்னா பாரு இங்க தான் அதிகமா சோறு வீணாவும்’ விமர்சித்தவன் சுரேஷ்

‘சார், நீங்க சொன்னாலும் சொல்லனாலும் அது வீணாவும். ஏன்னா இன்னைக்கு ஐட்டங்க நெறைய’

‘கவர்மெண்ட்டுக்கு எதுக்குடா கணக்குக்காட்டணும்?’ சக்திக்கு சந்தேகம் வந்தது.

‘பின்ன என்னப் பின்ன? இன்னைக்கு இந்தியாவுல இருக்கிற, உணவுப் பொருள்கள அந்நிய நாடுதான் ஒரு பக்கம் கொள்ளை யடிக்குதுன்னா, இந்தியாக் காரனுங்களே இன்னொரு பக்கம் வீணடிக்கிறானுங்க. போன வருஷத்துப் புள்ளி விவரம் என்ன சொல்லுது தெரியுமா? நம்ம இந்தியாவுல ‘ஒரு வருடத்திற்கு வீணடிக்கப்படும் உணவின் மதிப்பீடு 58,000 கோடி’ ன்னு சொல்லுது . . . அதனாலதான் இப்டிலாம்’

‘ஐயோ! என்னங் சார் சொல்றிங்க அம்பத்தி எட்டாயிரங்.. கோடியா..?’ வாயைப் பிளந்தான் ஒருவன்.

‘ஆமா... இதுக்கு மேல தானியக் கிடங்குல புழுத்துப் போறது, அரசியல்வாதி பதுக்கிவெச்சி திருட்றதுலாம் வேற இருக்கு. அது மட்டுமல்ல . . . ஒரு நாளைக்கு ஃபைவ் ஸ்டார் ஓட்டல்ல வீணாவுற சாப்பாட்ட, அஞ்சாறு குடும்பத்துல இருக்கிறவங்க ஒரு வாரத்துக்கு வெச்சி சாப்படலாமாம்..’ சொல்லும் போது சுரேஷின் வார்த்தைகளில் சூடு பறந்தது.

‘இதுவொன்னா உண்மதான். ங்கோத்தா.. எங்க மெயின் ஹாஸ்டல்ல கூட எவ்ளோ சோறு வேஸ்ட் பண்றானுங்க தெரியுமா? உண்மையிலே அந்த சோத்த வெச்சிக்கிட்டு ஒரு குடும்பம் ரெண்டு மூணு நாளைக்கு சாப்பட்லாம்’ என் பல நாள் அழுத்தமும் ஆவேசத்துடன் வெளிவந்தது.

‘அடப்பாவிகளா அப்டின்னா இங்க மண்டபத்துல எவ்ளோ சோறு வேஸ்டாப் போவுதே. நெஜமா எனக்குக் கூட சிலதெல் லாம் பாக்கும் போது கோவமா வரும். ஸ்வீட் ஒன்னு எடுத்து வாயில போட முடியுமான்னு ஏக்கத் தோடவே அதத் தூக்கிட்டுத் திரிவேன். ஆனா சாப்ட வர்றவனுங்க அசால்ட்டா அத சாப்டாமயே அப்டியே மூடிவெச்சிட்டுப் போவானுங்க. அப்டியே கழுத்தப்புடிச்சி சாவடிச்சில்லானு வெறியா வரும் . . .!’ சக்தியின் வெறி அடங்கியது. இருந்தும் தொடர்ந்தான்.

‘இப்பிடில்லா இருக்கிறதப் பாத்தாதான் இனிமேலு கேட்ரிங்க்கே வரக் கூடாதுனு தோணும்..’ குறைந்த ஒலியில் சொற்களை மிதக்க விட்டான்.

'சரிதான்டா சக்திவேலு. நீ சொன்னாலும் சொல்லலனாலும் இனிமேலு வரப் போறதில்ல இதான் கடைசி கேட்ரிங்' என்றான் சிலம்பு.

'என்னடா? ஏன்டா அப்டி சொல்ற?'

'ஆமா யுஜிசி எக்ஸாம்க்கு வேற படிக்கவே இல்ல, இப்ப செமஸ்டர் எக்ஸாம்க்கும் டேட் சொல்ட்டாங்க. அதனால தான்...!'

'மூட்றா வெங்காயம்... இதயேதான் ஒவ்வொரு முறையும் சொல்றிங்க. அப்புறம் வந்துனேதான் இருக்கிங்க' இது சுரேஷ்.

'அது அப்டி இல்லடா தம்பி இப்ப கூட வந்துருக்க மாட்டேன் சரி எக்ஸாம் பீஸ் கட்டணுமேன்னுதான் வந்தேன்'

'ஏன் வீட்ல கேட்டுப் பாக்குறது? ஒரு முறை கூட அனுப்ப மாட்டாங்களா?'

'அட நீ வேற... அவங்கல்லாம் அனுப்பற மாதிரி இருந்தா நாம தமிழ்ப் படிக்கவே வந்திருக்க மாட்டோமே...' பதிலை நான் சொன்னேன்.

'வேற யார்கிட்டயாவது கேட்டுப் பாக்கறதானடா சிலம்பு?'

'என்னவோ நீங்கலாம் ரெடி பண்ணி வெச்சிட்ட மாதிரியும், நாந்தான் ரெடி பண்ணாத மாதிரியும் பேசறீங்கடா. எவன்டா நமக்கெல்லாம் கொடுக்கப் போறான்? எம்.ஏ படிச்சிக்கிட்டு மொதல்ல நம்மலால தான் யார்கிட்டப் போய் கேக்க முடியுது?'

'அட வுட்றா சாமி... சும்மா கிண்டல் பண்ணன்டாப்பா...'

'அடிப்போடி, கேட்டா மட்டும் எவங் குடுத்துடப் போறான்? நம்ம டிபார்ட்மென்டு வாத்தியாருங்களே நாப்பதாயிரம், அம்பதாயிரம், ஒரு லட்சத்துக்கு சம்பளம் வாங்கறாங்க... அவனுங்களே நமக்கு ஒன்னுஞ் செய்ய மாட்றானுங்க, அப்பறம் வேற எவன் செய்யப்போறான்?' கேட்டது சக்தி.

'டேய்... அவனுங்களும் நம்மள மாதிரி கஷ்டப்பட்டு தான்டா இன்னைக்கு இந்த நெலமைக்கு வந்துருக்காங்க. அவங்களுக்கும் பொழப்பு, புள்ளக்குட்டின்னு இல்லயா?' சக்தியைக் கேட்டேன்.

'கஷ்டப்பட்டாங்கல்ல... இன்னைக்கு நாமக் கஷ்டப்பட்றோம்னும் தெரியுமில்ல. ஏன் நமக்கு செய்ஞ்சா என்ன?' சுரேஷ் குரல் உயர்த்தினான்.

‘செய்யலான்டா நானா வேணான்ற? நானும் அதல்லாம் எதிர்பார்த்தவந்தான். ஆனா இப்பலாம் அதப்பத்தி யோசிக்கிற தில்ல. மத்த எடத்துக்கு இவனுங்க எவ்ளவோ தேவலாம்’

‘அதாம் பணம் வேணுமுன்னா இராசபுரம் ஆஸ்டல்க்கு வந்துட்றயே . . . அப்புறம் எங்கருந்து யோசிப்ப?’ சிலம்பு என்னைக் குத்துவதாகத் தோன்றியது. ஆனால் குத்தவில்லை யென்று அடுத்து அவன் பேசியதிலிருந்து தெரிந்தது.

‘வாசிப்பு வாசிப்புன்னு நம்மள சூடேத்தி வுட்டுட்டா னுங்க. படிக்காம இருந்தா பைத்தியம் புடிக்கிறமாதிரி இருக்குது. அதனால படிக்கிறதவுட்டு பார்ட் டைம் வேலைக்குங்கூட போவத் தோனமாட்டேங்குது. இப்பலாம் கேட்ரிங்க்கு வந்தாக்கூட டைம் வேஸ்டாவுதேனு தான் தோணுது. ம்.. நாமலாச்சும் பரவாயில்ல இவன்லாம் பாவம் மெஸ் பில் கட்ட இன்னாப் பண்றான்னேத் தெரில’ என்று என்னைக்குறித்துப் பேசினான் சிலம்பு. அவனின் இந்தப் பேச்சு எல்லாருக்குமானதாக இருந்தது. எல்லாருடைய எண்ணங்களின் ஒரு குரலாக அது ஒலித்தது போலத் தோன்றியது. பேசியவனின் கண்கள் கலங்க, சிவக்க ஆரம்பித்தது. எனக்கும் மூக்குவரை முட்டிக்கொண்டு நின்றது அழுகை.

‘வாத்யேருங்க நமக்கே செய்யணும்னுகூட இல்லடா. வருஷம் பூராவுமா செய்யப்போறானுங்க. ஒரு மாசம் சம்பளத்தக்கூட முழுசாத் தர வேணாம். ஒரு மாச சம்பளத்துல ஆளுக்குப் பத்தாயிரம்னு நாலுபேரும் சேந்து செஞ்சா நம்மள மாதிரி கஷ்டப்படற பசங்களுக்கு வருஷத்துக்குப் பத்துப்பேருக்குப் பீஸ் கட்டி படிக்க உதவி செய்யலாம் . . .’ அழுகை அணை போட்டு அடைத்தாலும் வார்த்தைகள் மீறிக்கொண்டு வந்தன. சில நொடிகள் சிரமம் எடுத்தும் முடியவில்லை. சத்தமின்றி வழிந்தது கண்ணீர்த் துளிகள். என் இமைகள் காவல் நின்றும் இயலவில்லை. ஆம் . . . எந்த மதகுகளுக்கும் மதிக்காதது கண்ணீர்த் துளிகள்.

‘ஏய்... இவன் யார்றா இவன்! பைத்தியக்காரத் தாயாளி இதுக்குப் போயி அழுதிட்ருக்கான். டேய் நீயுமாடாப் பைத்தியக்காரன் மாதிரி யோசிக்கிற?’ என்னை ஏதோ சொல்ல வந்தான் சுரேஷ்.

‘நீ மூட்றா கேனப் . . . நாமலே இன்னும் தெசை தெரியாம தான் திரிஞ்சிட்டுக் கெடக்குறோம். வந்துருக்குற ஃபர்ஸ்ட் இயர் பசங்க என்னப் பண்றானுங்கன்னே தெரியல. கொஞ்சம் நெனைச்சிப் பாத்துப் பேசு’ என்று திட்டி விட்டு, கைக்குட்டையால் முகத்தைத் துடைப்பதுபோல் மறைத்துக் கொண்டேன்.

'இல்லடா ... நான் அப்டி சொல்ல வரல. ஆசிரியர்கள ஒன்னுஞ் சொல்ல முடியாதுடா. அவஅவனும் ஒரு லெவலுக்கு வந்துட்டாங்க இனிமேல் அவங்க முன்னேற்றத்த தான் பாப்பாங்க. அவங்க நமக்கு செய்வாங்கன்னு எதிர் பார்க்கக்கூடாது. ஏன்டா அவங்க நமக்கு செய்யணும்? ஏன் இந்த நிர்வாகம் செய்யட்டும், இந்த அரசாங்கம் செய்யட்டும், இந்த நாடு செய்யட்டும்.. நாம இப்டிலாம் கஷ்டப்படறதுக்கு யாரு காரணம்? இந்த அரசாங்கம் காரணம், இந்த சமூக அமைப்பு ஒரு காரணம்.இப்டி சோத்துக்கு வழியில்லாம, எங்கப் படிக்கிறது, எங்கத் தூங்கறதுனு தெரியாம நாம இப்டி ஏன் அலையணும்? படிக்க வெக்கிறன்னுதான சீட் கொடுத்து சேத்துக்கிட்டானுங்க ... இப்ப படிக்க வெக்கட்டுமே. இவ்ளோ பெரிய நிர்வாகம் எதுக்கு இருக்குது? இங்க படிக்கிறப் பசங்கள, கஷ்டப்படற பசங்களயே இவனுங்களால ஒழுங்காப் படிக்க வைக்க முடியலன்னா இவ்ளோ பெரிய பல்கலைக்கழக நிர்வாகம் எதுக்கு? என்னப் பிரயோஜனம்? இவனுங்கக் கீழ படிக்கிறப் பசங்களயே வசதியாப் படிக்க வைக்க முடியலன்னா அப்புறம் எதுக்குடா இந்தக் கேவலமான நிர்வாகம்?'

'டே வசதியாக் கூடத் தேவையில்லடா. நமக்கு அடிப் படையான விசயத்தக்கூடவா செஞ்சித் தர முடியாது?' என்று கேட்டான் சிலம்பு.

'ங்ங்.. கிழிச்சானுங்க மட்டைக்கு ரெண்டா! நாங்கப் பிச்சை எடுத்தாவது பணங்கட்றன்டா ஹாஸ்டல்ல சீட்டு குடுங்கடான்னு கெஞ்சறோம் ... அதையே இவனுங்களால செய்ய முடில மத்தத எங்கப் புடுங்கப் போறானுங்க?' பட்டதைப் பதிவு செய்தேன்.

'இவனுங்கப் படிக்கிறாங்களா இல்ல எங்கனாப் பரதேசியா அலையிறானுங்களா?'ன்னு எதுவுமே தெரியாது மேலெடத்துக்கு. சீட் கொடுப்பானுங்க, பீஸ் கேப்பானுங்க, பரீட்சை வெப்பானுங்க, பாஸான பட்டம் கொடுப்பானுங்களாம். கடைசில நாம அதத்தூக்கிட்டுப் பட்டதாரிப் பரதேசியா அலைய வேண்டியதான்' கோபமாகப் பேசினான் சுரேஷ்.

'சுரேசு ... சாதாரணப் பட்டதாரி இல்ல அதுவும் முதுகலைப் பட்டதாரி' என்று சக்தி சிரித்துக் கொண்டான்.

'ம் ... கரெக்ட்றா சக்தி, அதுவும் முதுகலைப் பட்டதாரிப் பரதேசியா ... இப்டிதான் சாப்பாடு இல்ல, பணம் இல்லன்னு வேலைக்குப் போக ஆரம்பிச்சி கடைசியில படிக்கிறத மறந்துட்டு வேலைக்கேப் போயிட்றானுங்க ...'

‘நம்ம பசங்களாவது பரவாயில்ல.. கொஞ்ச நெஞ்சமாவதுப் படிக்கிறோம். மத்த காலேஜ் பசங்கள்லாம் இன்னுங் கொடுமடா. சுத்தமாப் படிக்கிறதேயில்ல. எப்பக் கேட்டரிங் கூப்ட்டாலும் போயிட்றாங்க. இப்டியேதான் இருக்குது பொழப்பு. அப்பறம் எங்கடி நாமெல்லாம் பாஸாவுறது?’ என்றான் சிலம்பு. எங்கள் பேச்சையெல்லாம் எப்போதும் போலவே தலையாட்டிக்கொண்டு மின்விசிறி கேட்டுக் கொண்டிருந்தது. எந்தச் சத்தங்களையும் எங்கள் பேச்சுக்கு இடையூறாகக் கருதாமல் நாங்கள் பேசிக்கொண்டே இருந்தோம்.

‘நம்ம பசங்க மட்டும் எங்கடா? இதோ இன்னும் நாலு மாசத்துல எம்.ஏ–வே முடியப்போகுது. நாமலே இன்னும் அலஞ்சிட்டுதான் கெடக்குறோம். இப்ப வந்துருக்கிற ஃபர்ஸ்ட் இயர் பசங்க சொல்லவே தேவயில்ல. ஏன் எம்.பில் பசங்க, நம்ம சீனியருங்களே இன்னும் வழி தெரியாம அரையுங் கொறையுமாத்தான திரியிறாங்க. இப்படில்லா இருக்கும்போது படி, படின்னா என்னத்தப் படிக்கிறது?’ என்றேன்.

‘ஏன்டா சுரேஷ்ஷ் . . . டெல்லி யுனிவர்சிட்டில எல்லாம் எம்.ஃபில் படிக்கிற பசங்களுக்கு மாசம் மூனாயிரம் ஃபெல்லோஷிப் மாதிரி தராங்களாமே . . . அதுமாதிரி நம்ம யுனிவர்சிட்டிலாம் கொடுக்கலாம்ல. எம்.பில் ஸ்டூடன்ஸ்க்கு மூவாயிரம், எம்.ஏ ஸ்டூடன்ஸ்க்கு ரெண்டாயிரம்னு தந்தா என்ன இவனுங்க சொத்தாக் கொறஞ்சிப்போயிடும்?’ டெல்லிப் பல்கலைக்கழகத்தின் மீது எப்போதுமே தனக்கொரு ஈர்ப்பு இருப்பதை வெளிப்படுத்திக் கொண்டான் சக்தி.

‘சார், பாண்டிச்சேரி யுனிவர்சிட்டிலக் கூட அதுமாதிரி தர்றாங்க . . .’ என்றான் இன்னொருவன்.

‘தாராளமாத் தரலாம். தமிழ்ப் படிக்கறவங்க யாரும் வசதியான குடும்பத்துலருந்து வந்துட்றதில்ல. வசதியான பசங்களும் யாரும் தமிழ் படிக்கவும் வர்றதில்ல. இவனுங்க செய்யமாட்டாங்க நம்ம படிப்பு மேல அக்கறை இருந்தா, கஷ்டப்பட்ற பசங்களுக்காவது தரணும். ஏன், செம்மொழி நிறுவனம் கூடத்தான் இருக்குதே, அவங்களுந்தான் தரலாம். தமிழ்ப் படிக்கிற பசங்களுக்கு செய்யாம வேற யாருக்கு செய்யப் போறாங்க?’ என்றான் சுரேஷ்.

‘யாருப்பா அது அங்க இன்னாப் பண்றீங்க? வந்து ஐட்டத்தலாம் எடுத்து வெய்ங்கப்பா..’ தூரத்திலிருந்து வந்த குரல் பக்கத்திலேயே ஒலிப்பதுபோல் கணீரென்றது. குரல் கொடுத்தவரைக் கோபித்துக்கொண்டு எல்லாரும் எழுந்தோம்.

இந்தப் பேச்சு இன்னமும் நீளாதா என்று ஏக்கமானது சக்திக்கு. எல்லாருக்குள் இருக்கிற ஒருமித்த உணர்வுகளும் உண்மைகளும் வெளிப்படுவது ஒரு பரஸ்பரத்தை உண்டாக் கியது அவனுக்குள். அமர்ந்து கொண்டிருந்த நாற்காலிகளை இழுத்து நேர்படுத்திவிட்டு சமையலறைக்குச் சென்றோம். எண்ணெய்ச் சட்டியில் காலிஃப்ளவர் குளித்துக் கொண்டி ருந்தது. அதைப் பார்த்துக்கொண்டே பொருட்களை யெல்லாம் எடுத்துக்கொண்டு வந்து வெளியில் வைத்தோம். துணிபிடித்துத் தூக்கியும் சூடு தன் கையைத் தாக்கியதை மறைவாக ஊதிக் கொண்டான் சிலம்பு.

எத்தனை எத்தனை வகைகள், பார்க்கும் போதே அவை வியப்பை நல்கின. எத்தனை இருந்தாலும் பரிமாறித்தான் ஆக வேண்டும். ஆனால் இத்தனையும் பரிமாறிவிட முடியுமா? அனைவரும் சாப்பிட வேண்டும் என்பதற்காக இத்தனைகளையும் செய்கிறார்களா? இல்லை அத்தனை பேருக்கும் இவர்களுடைய வசதி தெரிய வேண்டும் என்பதற் காகச் செய்கிறார்களா? அது வரவில்லை, இது வரவில்லை என்று உயிரை வாங்குவார்களே, எல்லார்க்கும் எல்லாமும் போய் விட முடியாது என்பது உறுதியானது. ஆவது ஆகட்டும் என்று ஆளுக்கொன்றைத் தூக்கிக் கொண்டு படபடவென இயங்கினோம். இலையில் ஒவ்வொருவரும் ஒவ்வொரு பொருளைப் பரிமாறிக்கொண்டே போனோம். எப்பொ ழுதுமே ஆரம்பம் அழகாக, சுறுசுறுப்பாகத்தான் இருக்கும். போடுகிற வேகத்தில் யார் மூஞ்சியும் தெரிவதில்லை. யாருக்குப் பரிமாறுகிறோம் என்பதும் தேவையில்லை. போடுகிற வேகத்தில் இடையிலிருக்கிற இலை விடுபட்டி ருக்கும். அதையும் கண்டுகொள்வதில்லை. பின்னால் பரிமாறிக் கொண்டு வருபவன் அழைத்துச் சொன்னாலொழிய அதனைப் பொருட்படுத்துவதில்லை. ஒவ்வொரு பொருளையும் வைக்க வைக்க இலையில் இடமே இல்லாமல் போனது.

இலையில் இனி வைப்பதற்கு இடமேயில்லை என்று தெரிந்தும்கூட பரிமாறிக் கொண்டே போனோம். ஏற்கனவே இலையில் வைக்கப்பட்டிருந்தவற்றின் மேலே, மேலேயே போட்டுக்கொண்டே போனோம். சாப்பிடுபவர்கள் ஒவ் வொன்றையும் பார்த்துப் பார்த்து நகர்த்தி அடுத்த பொருளுக்கு இடம்கொடுத்துப் பார்த்தார்கள். இருந்தும் இலையில் இடம்போதவில்லை. எங்களுக்கே அவர்களை நினைத்தால் பாவமாக இருந்தது. இருந்தும் நின்று, நிதானமாகப் பரிமாறுகிற சூழல் அல்ல அது. சிலர், இப்படி வைத்தால் எப்படி சாப்பிடுவது என்று கத்தியும் பார்த்தனர். இருந்தும் பயனில்லை, எங்களுக்கும் பயமில்லை. ஆனால் மனசு

மட்டும் உறுத்தியது. முதல் பந்தியின் போது மேசையின் மீது அழகாய் அடுக்கப்பட்டிருந்த வாளிகள், இரண்டாவது பந்திக்கெல்லாம் எது எங்கிருக்கிறது என்றே தேடும்படியானது. வீடியோ கேமரா எங்கள் பக்கம் திரும்பும்போது மட்டும் சிலர் சுறுசுறுப்பாக இயங்குவது போல் பாவனை செய்தனர். எப்படியோ அதிரடியாகவும், அலைச்சலாகவும் ஒருவழியாக வேலை முடிந்தது. நாங்கள் சாப்பிட ஆணை பிறந்ததும் விரைந்து சென்று கைக் கழுவிக்கொண்டு வந்து உட்கார்ந்தேன்.

எல்லாரும் சாப்பிட்டு முடித்து கிளம்புவதாய் ஆனது. நான் மட்டும் மண்டபத்திலேயே படுத்துக் கொள்கிறேன், என்னால் இவ்வளவு தூரம் நடந்து விடுதிக்கு வந்து மீண்டும் காலையில் அங்கிருந்து இங்கு நடந்துவர முடியாது என்றேன். இந்த நேரத்திற்கு சைதாப்பேட்டைக்குச் செல்ல முடியாது என்பதால் சகாக்களில் அகிலன் என்பவனும் என்னுடனேயே இருந்து கொள்வதாகத் தெரிவித்தான். சுரேஷ் என்னைக் கட்டாயப்படுத்திப் பார்த்துவிட்டு,

'சரி, நீ எப்டினாப் போய்த்தொல. எனக்கு கொஞ்சம் எலையில பிரிஞ்சி மட்டும் கட்டிக்கொடு' என்றான். திகிலென்றானது எனக்கு.

'சாப்பாடு எதுக்குடா? அதான் மூக்கு முட்டத் தின்னல்ல. காலைலயும் வந்து சாப்ட போற அப்பறம் எதுக்கு? அதுவுமில்லாம இனிமே சாப்பாடுலாம் எடுக்குற வேலையே வேணானு அன்னைக்கே முடிவு பண்ணிட்டோம்' என்று சிலம்புவைப் பார்த்தேன். அவனும் தலையசைத்து வழி மொழிந்தான்.

'என்னைக்கே முடிவு பண்ணீங்க?' புரியாமல் கேட்டான் சுரேஷ். அவன் புருவமும், முகமும் சுருங்கியது.

'என்னைக்கேவா . . . ஓ . . . நீ வரலல்ல அன்னைக்கு?'

'ஏய், அவன் அன்னைக்கு வரலடா. அதான் ஊர்ல இருந்தான்ல' ஞாபகத்துடன் இறந்த காலத்தை அழைத்து வந்தான் சிலம்பு.

'ஆமால்ல, அப்ப இவன் இல்லல்ல. சக்திகூட இருந்தானா இல்லையானு தெரில.'

'அட மயிரு. மொதல்ல இன்னான்னு விஷயத்தச் சொல்லு' வெறுப்படைந்தான் சுரேஷ்.

'அதுவொன்னுல்லடா. நீ ஒடம்பு சரியில்லாம ஊருக்குப் போயிருந்தில்ல அப்போ ஒரு பெரிய பிரச்சனை ஆயிடுச்சுடா. ஒரு நாள் நானு, சிலம்பெல்லாம் கேட்ரிங்க்கு போனோம். இன்னைக்கு நடந்த மாதிரியே நல்லாப் பெரிய கேட்ரிங்.

ஆனா அங்க நைட்டே பிரியாணி போட்டாங்க, மீன் வறுவல் வேற கூடவே வெச்சாங்க. வேலையெல்லாம் முடிஞ்சபிறகு, நாங்களும் சாப்ட்டு கௌம்பறப்போ, சாப்பாடு நெறய மீந்துப் போயிருந்துச்சு. அதுவும் பிரியாணியே நெறய இருந்துச்சு. சரின்னு நாராயணன் என்னப் பண்ணா அவங்க ரூம் பசங்களுக்கு சாப்பாடு எடுத்துக்கலான்னு பிளாஷ்டிக் கவர்ல பிரியாணி அள்ளி வெச்சிக்கிட்டு கிளம்பும்போது ஒரு ஆள் பாத்துட்டான். அப்பறம் சொல்லவா வேணும்.

'ஏன் எடுத்துட்டுப் போற? எதுக்கு எடுத்த? வந்தயா, வேல செஞ்சியா, நீ சாப்டியான்னு மூடிட்டுப் போய்ட்டே இருக்கணும், நீ சம்பாரிச்சதா இல்ல நீ செலவு பண்ணிக் கல்யாணம் பண்றயா'ன்னு என்னன்னவோ கேட்டுட்டான் அந்த ஆளு. யாராலும் எதுவும் பேச முடில. நாராயணன் பாவம் ஒரு மாதிரி ஆய்ட்டான். அதுவும் அது அவங் கேட்ரிங் கூட இல்ல. இன்னொரு ஏஜெண்ட்டுது. அந்த ஆளு ஏஜெண்ட்ட வேற கூப்ட்டு சத்தம் போட்டுட்டான். எல்லாருக்கும் ரொம்ப அசிங்கமாயிடுச்சி. ஏஜெண்ட் சரியானக் கடுப்பாயி அங்கயே அவனும் நாராயணனைப் புடிச்சி ஓவராத் திட்டிட்டான். சத்தியமா மானமாப் போச்சு.

அங்க சாப்ட வந்தவனுங்கள்ல இருந்து சமையல்காரங்க வரைக்கும் எல்லார் முன்னாடியும் அசிங்கப் படுத்திட்டான். இன்னும் என்னென்னவோ ஆச்சுடா. எங்க எல்லாருக்குமே ரொம்பக் கஷ்டமாப் போய்ச்சு. நம்மமேல தப்ப வெச்சிக்கிட்டு எதுவும் பேச முடில. அந்த ஆளு, பொறம்போக்குப் பையன் ஒரே வார்த்தை 'யாரக்கேட்டுனு நீ சோறு எடுத்துட்டுப் போற'ன்னு கேட்டான். எல்லா முடிஞ்சி வெளிய வந்த பிறகு, எதுக்குமே கலங்காத நாராயணன் ஒரே வார்த்தை சொல்லிட்டு ஓன்னு அழுதாம் பாரு, ங்கொம்மாள இனி கேட்ரிங்க்கு வந்தா சோறுகூடத் தின்னக்கூடாதுன்னு ஆயிடுச்சு. 'அப்புடியென்னடா கேட்டுட்டேன். வெறுஞ் சோத்ததானடாக் கேட்டேன். தெ.......பையன் அவஞ் சொத்தையாடாக் கேட்டன்'னு கதறி அழுதுட்டான்.

நானு, சிலம்பெல்லாங்கூட அழுதுட்டோம். ரொம்பக் கஷ்டமா யிடுச்சுடா சுரேசு. அதலருந்து நாராயண கொஞ்ச நாளா சரியாக் கேட்ரிங்க்கே வராம இருந்தாந் தெரியுமா? அதுவும் அன்னைக்கு மீந்துபோன அவ்ளோ சோத்தையும் அந்த ஆளு என்னப் பண்ணப் போறான்? அவனாத் தின்னப் போறான்? வேல முடிஞ்சி, நாங்களே சாப்ட்டு கௌம்பிட் டோம். அதுக்கப்புறம் வேற எவன் வந்துத் தின்னப் போறான்?"

"அடப்பாவி... இவ்ளோ விஷயம் நடந்துருக்கு. எங்கிட்ட ஒரு வார்த்தைக் கூட சொல்லல..." என்றான் சுரேஷ்.

சிலம்பு அதுவரையில் நடந்ததை நான் சரியாகச் சொல்லு கிறேனா என்பதைப் போலக் கேட்டுக்கொண்டே வந்தான்.

'ஆமா. நீ போனவ போனவந்தான் எக்ஸாம்க்குதான் வந்துருக்குற . . . இவருகிட்ட சொல்லலயாம்.'

'சரி விடுங்கடா . . . எவ்ளோ சோறு வீணாப் போனாலும், அவஅவனுக்கு எடுத்துக்குடுக்க மனசுன்னு ஒன்னு வேணுமில்ல?' சமாதானம் கூறினான் சுரேஷ்.

'வீணாப்போற சோத்தையே குடுக்க மனசுவர மாட்டேங் குதே . . . இவனுங்க சாப்பட்ற சாப்பாட்ல பங்கு கேட்டா எங்கிருந்துடாக் குடுக்கப் போறானுங்க?' வெற்றுச் சிரிப்பை வெளியே தள்ளினான் சக்தி.

"எல்லாம் பணம் பண்ற வேலடா சக்தி. வேற ஒன்னும் இல்ல. பணம் மாதிரி சாப்பாட்டயும் சேத்து வெச்சிக்கிற மாதிரி இருந்தா அவ்ளோதான், இந்த நாட்ல ஏழைங்க சாவுக்கு பட்டினியேதான் காரணமாயிருக்கும் . . .' என்று பொதுப்படையாக்கினான்.

'ஆமாப்பா. நீ சொல்றது நூத்துக்கு நூறு உண்ம. சாப்பாடு ஒன்னுத்த தான் நாளைக்கு வேணுமேன்னு சேத்து வெச்சிக்க வும் முடியாது, சாப்டும்போதே நெறைய சாப்புட்டுக்கலான்னு சேத்தும் சாப்டமுடியாது. ஒரு சாப்பாட்ல எவ்ளோ விசயம் இருக்குது பாரு' என்று வியந்தான் அகிலன்.

'சாப்பாடுதான் உலகமே அகில். நீ சொல்ற மாதிரி நடந்துடுச்சுன்னா அவ்ளோதான். இந்த உலகத்துல எதுவுமே நடக்காது. பசியின்னு ஒன்னுமட்டும் இல்லன்னா இந்த உலகமே இயங்காதுடா சாமி!' நொந்து கொண்டேன்.

'பின்ன, மனுஷ பொறந்தவுடனே பசியதான மொதல்ல கத்துக்குறான். கண்ணு தெரியுதோ? காது கேக்குதோ? ஃபர்ஸ்ட் பால் குடிக்கதான கொழந்த அலையுது..'

'அதுமட்டுல்ல . . . பசின்னு ஒன்னு வந்துட்டா எல்லாருமே கொழந்தைங்கதான். . .'

'பணக்காரங்க சாப்பாட்டயும் சேத்து வெச்சிக்க முடிஞ்சா என்ன ஆகும்? அப்பாடா! சத்திமா நெனைச்சுப் பாக்கவே முடில நண்பா . . . இந்தப் பணங்கூட ரெண்டு நாள் ஆனா அழுகிப்போற பொருளா இருந்தா எவ்ளோ நல்லா யிருக்கும்?' என்று அகிலன் சொன்னதுமே எல்லாருக்கும் ஓர் ஆனந்தச் சிரிப்பு வந்துவிட்டது.

'டேய் . . . இந்த நேரத்துல ஒரு பஞ்ச் டையலாக் சொல்லட்டுமா?' என்று சக்தி கேட்க, நாங்கள் அவன் முகத்தையே பார்க்க,

சாப்பாட்டுக்கும், பணத்துக்கும் ஒரு சின்ன வித்தியாசந்தான். என்ன தெரியுமா?

சாப்பாட்ட,
Serve *பண்ண முடியும்*
Save *பண்ண முடியாது..*
பணத்த,
Save *பண்ண முடியும்*
Serve *பண்ண முடியாது...*

இது எப்டி இருக்கு' என்றான்.

'மூட்றாப் பரதேசி, எந்த நேரத்துல காமெடிப் பண்றாம் பாரு' என்று சக்தியைத் திட்டிய சுரேஷ்,

'நம்ம நாட்ல மட்டும் பட்டினியால செத்தவங்கப் புள்ளி விவரத்த எடுத்துப் பாத்தோம்னா ஒரு வருஷத்துக்கு எவ்ளோ பேரு சாவுறாங்க தெரியுமா?' என்றதும்,

'இவன் வேற ஒருத்தன், எதுக்கெடுத்தாலும் புள்ளி விவரம்னு எடுத்துக்குறான் . . . பேசாம இவனுக்கு 'புள்ளி ராஜா'ன்னு பேர் வெச்சிடலாமா' என்று பலமாகச் சிரித்தான் சிலம்பு. எல்லாரும் சிரிப்பதைப் பார்த்து சுரேசும் சிரித்து விட்டான். நான் வேலையின் போது என் இடையில் இருந்து இடையில் நழுவி விட்டிருந்த பனியனை மீண்டும் கீழாடைக்குள் சொருகிக் கொண்டே,

'சரி, நீ எதுக்குடாத் தம்பி சாப்பாடு எடுத்துக்கலான்னு கேட்ட?' என்று சுரேஷிடம் கேட்டேன்.

'இல்லடா, மூர்த்தி அண்ணனுக்கு ஒடம்பு செரியில்லடா. அதான், சரி சாப்பாடு எடுத்துனு போனா அவரு கொஞ்சம் நல்லா சாப்டுவாருன்னுதான் . . .'

'அப்படியா... சரி கேட்டுப் பாக்கலாமாடா?'

'இல்லடா வேணாம் விடு . . . அப்டிலாம் ஒரு சோறு சாப்பட்றதுக்குப் பட்டினியாவே இருக்கலாம் . . . முதலாளி வர்க்கம் என்னைக்குமே தொழிலாளி வர்க்கத்த கண்டுக் காதுடா. ஓடுற நதி எப்பவுமே திரும்பி பாக்காது; அது அதுவழியப் பாத்துகிட்டுதான் போய்ட்டே இருக்கும்' என்று சம்மந்தமே இல்லாததுபோல் ஏதேதோ புலம்பினான் அவன். கடைசியில் எல்லாரும் கிளம்ப, சுரேஷ் மட்டும் என்னுடைய வற்புறுத்தலால் மண்டபத்திலேயே என்னுடன் தங்குவதாய்

முடிவானது. சிறிது நேரத்தில் படுப்பதற்கேற்ப மேசைகளை ஒழுங்குபடுத்தினோம்.

'ஏன்டா டே எரும... பயங்கரமான பனி காலம்டா இது. ஒழுங்கா ஆஸ்டல்க்கே போயிருக்கலாம். உனக்கு நடக்கிறதுக்கு மொட. அதனால என்னயும் பனில சாவடிக்கிறதா முடிவு பண்ணிட்ட. முன்னாடியே தெரிஞ்சிருந்தா எதாவது புத்தகத்தயாவது எடுத்து வந்திருப்பேன்...'

'உனக்கு என்னதான்டா சுரேஷ் இப்ப பிரச்சன? குளிரா? புக்கா?'

'ரெண்டுந்தான், பின்ன இங்க எப்டி தூங்கறது?'

'மூடிட்டு படு தூக்கம் வரும்...'

'மூடிட்டு படுத்துக்குவன்டா. படுத்துட்ட பிறகு மூடிக் கிறதுக்கு எதுவுமில்லன்னுதான் கேக்கறேன்.'

'டே... எப்பா! ஏண்டா இப்டி மொக்க போட்ற. இல்லனா அதோ பாரு சமையல்காரன் சரக்கடிக்கிறாம்பாரு. அந்த ஆளு கூடப் போய் ஒரு ரவுண்டு அடிச்சிட்டு வா', நல்லாத் தூக்கம் வரும்.

'அது இன்னாடா சமையல்காரங்க சரக்கடிக்கிறது, எவனுக்குப் பாத்தாலும் கேவலமா தெரியுதா?' கோபமானான் சுரேஷ்.

'நான் அந்த மாதிரி சொல்லலயேடா. சொன்னாக் கூடத்தான் என்ன தப்பா? எவ்ளோ வேலை செய்றாங்க. வேலை முடிஞ்சதும் ஒழுங்காப் படுத்துத் தூங்கலாம்ல எதுக்கு சரக்கடிச்சிட்டு ஒக்காந்துட்ருக்கான்?'

'புரியாமப் பேசாதடா கேனயா. நாள் முழுக்க அடுப்புல வேல செய்யறாங்க. அவங்க ஒடம்பு சூட்ட கொறைக்கிறதுக்கு தான் தண்ணி அடிக்கிறாங்க. நீ புடுங்கி மாதிரி பேசாத..'

'என்ன ஞாயப்படுத்துறயா?'

'போடாப் பன்னி. மத்தவங்க கஷ்டத்தயும் கொஞ்சம் புரிஞ்சிக்கங்கடா. வா அந்த ஆளுகிட்டயே வந்து பேசு' என்று கையைப் பிடித்து இழுத்தான்.

'டே டே டே விட்றா. நீ ஏன்டா இவ்ளோ சீரியஸ் ஆவற அதுக்கு?' என்று கேட்டேன். அதற்குள்ளாக ஒரு குரல் எங்களை அழைத்தது.

'என்னப்பா தம்பிங்களா தூங்கலயா இன்னும்...' அந்த சரக்கு மகராசன்தான்.

போச்சு, இன்றைக்குத் தூக்கம் அவ்வளவுதான் என்று நினைத்துக் கொண்டே அவர் அருகில் சென்றோம்.

‘இல்லண்ணா தூங்கணும்... குளுருது அதான் தாங்க முடில’ நானே பேசினேன்.

‘என்னாப் பண்றது. கார்த்தி போயி மார்கழி வந்துடுச்சி. இனிமேட்டு பனி இன்னும் அதிகமாத்தாய்யா இருக்கும். கார்த்தி போன பின்னாடி மழையுமில்ல, கர்ணன் போன பின்னாடி சண்டையுமில்லனு சொல்வாங்க பெரியவங்க. வேலன்னு வந்துட்டப் பிறகு இதெல்லாம் பாக்கமுடியுதா?’

‘உங்களுக்கென்னணே சரக்கு இருக்குது குளிரே தெரியாது. எங்களுக்கு அந்தப் பழக்கமுமில்ல...’

‘நான் மட்டும் என்ன கூடவேயா கூட்டியாந்த. எல்லாம் பாதில வந்ததுதானப்பா...’ சரக்கு உள்ளே போகிற வரைக்கும் இப்படி மரியாதையாகத்தான் பேசுவார் என்று நினைத்துக் கொண்டேன்.

‘அதான் பகல்ல ஃபுல்லா கஷ்டப்பட்றிங்க. இப்பயாச்சும் தூங்கலாமில்ல. ஒக்காந்து குடிச்சிட்டு இருக்கிங்க?’ என்றேன். அதற்கு அவர் கண்கள் மருள ஒரு வெற்றுச் சிரிப்பை உதிர்த்து விட்டு,

‘தம்பீ.. என்னா அப்டி சொல்லிட்ட இது இல்லனா தூக்கமே வராது. முப்பது வருஷத்துப் பழக்கம் இது. இன்னைக்கு நேத்துல்ல 38 வருஷமா நான் மாஸ்ட்ரா இருக்கிறேன். அன்னைக்கு அடுப்படில சமைக்கிற காலத்தல யும் சரி, இப்போ கேஸ்ல ஆக்குற காலத்தலயுஞ்சரி அனல்ல வேகற சூடு ஒடம்ப விட்டுப் போகணுன்னா அதுக்குத் தண்ணி இல்லேன்னா வேலைக்கி ஆகாது. இல்லேன்னா பொம்பளக்கிட்டதான் போயாவணும். சந்தோசமா ஒக்காந்து சரக்கடிக்கிறானேனுப் பாக்கறயா இல்ல இப்புடி குடிக் கிறானே ஒழுங்கா வேலய முடிப்பானானு நெனைக்கிறயா? அதெல்லாம் சொல்லி வெச்சா மாதிரி நடக்கும்.

தாளிப்பு போட்டுட்டு, உப்பு, காரம்லா லெவல் பண்ணிட்டுதான் சரக்கையே தொடுவேன். எவ்ளோ உள்ள ஏத்தனாலும் 2 மணிக்கு எழுற மாதிரிதா ஏத்தனும். பெரும்பாலும் அதுக்கேத்தா மாதிரிதாங் குடிப்போம். ஏனா காலைல அவஅவன எழுப்பணும்ல, அவனும் சரக்குலதானப் படுக்குறான். நாம ப்ளாட் ஆனோம் அப்பறம் கல்யாணமே நல்லபடியா நடந்தா மாதிரிதான். சம்பளங் குடுத்தாலும், சரக்கு வாங்கிக் குடுத்தாதான் வேலயே நடக்கும். இல்லனா மேஸ்திரி, மேஸ்திரின்னு நம்ம உயிர வாங்கிடுவானுங்க...’ என்றெல்லாம் அவருடைய நிலைக்கே உரிய இழுவையில் பேசினார். சரக்கு உள்ளே போகப்போக விஷயம் வெளி வருவது இதுதானோ?

‘ஒரு பாட்லுதான வாங்கிக் கொடுத்தா என்ன ஆயிடப் போது?’

‘சரியாத்தாம் போச்சி. வாங்கிக் குடுக்காம உட்டுடப் போறதில்ல. வேல நடந்தாவணுமே. இருந்தாலும் ஓசிலயா கெடைக்குது. இல்லே சாதாத் தண்ணியோ சரக்குத் தண்ணியோ கொஞ்சமான வெலயா விக்குது இந்த காலத்துல. அப்போலாம் அந்த காலத்துலல்லாம் எங்க மேஸ்திரிங்களே குடுத்தாக் கூட நாங்க வேணான்னுதாஞ் சொல்லுவோம். அவ்ளோ மரியாதை, பயபக்தி இருந்துச்சி. இன்னக்கி அப்டியா? நம்மகிட்டயே வாங்கிக் குடுத்தாதான் வேலை நடக்கும்ன்ற மாதிரி மெரட்றானுங்க. எல்லாமே மாறிப் போச்சி . . .’

‘அப்படி என்ன மாறிப்போச்சுனு சொல்றிங்க?’

‘அந்த காலத்துல சமையல் வேலையுங் கஷ்டம், சமையல் கத்துக்கிறதுங் கஷ்டம். இப்போ அப்டியில்லயே.’

‘அப்ப இப்பல்லாம் சமையல் வேல செய்றது கஷ்டம் இல்லனு சொல்றிங்களா?’

‘ம்ம்... கஷ்டந்தான். என்னாஒன்னு அப்போல்லா 35 வருஷத்துக்கு முன்னாடி வெறகு அடுப்புலதான் எரிவுட்ணும். இப்ப கேஸ் வந்துருச்சி ‘டக்’குனு பத்தவெச்சாப் புஸ்ஸுனு எரியுது. வடை, இட்லிக்கு கல்லுலதான் அறைக்கணும் இப்பதான் மாவு ருப்பறதுக்கு மிக்ஸி, கிரைண்டர்னு இருக்குது. எல்லா வேலயும் நாங்கதான் செய்யணும். இந்த வேலய செய்யி, அந்த வேலய செய்யினு அஞ்சு நிமிசம் ஒக்கார வுடமாட்டாங்க. மெரட்டி வேல வாங்குவாங்க. சரின்னு வேல கத்துக்குறதுக்காக நாங்களும் ஓடி ஓடி செய்வோம். இன்னக்கி அப்டி முடியுதா?

இதோ கேட்ரிங்க்கு வர்றிங்க, உங்ககிட்ட கொஞ்சம் சத்தமா சொன்னா எங்களயே மொறைக்க ஆரம்பிச்சிட் றிங்க. நாங்க அப்டிலாம் வேல செஞ்சாக் கூட சீக்கிரம் வேல கத்துத்தர மாட்டாங்க மேஸ்திரிங்க. எடுபுடி வேலய நல்லா வாங்கிட்டு, மெய்ன்வேல செய்யும் போது எங்கள ‘கடைக்கு ஓடு’, ‘அங்கப் போய் வா’ன்னு அனுப்பிடுவாங்க. கடைசில எவ்ளோ உப்புப் போட்டான்னுந் தெரியாது, காரம் போட்டான்னும் புரியாது. பீடி, சிகரெட்டு கேப்பாங் கன்னு கூட நாங்க முன்னாடியே வாங்கி வெச்சிக் குடுப்போம். அப்டிலாம் கஷ்டப்பட்டோம்.

இப்பலாம் அவ்ளோ மொளகாத்தூள் போடு, இத்தன பாக்கெட்டு உப்புத்தூள் போடுன்னு சொல்லிட்றோம்.

சீக்கிரம் கத்துக்கிறாங்க. அன்னக்கி கேட்ரிங் கூட நாங்கதா செய்யணும். இன்னக்கித்தான் இந்த டேபுள், பென்ச்சி எல்லாம். அப்ப குனிஞ்சி குனிஞ்சி பார்த்துப் பார்த்து பரிமாறி முடிக்கிறப்போ இடுப்பு ஒடஞ்சிடும் தெரிஞ்சிக்கோ. சர்வீஸ்க்கு 2 ரூபா தான். சமையல்வேல, அதும் அடுப்படி வேலன்னாதான் 25 ரூபா மொத்தமே ஒரு கல்யாணத்துக்கே 300 ரூபாதான் பேசறது...' என்று ஊற்றி வைத்திருந்த மதுவை ஒரே மூச்சாக உள்ளிழுத்தார். எங்களுக்கு இதோடு இவர் விடுவாரா இல்லை இவர் பெருமையடித்துக் கொள்ளும் போதைக்கு இரண்டு ஊறுகாய் என எங்களை ஆக்கிக் கொள்வாரா என்று கவலையானது. இருந்தும் சுரேஷ் கேட்டான்,

'இப்ப எவ்ளவோ பரவாயில்ல, சுலபமாத்தான் இருக்குதா?'

'ம்ம்... சுலபம்னுலாம் சொல்லிட முடியாது. அப்ப பொங்கலு, இட்லி மட்டுந்தான் போடுவோம். இப்பதான் 21 ஐட்டம், 31 ஐட்டம்னு செய்யச் சொல்றாங்களே. காளாங் குருமா, பன்னீர் பட்டர் மசாலான்னு என்னென்னவோ வந்துருச்சி. ஊரப்பட்டத செஞ்சி முடிக்கிறதுக்குள்ள உயிரேப் பூடும்.. பார்ட்டிக்காரனுங்க எடுத்துட்டு வந்துப் போட்ற அரிசியிலிருந்து எல்லாம் பிரச்சனைதான். ஒரு அரிசி நல்லாருக்கும், ஒரு அரிசி கொழைஞ்சி போய்டும், அதப் பக்குவமாப் பாத்து வடிக்கணும். நாங்கதான் எல்லாத்தயும் பாத்து செய்யணும். ஒரு கல்யாணம் நல்லபடியா நடந்து முடியுணும்னா அது சமையல்காரங் கையிலதான் இருக்கு..' என்று அவர் சொன்னதும் எனக்கு சிரிப்பு வந்துவிட்டது. அவர் வேகமாக பேசுவதுபோல் இருந்தாலும், போதை அவரை வேகமாகப் பேச வைத்தாலும் அவரது வார்த்தைகளுக்கும், எழுத்துகளுக்கும் இடையில் நேரம் நீட்டிக்காமல் இல்லை.

'என்னாத்தம்பி... இவன் ஏதோ தண்ணில ஒலர்றானு சிரிக்கிறயா?

சமையல்வேல ஒன்னும் அவ்ளோ லேசுப்பட்டதில்ல. எந்தக் கலையும் ஒசந்த கலை கெடையாது. சமையல்கலை தான் ஒசத்தி. எந்தப் பொண்ணுப் புள்ள தலையெழுத்தும் நாங்க தேங்கா ஒடைக்கும் போதே தெரிஞ்சிடும். அதுல எதனா அப்டி இப்டினு அறிகுறி தெரிஞ்சிச்சீ அதே மாதிரி கல்யாணத்துலயும் கண்டிப்பா சண்ட வரும். அதனாலதான் ஆய கலைங்க அறுபத்தி நாலுல சமையல்கலைதான் உசந்ததுனு சொல்றாங்க. அப்பிடி இருக்கவேதான நளமகாராசா, நாட்ட ஆண்டவரு அவரே சமையல் வேலை செஞ்சாரு. சமையல்

வேல செஞ்சதாலதான் நாடே கெடைச்சது அவருக்கு..' என்றவரைக் குறுக்கிட்டு,

'சமையல் செஞ்சதாலதான் நாடு கெடைச்சதா அவருக்கு?' என்று கேட்டான் சுரேஷ். அவர் அவனைக் கண்டு கொள்ளாமல்,

'பின்ன அவ்ளோ பெரிய மகாராஜன் சமையல் செய்ய வேற என்னாக் காரணம்.'

'இல்ல. நளமகாராஜா கதை தெரியுங்களா உங்களுக்கு?' என்றான். அவனுக்குப் புதியதொரு விஷயத்தைத் தெரிந்து கொள்ள வேண்டிய ஆர்வத்தில் மேலும் கேட்டான். அவர் போதை தலைக்கேறிய மாதிரி உச்சத்தொனியில்,

''நளம்'னா என்னாத் தெரியுமா உனக்கு? 'நளம்' னா நாலு. உப்பு, புளிப்பு, காரம், உப்பு... ம்ம்... இல்லல்ல உப்பு, காரம், புளிப்பு.. இன்னொன்னு ஆஆம் அப்புறம் இனிப்பு..' என்றார்.

'இல்லய்யா... எங்களுக்கு அந்தக் கதையெல்லாம் தெரியாது. அதா தெரிஞ்சிக்கலாணு கேட்டோம். நீங்க சொன்னாக் கத்துக்குவோம்...' என்றான். அவன் தன்மையாய் பேசியதற்கு காரணம் அவன் அறிவு வரலாற்று உணவிற்கு வயிறு திறந்திருந்ததுதான்.

'யாருக்கு தெரியும். அட எல்லாஞ் சொல்றத்தான் நானுஞ் சொல்ற. நான் என்ன அவரு கூடவா இருந்துப் பாத்தேன்? ஒன்னு விடாம எல்லாஞ் சொல்றதுக்கு. ஆனா ஒன்னு ஆயக்கல அறுபத்தொம்போதுல சமையல்கலைதான் ஒசத்தி' என்று ஐந்தைச் சேர்த்துவிட்டவர், அப்போதும் சமையல் கலையை முன் வைத்தார்.

அதுவரைக்கும் அந்த மன்னனின் வரலாற்றை அறிந்து கொள்ள ஆசையாயிருந்த சுரேஷின் எண்ணம் அப்போதே கருக்கலைந்தது. ஆயக்கலைகளின் எண்ணிக்கையில் அவனே சந்தேகமானான். அவன் எதுவொன்றும் பேசத் தயாரா யில்லை. அந்த இடைவெளியை மீண்டும் அவரே நிரப்பினார்.

"ஒருநாள் சென்னையில பாம்குரோவ் ஓட்டல்ல 'பாமினோ' சேமியாக் கம்பெனிக்காரன் எல்லா சமையல் கலைஞரையும் கூப்ட்டு ஒரு விழா நடத்துனான். ஒரு படிச்ச பொம்பளயக் கூட்டினு வந்து தேக்கரண்டில சமையல் செஞ்சிக் காட்னான். அதுக்குத்தான் நாங்க எழுந்து பேசனோம், ஒரு கடலையே கொண்டாந்து, இந்தக் கடலுக்கு இவ்ளோ தொவரம்பருப்பு, இவ்ளோ காரம், இவ்ளோ புளிப்பு

போடணும்னா கூட போட்ற அளவுக்கு கலைஞரை வெச்சிக்கிட்டு இப்டி பொம்பளயக் கூட்டியாந்து எங்கள அசிங்கப்படுத்துறிங்கனு சொன்னோம். அதுக்கு அவன், 'இல்ல சேமியால இதெல்லாம் செய்யமுடியுன்னு...' என்னவோ சொன்னான். அவங்களாம் தேக்கரண்டில உப்பு, தேக்கரண்டில புளி, தேக்கரண்டில மொளகாத்தூள், தேக்கரண்டில தனியாத் தூளு, மஞ்சாத்தூளுன்னு போடுவாங்க. நாங்களாம் உப்பு போடணும்னா அப்டியே ரெண்டு கையிலயும் நெறய அள்ளிப் போடுவோம், மொளகாத்தூள கரண்டி கரண்டியா அள்ளிப் போட்டாலும், கண்ணுப் பாத்தா கையி செய்றா மாதிரி கரெக்டா இருக்கும் எல்லாம். படிச்சவங்க இந்த வேலைக்கு சரிப்பட்டு வரமாட்டாங்க. அவங்களாம் தலைகீழ நின்னாலும் ஒன்னுமே பண்ண முடியாது. அனுபவந்தான் பேசும்.."

'அப்ப, பெரிய பெரிய ஃபைவ் ஸ்டார் ஹோட்டல் லலாம் செய்றாங்களே அவங்களாம் எப்டி செய்றாங்க?' என்று உட்கார முடியாமல் அவர்களிருவரின் பக்கத்திலேயே படுத்துக்கொண்டே பேசிக் கொண்டிருந்தவன் கேட்டேன்.

'பைவ் ஸ்டார் ஓட்டல்ல என்னா ஒரே நேரத்துல ஆயிரஞ் சப்பாத்தி, ஒரே நேரத்துல ஆயிரம் பூரி, ஆயிரம் பரோட்டான்னு செய்றாங்களா? ஆயிரம் பேருக்கு ஒரே நேரத்துல சமையல் பண்ணச் சொல்லு பாக்கலாம். நான் தொழிலயே விட்டுட்றேன். ஆயிரம் பேருக்கு சாம்பார் வெக்கணும்னா நாங்க 30 கிலோ தொவரம் பருப்பு போடுவோம். சாம்பார் அவ்ளோ டேஸ்ட்டா இருக்கும். எதோ அவங்கல்லாம் அது செய்வாங்களா? அறையுங் கொறையுமா செஞ்சிட்டு பரங்கிக்காய வெட்டிப்போட்டு சமாளிப்பானுங்க. நாங்க காலிஃப்ளவர், சின்ன வெங்காயம், கேரட், பீன்ஸ், முருங்கக் காயின்னு எல்லாம் போட்டு வெச்சா அவ்ளோ அருமையா இருக்கும். அவனுங்க கெடைக்கிற காய போட்டு செய்வாங்க. எங்களுக்கு சுவை முக்கியம், அங்கல்லாம் வியாபாரந்தான அது. அதுமாதிரி ஆளுங்கல்லாம் நண்டு ப்ரை, பிஷ் ப்ரை, காடை, கௌதாரின்னு செய்றதுக்குத்தான் லாய்க்கு.

நாங்களாம் அட்டன் டையத்துல 200 கிலோ அரிசி வடிப்போம். அவங்க ஒரு பத்து, இருபது கிலோ கூட வடிக்க மாட்டாங்க. இன்னுங் கேட்டா அவங்க கரண்டியே பாத்திங்கன்னா தவ்ளோ தவ்ளோ இருக்கும். எங்கக் கரண்டியோ, இல்ல காய் வெட்ற கத்தியோ பெருசா இருக்கும். அவங்க கத்தி ஸ்டீல் கத்தி. அது ஸ்லைஸ் போடத்தான் செட் ஆவும். அதுலா படிச்சவங்கத் தொழில் பண்ற உத்தி. கல்யாணத்துக்கெல்லாம் படிப்பறிவு ஒத்துவராது. அந்த

அளவுக்கு பேரு வாங்கவேச்சிதான் இன்னைக்கு எல்லா, பெரியப் பெரிய கல்யாணத்துக்குக் கூட என்னக் கூப்பற்றாங்க. இன்னைக்கி காசிமோடு, கீழ்மண்டபம், இராசபுரம் எல்லா எடத்தலயும் ஆறுமுகம் மேஸ்திரின்னா தெரியாதவங்களே இருக்க மாட்டாங்க...' என்று முடித்து அவர் மூச்சு விடுவதற்கு முன்னரே அங்கு வந்து பார்த்த இன்னொருவர்,

'இன்னாயா மேஸ்திரி . . . பசங்களுக்கு கத்திப் போட் டுங்கீற . . .?' என்றார். அதற்கு அவர் வாயில் மென்று கொண்டிருந்த பாக்கினைத் துப்பி விட்டு, 'அடப் போடாப் பந்தலு, மூடிக்கினுப் போடா' என்றார்.

'நான் மூடாமத் தொறந்துவுட்னு கூடத்தான், காத்தாறட்டுமேன்னு போவேன். என் இஷ்டம்யா . . .'

'பாத்துறா காத்தாறி காத்தாறி கட்டியாயிடப்போது . . . அப்புறம் வெளிய வரலனா வெடிச்சிடும்'.

பேச்சின் முடிவில் இருவருமே சிரித்துக் கொண்டனர். அந்தக் கேலி உரையாடலை இருவருமே அனுபவித்தனர். அதில் யாருக்கும் கஷ்டமோ, யார் மனதும் புண்பட்டோ இருப்பது போலத் தெரியவில்லை. நகைச்சுவை என்பது முடிவில் இருவரையும் அல்லது அனைவரையும் மகிழ்விப் பதாகத் தான் இருக்க வேண்டும். இப்போதெல்லாம் அத்தன்மை பெரும்பாலும் குறைந்திருக்கிறது. ஒருவரைக் காயப்படுத்திப் பேசுவதிலேயே நகைச்சுவைக்கான கூறு இருப்பதாகவும், மகிழ்ச்சி, சிரிப்பு எல்லாம் அடங்குவதாகவும் நினைத்து வாழ்கின்றனர். இத்தகு நிகழ்வுகள் நியூட்டன் மூன்றாம் விதியை மெய்ப்பித்து, பகைப்புலத்தை உருவாக்கு வதை யாரும் உணர்வதில்லை.

"பாமினோ கம்பெனி மாதிரி இப்பல்லாம் யாராவது, எங்கயாவது போட்டி நடத்துறாங்களா? இது சுரேஷின் சந்தேகம்.

'அதெல்லாங் கெடையாதுப்பா. அது நடந்து 10, 15 வருஷமாச்சி. அதான் பத்து சமையல்காரனுங்க ஒன்னா சேந்தாலே அந்த எடம் உருப்பட மாட்டேன்தே. நான் தலைவரா இருந்த காலத்துல நடந்தது...'

'நீங்க தலைவரா இருந்திங்களா?'

'ஆமாயா . . . தென்னிந்திய சமையல் சங்கத் தலைவரா ஜே.டீ. துரை இருந்தப்போ, அப்போ சுகாதாரத்துறை அமைச்சர் சற்குணபாண்டியன் தலைமையில சமையல்காரங் களுக்கு நல்லது நடக்கணும்னு சங்கம் ஆரம்பிச்சு அதுக்கு

நாந்தான் தலைவரா இருந்தேன். அப்போ அந்த நலவாரியத்துல சேந்தவங்க செத்துப்போனா 15 ஆயிரம் பணங்கூட தந்துச்சு அரசாங்கம். அப்டி ஒரு ஆளுக்கு 7 ஆயிரம் ரூபா வாங்கிக் கொடுத்தேன் நான். எங்க, ரோட்ல செத்தாலும் சாவு வானுங்களே தவிர சங்கத்துல சேந்துப் பயன்பெற மாட்டானுங்க. எல்லாம் சம்பாதிக்கிறன்ற திமிரு. 11 ரூபா சந்தாக்கட்டிட்டு அவஅவம் பேசற பேச்சு இருக்குதே... அதோட சரி அந்த சங்கத்தயே உட்டுட்டேன்...'

"இப்பவும் இருக்குங்களா அதுமாதிரி சங்கம்?"

'அந்த சங்கமே இருக்குதே. 'அனைத்திந்திய பல்சுவை உணவுத் தயாரிப்பாளர்கள் சங்கம்'னு இன்னும் இருக்கு. அது ரிஜிஸ்ட்ரேஷன் நெம்பர் கூட 882. அது மாதிரி தென்னிந்திய சங்கம் ஒன்னு ஐயிருங்கதான் நடத்திட்டு வர்றாங்க இன்னமும் . . .'

'ஓ... அவங்களுக்குன்னு தனி சங்கமா?'

'இல்லயாப்பின்ன. அவஅவந் தனித்தனியா சங்கம் வெச்சுக்க வேண்டியதுதான். பிராமணங்க கல்யாணத்துலன்னு சமைக் கிறதுக்கு இந்த சங்கத்துல இருந்துதான் சமையல் வேலக்கிப் போவாங்க. நம்ம ஆளுங்களலாம் கூப்ட மாட்டாங்க. அவங்க சமையலு வேற, நம்ம சமையலு வேற . . .' என்றார். 'பிராமணங்க' என்பதைக் கேட்டதுமே அவனுக்கு உள்ளுக்குள் ஒருவித எரிச்சல் பிறந்தது. அந்த விவகாரங்களை மேலும் தெரிந்து கொள்ள அவன் ஆர்வம் வெறி பூண்டது.

'அப்டி என்ன அவங்க மட்டும் பெருசா செஞ்சிட் றாங்க?'

'ஐயராளுங்க பெருசா பண்றாங்கன்னுலாம் இல்லப்பா . . . நாம செய்யற சமையலுக்கும் அவுங்களுக்கும் ஒன்னு ரெண்டு வித்தியாசம் இருக்கும் அதான். என்னா, அவங்க பூசணிக்கா சாம்பார் வெப்பாங்க. அப்புறம் ரசம் வெக்கிறதார்ந்தா தக்காளிப் பழத்தை துண்டுத்துண்டா வெட்டி எண்ணெயில வதக்கி ரசத்த வெப்பாங்கோ. பருப்புத் தண்ணிய மொண்டு ஊத்தி நொரச்சி வரும்போது எறக்கிடுவாங்க. நாம நல்லாப் பழமாப் பாத்து தக்காளிய புழிஞ்சி போட்டு ரசம் வெச்சுக்கிறோம். நம்ம ரசம் நல்லா டேஸ்ட்டா இருக்கும்.. அதான் வேறென்னா?' என்றார். அவர் மதுக்குடித்த மனநிலையும், பாக்குப்போட்டு மெள்ளுகிற வாயும் அவர் பேசுகிற பேச்சில் எழுத்துகளின் மாத்திரை அளவை நீட்டுகிறதா, குறைக்கிறதா என்பதே புரியாமலிருந்தது.

‘வேற எதுவும் இல்லிங்களா? அதுமட்டுந்தானா?’

‘வேற என்னா இருக்குது? அவங்க மட்டும் பத்துக் கையிலயாப் பண்றாங்க ... பூசணிக்காய்ல அல்வா பண்ணு வாங்க. இந்த கேசரி, பைன் ஆப்பிள் புட்டிங் அதான் ... அவ்ளோ தான் ... அப்றமேட்டுக்கு போளி போடுவாங்கோ ... மத்தபடி ஒன்னுங்கெடையாது ...’ என்றவர் வாய் மேலும் கீழுமாக விரிந்தது. அதைப் பார்த்ததும் சுரேசுக்கும் கொட்டாவி வந்தது.

‘எல்லாம் எங்க கல்யாணத்துலயும் 21 ஐட்டம் வெப்பாங் கப்பா’. அவர் என்ன நினைத்தாரோ, சற்று நேரத்தில் திடீரென்று இப்படிச் சொன்னார். சுரேஷின் புருவங்கள் ஏதோ வினவுவதுபோல் அவரைப் பார்த்ததும், அவர் மதுபாட்டிலை ஓரங்கட்டி விட்டு, கீழே குனிந்து தன் கைவிரல்கள் உதவியுடன் 21 ஐட்டத்தையும் வரிசைப்படுத்த ஆரம்பித்து விட்டார். அவர் சொன்னதிலிருந்து சொல்லாத ஒன்று விளங்கியது போல அவன் அவரிடம் கேட்டான்.

‘அப்ப, ஜாதிக்குத் தகுந்த மாறி சமையல் ஐட்டங் கூட இருக்குதா?’

‘இது இன்னாப்பா இப்டி கேக்குற? எல்லாத்தலயுந்தான் கீது ஜாதி. கல்யாணம் பண்ற முறையிலேயே அவங்கவுங் களுக்கேத்தா மாதிரிதான் பண்றாங்க ...’

“அதுக்கில்லங்கய்யா ... சமையல்ல கூடவா ...?”

“சமையல்ல மட்டும் என்னா ஒன்னு ரெண்டு ஐட்டம் மாத்திப் போடுவாங்க, மத்தபடி எல்லாஞ் சோத்த தான் தின்றானுங்க. ஒருத்தங்க தயிர்வடை கேப்பாங்க, ஒருத்தங்க வெத்தும் வடை கேப்பாங்க. நமக்கென்ன வந்துச்சு அவங்க கேக்கறத, லிஸ்ட் போட்டுக் குடுக்குறத நாங்க செஞ்சித் தரப் போறோம்.. இங்க மீனவங்க ஐட்டத்தலலாம் உருளக் கெழங்கு பொரியல், கத்திரிக்கா மொச்சை, வத்தக் கொழம்புன்னு ஒன்னு ரெண்டு இருந்தே ஆகணும்னு சொல்வாங்க. அதெல்லாம் எவ்ளவோ இருக்குதுப்பா..

சமையல்ல பெருசா ஒன்னும் இல்ல. முதலியாரு, கவுண்டமாருங்கல்ல அதுரசம் வெப்பாங்க, செல பேரு ஜாங்கிரி வெப்பாங்க, கோமுட்டி செட்டியாருங்க ஒன்னு ரெண்டு மாத்தி செய்வாங்க. அதெல்லா இப்பலா அவ அவன் வசதியப் பொறுத்துதான். ஜாதியப் பொறுத்துல்ல.

இதோ உங்க கேட்ரிங் ஆளுங்க வந்தீங்கன்னா அதுஅது அங்கங்கன்னு எலையில போட்டு வுட்டுட்றிங்க ‘டக் டக்’ன்னு. அது மாதிரிலாம் போடக்கூடாது. ஒரு இதுவு

ஒரு இதுவுல கலக்கக்கூடாது. ஒரு பொரியல் ஒரு பொரியல்ல படக்கூடாது, இந்த டேஸ்ட்டு அதுல கலக்கும். இது இந்த எடம் வெக்கணும், அங்க வெக்கணும்னு இருக்குது. அதுவும் இந்தக் கிராமப் புறங்கள்லாம் போனாக்கா அங்கல்லாம் இந்தப் பரிமாறுகிற குணங்கள் இருக்குது. அதுவும் இந்த ரெட்டியார் கல்யாணத்துல்லாம் எலையே ஒரு முழமும், ஒரு வெரக்கடையும் விட்டுதான் அறுப்பாங்க. தலைவாழ எலைன்னா நீட்டா அப்டிதான் செய்வாங்க. அதுல உப்பு, உப்பு பச்சடி, புளிப்பு பச்சடி ... ஆமா எல்லா தவ்ளோலோ டீஸ்பூன்ல வெப்பாங்க ...'

'அது என்னஙகய்யா உப்பு பச்சடி..?'

'அதுவா? உப்பு பச்சடின்றது கேரட்ட நைஸா நல்லா நூல்கணக்கா வெட்டி உப்பு போட்டு ஊற வெச்சிடுவாங்க ...'

'சரி எலையில ஸ்வீட் வெக்கிறோம்ல. அத எங்க வெச்சாலும் மாத்தி வெச்சாலும் சாப்டதான் போறாங்க. நாலு மூலையில ஏதோ ஒரு எடத்துல வெச்சாப் போச்சு?"

'அதான் அதுக்குத்தான் சொன்ன. சமையல் பண்றத விட, அதப் பரிமாறதலதான் பெரிய கலையே இருக்குது. இது இங்க வெக்கணும், இது இங்க வெக்கணும்னு ஒரு முறையே இருக்குது. சரி எல்லாந்தான் சாப்டபோறோம் அப்டியே ஒன்னா கலக்கிப் போட்டாக்கா?'

'அது இல்லங்கய்யா எல்லாம் சாப்டதானப் போறோம்'.

'ஆமா... எல்லா வயித்துக்குத்தான் போகுது. அப்டியே வாரி வயித்தல போட்டுக்குனாக்கா.?.. அதுக்குதான் சொல்றது எந்தக்கலையும் ஒசந்தக் கலைக் கெடையாது, சமையலுதான் உசந்ததுன்னு. பின்ன நமக்கு எதுக்கு ஆறறிவு வெச்சிருக்கான்? இன்னமும் எங்கூரு பக்கம்லாம் பாத்தாக்கா பரிமாறது அவ்ளோ அழகாப் பரிமாறுவாங்கோ. அங்க இங்கன்னு வெச்சுப்புட்டா அப்பறம் எதஎத எங்கங்க வெச்சான், எல்லாத்தயும் வெச்சாங்களான்னே தெரியாமப் போயிடும்.'

'எந்த ஊரய்யா உங்களுக்கு, இது சொந்த ஊரு இல்லயா?'

'ம்ம் ... என் ஊரு அங்க இருக்குது, பண்ருட்டி பக்கம் மனங்கலந்த புத்தூர். நான் ஏழு வயசிலேயே இங்க வந்துட்டேன். எதனா விசேஷம், இல்ல சொந்தக்காரங்க எதனா ஃபங்க்ஷன்னு சொன்னாங்கன்னா போவோம், போயி பாத்துட்டு வருவோம் அதான்..'

'அங்கல்லாம் போனிங்கன்னா சமையல்வேல செய்றீங் களா?'

‘ச்சே, ச்சே.. அங்கலாம் செய்ய மாட்டம்பா. எவனும் மரியாதை குடுக்க மாட்டானுங்க. எல்லாம் இங்கவிட கிராமத்துலயும் ரேட்டு அதிகமாத்தான் ஆயிப்போச்சு. சொந்தக்காரனுங்ககிட்டலாம் செஞ்சாக்கா பணங்கொடுக்க மாட்டானுங்க, நாமலும் கேக்கவும் முடியாது. பள்ளம் வெட்டி வெறகுல சோறாக்கச் சொல்லுவானுங்க, கேஸ் வாங்கித் தரமாட்டாங்க, கேக்கற பொருள ஒழுங்கா வாங்கித் தரவும் மாட்டாங்க. அதுவும் கூடமாட வேல செய்றதுக்கு, பரிமாறதுக்கு அவங்களே வருவாங்க. காய் வெட்றதுக்குலாம் பொம்பளைங்களே வந்துப் பாத்துக்குவாங்க. இங்கயுந்தான் வராங்க இடுப்பு வளையாம, பொடவ கசங்காம ச்சேர்ல உக்காந்து துன்னுட்டுப் போயிட்றாங்க. அங்க அதுமாதிரி கெடையாதே. அப்புறம் எப்டி நாங்க சம்பாதிக்க முடியும். ஏதோ ஆடிமாசம், புரட்டாசி, மார்கழில வேலை இல்லனா ஊர்ப்பக்கம் போய்ட்டு வருவோம்.’

‘ஏன் அப்பலாம் வேல இருக்காதுங்களா?’

‘ஆமா ஆடி, மார்கழியிலலா எவன் உனக்கு கல்யாணம் பண்றான்? வேல டல்லுதான்.’

‘அப்போ ஆடி மாசம், மார்கழி மாசம்லா உங்களுக்கு ஆகாத மாசம்னு சொல்லுங்க..’

‘ஆமா. அப்டிலாம் ஏழு வயசிலயே வந்து எப்டி எப்டியோ கஷ்டப்பட்டுத்தான் மேஸ்திரி ஆனேன். தூக்கம் இருக்காது, எதனா ஒன்னுன்னா பார்டிக்காரனுக்கு பதில் சொல்லணும் இப்டி எல்லாப் பிரச்சனையுந் தாண்டிதான் ஏதோ கொஞ்சம் சம்பாதிச்சிக்னு இருக்கேன்..’

‘பரவாயில்ல இவ்ளோ கஷ்டப்பட்டு வந்திருக்கீங்களே. எவ்ளோ ஐயா ஒரு கேட்ரிங்க்கு வாங்குறிங்க?’ அந்தரங்கத்தில் நுழைந்தான் சுரேஷ்.

‘அதெல்லாம் சொல்ல முடியாதுப்பா. 10 ஆயிரமும் வாங்குவேன், 25 ஆயிரம் 30 ஆயிரம்னு வாங்குவேன் அதெல்லாம் ஆர்டர் இருக்குறதப் பொறுத்து.’

‘இல்ல நடுத்தரவர்க்கத்து கல்யாணம்னா எவ்ளோ வாங்குவீங்க?’

‘அதான் சொல்றனே அதெல்லாம் ஆளுங்களப் பொறுத்து, எத்தனை எலை, ஆர்டர்ன்றதப் பொறுத்துதான். ஒரு மீடியமான விசேஷத்துக்கு 15 ஆயிரம் வாங்குவோம். அதுவும் ஐட்டத்தப் பொறுத்தும் இருக்குது. கேட்டாலும் கேட்டப் பணத்த குடுத்துடப் போறாங்களா, கொறமாடித் தான் குடுப்பானுங்க.’

‘ஓ.. சரி சரிங்கய்யா உங்களுக்கு சம்பளம்..’ பொறுமையாக இழுத்தான்.

‘ஏப்பா எனக்குன்னா சம்பளம்? நாந்தான் மேஸ்திரி ஆச்சே. எல்லார்க்கும் சம்பளம் குடுத்துட்டு மிச்சம் இருக்கிறத எடுத்துக்குவேன். சில நேரத்துல மிச்சம் இல்லாம கூடப் போயிடும்’ என்றார். போதையிலும் கூட சம்பள விவகாரத்தில் தெளிவாகப் பேசுகிறானே என்று சுரேஷ் உள்ளவே உறுமிக்கொண்டான்.

‘மத்த சமையல் ஆளுங்களுக்கெல்லாம் எவ்ளோயா கேக்குறாங்க?’

‘அது தம்பீ.. எல்லாருக்குமே செய்ற வேலையப் பொறுத்து தாம்பா சம்பளம்லாம். சமையலுக்கு 5 பேர், காய் வெட்ட அதுக்கு இதுக்குன்னு 10 பேர் தேவப்படுவாங்க. அவுங்களுக்கு 2000, 1500, 1000, 700 லேடீசுங்களுக்கு 600ன்னு குடுக்கணும். இதுல மாஸ்டருங்களுக்குதான் சம்பளம் அதிகம். உண்மய சொல்றனே உங்கிட்ட சொல்றதுக் கென்னா. கடைசில எனக்குன்னு மூன்றுபா, நால்ருபா நிக்கும். இதே காண்ட்ராக்ட் பேசி செய்றோம்னா ஒரு எலைக்கி 100 ரூபாலேந்து ஐட்டத்துக்கேத்தா மாதிரி 200 வரைக்கும் பேசுவோம். அதலதான் ஏதோ கொஞ்ச நெஞ்சம் காசு பாக்கலாம். அதலயும் ஐஸ்கிரீம், பீடா, பழம்லா வெக்கணும்னு கேப்பாங்க.’

‘அப்பன்னா, பரவாயில்லேயே மாசத்துக்கு ஓரளவு சம்பாதிப்பீங்களே’ என்று மனதிற்குள்ளாகவே ஒரு கணக்குப் போட்டு சுரேஷ் பேசினான்.

‘ஆமா ஊர்ல நடக்கிறதெல்லாமே உங்கப்பவூட்டுக் கல்யாணம். எல்லாத்தலயும் நானே சமையல் பண்றதுக்கு. மாசத்துக்கு ஏதோ மூணு, நாலு கல்யாணங்கெடைக்கும் அவ்ளோதான். அதுல வரப்பணத்த வெச்சிக்கினு இந்த மெட்ராஸ்ல குடும்பம் நடத்துறது எவ்ளோ பெருங்கஷ்டந் தெரியுமா? வேல இருந்தா அல்லா, வேல இல்லனா குல்லாதான்.’

‘வேலை இல்லாத நேரத்துல இன்னா பண்ணுவிங்க வேற வேலைக்கேதாவது போவீங்களா?’

‘ஆங்..போவாங்களே. மாஸ்டருங்க எங்கிட்ட வேல இல்லன்னா வேற ஆளுங்ககிட்ட போவாங்க. எங்கிட்ட வேல வந்துச்சுன்னா எங்கிட்ட வந்து செய்வாங்க. ஆனா நான் எங்கயும் போக முடியாதே. அதுவுஇல்லாம இதான் தொழிலு, பொழப்புன்னு ஆனதுக்கப்புறம் வேற எங்கயும் போறதில்ல. ஆ.. இன்னொன்னு சொல்லாம உட்டம்பாரு..

இதுல கேட்ரிங் செய்றவங்களுக்கு டைநேட்டுக்கு 300 ரூபா கொடுத்தாவணும். நீ நெனைக்கிறா மாதிரி சமையல் வேலலாம் சும்மா இல்லத்தம்பி இம்சப் புடிச்சது ...' என்று அவன் நினைக்காததையும் இவரே சொல்லிப் புலம்பினார். சுரேசுக்கு தனக்கான சம்பள நுணுக்கத்தை அறிந்து கொள்ள மனசு அலாவித் தவித்தது.

'கேட்ரிங்கு ஒரு ஆளுக்கு 300 ரூபாதானா? கேட்ரிங்கல உங்களுக்குன்னு கமிஷன் ஒன்னும் இல்லங்களா?'

'அதான் கேட்ரிங்குன்னு இவ்ளோன்னு குடுத்துட்றனே. அப்பறம் எங்க கமிஷன்லாம் அதெல்லா ஒன்னுங் கெடை யாது' என்றார். சுரேசுக்கு அவரின் ஒளிவு மறைவுப் பேச்சு புரிந்தது. இதற்கு மேலும் இதைப் பற்றிப் பேச்சு நீளக்கூடாது என்று திசை மாறினான்.

'ஏன் ஒரு சில கல்யாணத்துலலா இந்த உருளக்கெழங்குப் பொரியல்ல அவ்ளோ எண்ணெய் ஊத்தறாங்க? ஒடம்புக்கு கெடுதல்தான?'

'ஊத்தறவங்க ஊத்தறாங்க. நான்லா ரீஃபன்டாயில் தான் ஊத்தறது. ஒடம்புக்கு கெடுதியான விஷயத்தலாம் செய்ய மாட்டேன். சிலரெல்லாம் டேஸ்ட் வர்றதுக்கு அஜின மோட்டா போடுவாங்க. அதெல்லாம் ஒடம்புக்கு கெடுதி. நான்லா அப்டியில்ல. இப்ப குருமாவுக்குலாம் முந்திரிபருப்பு நெறைய சேர்ப்போம். முந்திரி, தேங்கா, போட்டாக்கா இயற்கையாவே டேஸ்ட்டு கூடிடும். பிரிஞ்ஜி செய்யும் போதுகூட டால்டா நெறய ஊத்தாம கொஞ்சம் நெய் சேத்துக்குவோம். லட்டு புடிக்கிறப்போ கல்கண்டு எல்லா ராலயும் சாப்ட முடியலன்னு டேஸ்ட்டுக்கு பச்சக் கற்பூரத்த சேத்துக்குவோம். இதெ ஸ்வீட் மாஸ்டர் பாத்துக்குவாரு. நாங்க பொங்கல்ல கூடப் பெருங்காயத்தப் போடுவோம். போட்டேத் தீரணும் இல்லன்னா மணக்காது. அதோட கொஞ்சம் ஜீரண சக்தியும் சேத்துக்குடுக்கும் இல்ல ...'

'இல்ல உங்கள சொல்லல. பெரும்பாலும் வெளில செய்றாங்களேன்னு சொன்ன' என்று இடைமறித்தான். இருந்தாலும் அவரது விரைவுப்பயணம் இடை நிற்கவில்லை.

'அது அவங்களுக்காத் தெரியணும். இப்பலாம் எல்லாத்தல யும் கலர் வரணும்றதுக்காக கேசரி பவுடர் சேக்க ஆரம்பிச் சிட்டாங்க. நான்லா பாத்தின்னா அதுமாதிரிலா போடாம சக்தி மசாலாப்போடும்போது, இல்ல அந்த மொளகாத் தூளயே கொஞ்சம் சேத்துப் போட்டன்னா அந்தக் கலர் வந்துடும். சமையல்ல ஆயிரெத்தெட்டு நுணுக்கம் இருக்குப்பா

அதெல்லாம் அவுங்க அனுபவத்துக் கேத்தா மாதிரி செய்ய வேண்டிதான். சப்பாத்திக்கு மாவு பெசியும் போது கொஞ்சம் டால்டா சேப்பாங்க. அதால கொஞ்சம் பிக்கும் போது நல்லா சாஃப்டா இருக்கும். பூரிக்கு அதே மாதிரி எண்ணெய் ஊத்திப் பெசிவாங்க. அதெல்லாம் செய்றவங்க அனுபவந் தான்... இது மாதிரி நல்லது கெட்டதெல்லாம் சங்கம் போட்டா அதல பேசலாம்..'

'ஆமா ஆமாங்கய்யா. அந்த சங்கத்துல இருக்கிறதால வேற எதனாப் பயன் இருக்குதுங்களா?' ஏனோ சுரேசுக்கு இந்தக் கேள்வித் தேவையாயிருந்தது.

'ஏன் இல்லாம? சங்கம் வெக்கிறதே நாலு நல்லதுக்காகத் தானப்பா. சங்கத்துல இருந்தா திருமண நிதி உதவின்னு 2 ஆயிரத்திலிருந்து 5 ஆயிரம் வரைக்கும் வாங்கலாம். அவங்க பசங்கப் படிப்பு செலவுக்கு 5 ஆயிரம் வரைக்கும் காலேஜ் படிப்புக்கு வாங்கலாம். இன்னும் இருக்குது.. அப்டிதான் ஒரு சத்தரத்துல 40 பவுன் நகை திருடுப் போயிடுச்சுன்னு பிரச்சன வந்துச்சு. அப்போ பார்ட்டிக் காரன், கிருஷ்ண ஐயர்ன்ற சமையல்காரர போலீசு கிட்டப் புடிச்சிக்குடுத்துட் டான். அப்ப நாந்தா தலைவரா இருந்தேன். அப்ப சங்கம் இருந்துச்சு. அது இத்தினிக்கும் என் வேல கூட இல்ல. என் வேலைல மட்டும் அதுமாதிரிலா நடக்காது. அதுமாதிரி ஆனப்போ நாந்தா காவல் நெலையத்துக்குப் போயி கல்யாண மண்டபத்துல ஆயிரம் பேரு வரான் போறான். அதுல இவர மட்டும் சந்தேகப்பட்டா என்னா அர்த்தம். அதுவும் சமையல்காரருக்கு அங்க வரதுக்கு வேலயே இல்லன்னு சொல்லிக் கூட்டியாந்தேன். அதல மூடுனதுதான் 'அகல்யா'ன்றச் சத்தரம்.

அதனாலதான் இப்பலாம் மண்டபம் புல்லா கேமரா வெச்சிட்டாங்க. டைனிங் ஹால்ல இருந்து கக்கூஸ் வரைக்கும் எங்கப் பார்த்தாலும் கேமராதான். எவ்ளோவோ நடக்குது. என்ன நடந்தாலும் சங்கத்துல மட்டும் சேரமாட்டானுங்க. எல்லாம் வேல செஞ்சாக் கை மேல காசுன்ற திமிரு. அவஅவன் கிண்டி ரேஸ்க்குப் போறதும், பொம்பளக்கிட்டப் போறதும்னு காலி பண்ணிட்டுதான் சூத்த அமுத்துவானுங்க...

சமையல்காரனுங்களாம் எவ்ளோ சம்பாதிச்சாலும் கடைசில கஷ்டப்பட்டுத்தான் சாவணும். அது அவ அவந்தலையெழுத்து. ஏன்னா ஒவ்வொருத்தனுக்கும் 2 பொண்டாட்டி, ஒருத்தனுக்குத் தண்ணிப்பழக்கம், ஏதோ வயசுல சம்பாதிக்கும் போதே புத்தியோட சேத்து வெச்சிப் பொழைச்சவன் நூத்துல பத்துபேர்தான் இருப்பான்.

பெரியசாமி நாடார்னு ஒருத்தர் இருந்தாரு. அந்தக் காலத்துல சூப்பர், கெத்தான ஆளு. அப்போலாம் 200 ஆளு வேலை செய்யும் அவருகிட்ட. அப்டியாப்பட்ட மனுசனே கடைசில சாவும் போது நாலணா, நாலணான்னு பிச்சைப் பொழப்புலதான் செத்தான்.

இராத்திரி புல்லா காய்வெட்டணும். எல்லாஞ்சேந்து ஒழைச்சாதான் ஒரு கல்யாண வீடு ரெடியாகும். எல்லாமே வெட்டிட்டா வேல ஈஸிதான். அதே மாதிரி வேலைல ஈஸி எதுங்கிடையாது, கஷ்டம்னும் எதும் சொல்ல முடியாது. வேலைக்கினு போயாச்சின்னா எல்லா வேலயுஞ் செஞ்சித் தான் தீரணும். எதுவா இருக்கட்டும், எவ்ளோ வேல செஞ்சாலுஞ்சரி, எப்டி வேல செஞ்சாலுஞ் சரி எல்லாத்தயும் 50, 55 வயசுக்குள்ள ஏறக்கட்டிக்கணும். ஏனா அதுக்கப்புறம் அண்டாத்தூக்க முடியாதுல்ல..' என்று கடைசியாய்ப் பேசப்பேச ஈனஸ்வர தொனியில் பேசியவர், தன் மேல்துண்டினை அப்படியே பின்புறமாக மேசை மீது விரித்து பனி என்றும் பாராமல் பனியனோடு அப்படியே படுத்தார். மேலும் அவருக்குள்ளாக எதையோ முனகுவது வெளியே மெல்லிய ஒலியாய்க் கேட்டது. சுரேசுக்கு அதன் பின்பு என்ன பேசுவது புரியவில்லை. கேள்விகள் இருக்கிறதா இல்லையா என்று கூட அவனால் யோசிக்க முடியவில்லை. இடையிலேயே தூங்கிப்போயிருந்த என் முகத்தைப் பார்த்து ஏமாந்து போனவனை ஒருவித தனிமை தாக்கியது படுக்கையில் வீழ்ந்தான். சோகமா? அது சோர்வா? ஏதோ ஒன்று அவனை அப்பிக் கொண்டது. இருந்தும் அவன் இமைகள் மட்டும் அவற்றின் இரவுப் பணியைச் செய்யாமலிருந்தன.

“ஆமாம். இதயத்துக்குக் கீழே வயிறு என்றொரு பெரிய பிரதேசம் இருக்கிறது. அங்கே புயற் காற்று வீசியபடி இருக்கிறது. மேலது கீழது வாகவும் கீழது மேலதுவாகவும் புரட்டிப் போடு கிறது. கண்கள் சுழன்று தட்டாமாலை ஆடுகின்றன.”

– ஞானஇராசசேகரன்

‘நீ எப்படா கெளம்பி வருவ, அதச் சொல்லு மொதல்ல?’

‘நான் வர லேட்டாகும்டா. எப்டியும் ஒம்போது, ஒம்பதரைக்கு தான் கெளம்புவேன்.’

‘கொஞ்சம் இப்பவே கெளம்பி வந்தன்னா, எனக்கு டிக்கெட் போட்டுக்கிறதுக்கு ஆள் கிடைக்கும்.’

‘அதானப்பாத்தன் இவ்ளோ அக்கறையா விசாரிக்கும் போதே நெனைச்சேன், கவை இல்லாம கால சுத்தாதே நாயி..’ தன் கல்லாப்பெட்டி கரையப்போவது சக்திக்கு விளங்கிற்று.

‘டே கூமுட்ட நீ எப்பன்னா வா, வராமப்போ. எனக்குப் பஸ் பேர் மட்டும் ஒரு பத்து ரூபா குடு’ சுரேஷ் நேரடியாக விஷயத்திற்கே வந்தான்.

‘எங்கிட்ட காசுலாம் எதுவும் இல்லடா, ஏன் பத்துரூபா கூட இல்லயா உங்கிட்ட?’

‘இல்லன்னுதானடா கேக்கற அடாங்க...’

‘ஏன் யுஜிசி முடிஞ்சி கூட செமஸ்டர் லீவ் ஒரு வாரம் இருந்துச்சுல்ல. அப்ப எங்கூட வேலைக்கு வந்துருந்தா இப்ப கையில காசு இருந்திருக்குமுல்ல. மயிராப் போச்சுன்னு நீபாட்னு ஊருக்குப் போயிட்ட?’

‘ஆமா, இங்கருந்து இன்னாப் புடுங்கறது? படிக்கவும் முடியாது, மெஸ்ஸூம் வேற லீவு. அப்பறம் என்னப் பண்றது?’

‘ஏன்டா இப்ப நான்லா இல்லயா? நீ மட்டுந்தான் படிச்சிக் கிழிக்கிறயா? இங்க இருக்கவேச்சுதான் அண்ணா மலை யுனிவர்சிட்டி கரஸ்ல எக்ஸாம் எழுதறப் பசங்களுக்கு நாலஞ்சு நாளா சூப்பர்வைசிங்க்குப் போனேன். உங்கிட்ட முன்னாடியேதான சொன்ன?’

‘போடா நீ ஒன்னு. சூப்பரைசிங்குப் போற மூஞ்சா நம்ம மூஞ்சி?’

‘எதுக்கெடுத்தாலும் எதனா ஒன்னு வியாக்யானம் பேசுடா. உருப்பட்றதுக்கு வழியப் பாக்காத.’

‘இந்த வெங்காயக் கதையெல்லாம் பேசாத. எனக்கு நேரமாச்சு. இப்ப நீ காசு குடுக்கிறயா? இல்லையா? உங்கிட்ட இருக்குதா? இல்லயா?’

‘இல்லன்னு சொன்னான்னா நம்பிடவா போற? இருக்குன்னு தெரிஞ்சிதானக் கேக்கற?’

‘வேணா விட்றா. நீ குடுக்கலன்னா எனக்கு போவத் தெரியாதா இன்னா?’

‘டே.. டே.. டே.. கொடுக்கிறன்டாப்பா. அப்புறம் ஃபர்ஸ்ட் இயர்ல வாங்கன மாதிரி எங்க மானத்த வாங்காத.. இரு தரேன்.’

‘நான் என்னடா உன் மானத்த வாங்கன?’

‘ஏன் காசு இல்லனு கல்மண்டபத்திலருந்து கண்ணகி செலைக்கி நடந்தே போனயே மறந்துப் போச்சா? அத நாங்க மறக்கலடா.’

‘ஐயோ.. ஒரு பத்து ரூபாக் காசுக்கு சும்மாக் கெடக்கறவன் பேச்செல்லா உக்காந்து கேக்க வேண்டிருக்கே..’

‘அப்டியே ஒரு பத்து நிமிஷம் இருந்தன்னா நானுங் கூடவே வந்துடுவேன்.’

‘அடிங் மயிரு காசக் குட்றா. நீ பல்லு வெளக்கவே பத்து நிமிசம் ஆவும்...’

ஒருவாறாக பேருந்துக்குப் பணம் பெற்றுக்கொண்டு விறு விறுவென்று நடந்தான் சுரேஷ். வகுப்பு நேரத்துக்கு அரைமணி நேரம் ஒருமணி நேரம் முன்னதாகவே சென்றால்தான், வளாகத்திலிருக்கும் நூலகத்திலமர்ந்து செய்தித்தாள்களைப் படித்திட இயலும். காலையில் கொஞ்சம் வயிறு முட்ட சாப்பிட்டது அவன் நடையைக் கட்டுப்படுத்தாமல் இல்லை. இருந்தும் அவன் எண்ணம் கால்களை இழுத்துக் கொண்டு போனது. பேருந்தில் ஏறி இறங்குவதை எண்ணும்போதே சலிப்படைந்தது அவன் மனது. காலையிலேயே வியர்வையைக் கசக்கிப் பிழிந்து எடுப்பார்களே என நினைத்தவன் நூலகத் தினுள் இருக்கும் குளிர்வசதியை எண்ணி மனம் தேற்றிக் கொண்டான்.

பேருந்து சாலையின் நெருக்கடியைச் சமாளித்து உந்தி உந்தி முன்னே சென்றாலும் அங்கங்கு நிறுத்த வேண்டிய தாயிருந்தது. பள்ளி செல்லும் பிள்ளைகள்வேறு மூட்டை களுடன், மூட்டை மூட்டையாய் ஏறியது, எப்போது இறங்கு வார்களோ என்றிருந்தது. அறிவைக் கற்றுக் கொள்வதென்பது அவ்வளவு எளிதானது கிடையாது என்பது உண்மைதான். அதற்காக இப்படித்தான் கற்க முடியுமா? ‘புத்தகங்களே! கவனமாய் இருங்கள்; குழந்தைகளைக் கிழித்து விடாதீர்கள்’ எனும் அப்துல்ரகுமான் கவிதையை அவன் உள்ளுக்குள்ளே ஒருதரம் சொல்லிக் கொண்டான். கண்ணகி சிலையைக் கண்டதும் பேருந்து அவனைக் கீழே தள்ளிவிட்டுச் சென்றது. இறங்கி நடந்தான். காலை வெயில் அவன் கண்களை சுருக்கியே வைத்திருந்தது.

அவசர அவசரமாகச் சென்றவன் செய்தித்தாள்களை ஆர அமர வாசித்தான். வகுப்பிற்குச் சென்றால் அந்த வாத்தியார் ஐந்து நிமிடம் முன்னரே வந்துவிட்டார் போல. ஏற்கனவே சக்தி, சிலம்பு எல்லாம் வந்து அமர்ந்திருந்தனர். காலை வகுப்பு சுறுசுறுப்பாக நடந்தது. உணவு இடைவேளையில் வழக்கம் போல் எல்லாரும் தயாராயினர். ஒருத்தி மட்டும்,

‘சுரேஷ் இன்னைக்கு ஒரு நாளைக்கு மட்டும் எங்ககூடத் தான் சாப்டேன்டா?’ என்றழைத்தாள். அவன் சிரித்தான். எந்த பதிலும் அவனிடம் இல்லாமலிருந்தது.

‘ஏய், நீ வேற ஏன்டி அவனக் கூப்பட்ற. அப்பறம் அவனும் ஒரு லிஸ்ட் வெச்சிருக்கப் போறான் . . .’ என அவள் தோழி சொன்னதும் இருவரும் சிரித்தனர். சுரேசுக்கு ஒன்றும் புரியவில்லை.

‘ஏங்க, நான் என்ன லிஸ்ட் வெச்சிருக்கேன்?’ என்று கேட்டான்.

‘அதெல்லாம் ஒரு கதை. அதெலாம் இப்ப சொல்ல முடியாது சாப்டணும்.’

‘ஆமான்டி இந்த ஒடம்பு சரியில்லாத பசங்ககிட்ட சாப்பிடுங்கன்னு கூப்டவே கூடாது’ என்றாள் தோழியும்.

‘ஆமா உனக்கு எதுவும் பத்தியம்லா இல்லயா? எல்லாமே சாப்பட்லாமா?’ என்றவள் கேட்டதிலிருந்து சுரேஷால் ஒருவாறாக யூகிக்க முடிந்ததே தவிர உண்மையை அறிய முடியவில்லை.

‘ஏன், எதுக்கு கேக்கறிங்க?’

‘நீ சும்மா சொல்லேன்டா . . .’

‘ஒடம்பு சரியில்லாதப்போ கீழாநெல்லித் தழைய அரைச்சி வெண்ணெயில மூணு உருண்டை வெச்சிக் குடுத்தாங்க. அப்பறம் சாப்பாட்ல எண்ணெ சேத்துக்கக் கூடாது, உப்பில்லாம கஞ்சிக் குடிக்கணும்னுலாம் சொன்னாங்க. ரெண்டு டைம் அப்டி சாப்டேன். அதுக்கப்புறம் வெறுந்தழைய பச்சையா நானே பறிச்சி, பறிச்சி சாப்ட ஆரம்பிச்சுட்டேன் . . .’

‘அடப்பாவி உனக்குப் பரவாயில்ல. ஒருத்தன் ஒரு லிஸ்ட்டே வச்சிருந்தான். உனக்கு எந்த டாக்டர் பாத்தாங்க?’

‘ம்ம் . . . டாக்டர்லாம் இல்ல. வாலாஜாபேட்டைல சித்த வைத்தியம் பண்றாங்க. அங்கதான் போய்ட்டு வந்தேன். அதுவு இல்லாம மஞ்சாக் காமாலைக்கெல்லாம் நாட்டு வைத்தியந்தா செட் ஆவும்னு சொல்றாங்க . . .’

‘சரி சரி ஏதோ ஒன்னு ஒடம்ப தேத்திகிட்டு வந்து சேந்தியே அதுவே போதும். வா சாப்பட்லாம் வா’ என்றாள்.

‘இல்ல பரவாயில்ல நீங்க சாப்டுங்க. எனக்கு கொஞ்சம் வேல இருக்கு. நான் வெளிய கௌம்பறேன். அதாம் மதியந்தான் கிளாஸ் இல்லனு சொல்லிட்டாங்களே . . .’

‘ஆமா, எதுக்கு கிளாஸ் இல்லனு சொன்னாங்க?’

‘இன்னைக்கு சார் லீவாம் அதான் . . .’

‘அதிருக்கட்டும் சாப்பட்றத விட அப்டி என்னடா வேல உனக்கு?’ தோழி கேட்டாள்.

‘ ‘சிற்றிதழ்கள்’ பற்றி ஒரு பேப்பர் இந்த செமஸ்டர்க்கு இருக்குல்ல அதுக்குத்தான் இன்ஸ் எடுக்கலானு கன்னிமாரா போறேன்.’

‘சொல்லியே நாலுநாள் தான் ஆகுது, நீ இப்பவே கௌம்பிறயா?’

‘செகண்ட் பீரியட்ல கூட சார் சொன்னாருல்ல, எதனா ஒரு சிற்றிதழ் எடுத்துகிட்டு, அதுல ‘அப் டு பாட்டம்’ என்னென்ன வருதுன்றதப் பத்திப் பேசுவோம்னு. அதுக்குத் தான் இந்த மாசம் ‘புதிய ஜனநாயகத்’தப் பாக்கப் போறேன்.’

‘அதுக்கு சாப்ட்டுதான் போறது..’

‘சரியாத்தாம் போச்சு. சாப்ட்டு பொறுமையாப் போய் படிக்கிறதுக்கு ‘இதழ்கள்’ என்ன நம்ம கேம்பஸ் லைப்ரரிலயா இருக்கு?’

‘கரெக்டா சொன்னடா சுரேசு’ என்று அவன் சொல்லி முடித்ததும் தோழியின் வாயிலிருந்து வார்த்தைகள் வெடித்து விழுந்தன.

‘ஆமான்டா, எதனா அவசரத்துக்கு ஒன்னு இங்கப் பாக்கணும்னா கூட ஒரு மேகஸினும் இங்கல்ல’ அவளும் ஒத்தூதினாள்.

‘பின்ன, தமிழ்ப் படிக்கிற நமக்கு அதிகமா யூஸ் ஆகுது. அச்சு ஊடகம் பத்தியும், சிற்றிதழ்களனுலாம் படிக்கிறோம். அதுல வர கதை, கட்டுரை, கவிதைன்னு எல்லாம் நம்ம பசங்களுக்கு தேவையான விஷயங்க இருக்கு. இவ்ளோ தூரம் பேசற நம்ம கேம்பஸ்ல, நம்ம நூலகத்துலயே இதழ்கள் கிடையாது பாரேன். எவ்ளோ செலவாயிட போது? கொறஞ்ச பட்சம் தேர்ந்தெடுத்து ஒரு பத்து இதழ்களயாவது மாணவர்களுக்குன்னு வரவெக்கலாம்ல?’

‘எப்பா சாமி, அதப்பத்தி அப்பறம் பேசலாம் சாப்டுங்க வாங்க. நீங்க பேசி முடிக்கிறதுக்குள்ள இங்க காலியாயிடும்.’

‘ஏ . . . சுரேஷ், ஒக்காந்து ஒழுங்கா சாப்டு. ஓவரா சீன் போடாத.’ அவன் பேசுவதை அதுவரை கேட்டுக் கொண்டிருந்த அன்பு சற்று இடைவெளியிலிருந்து கூவினாள்.

அவனும் உட்கார்ந்து உணவில் பங்கெடுத்துக் கொண்டான். அன்பான பங்கீடுகளில் ஆனந்தம் இல்லாமலிருப்பதில்லை எனத் தெரிந்த அவனுக்கு, அந்த ஆனந்தம் பொறுமையாகவே சாப்பிட வைத்தது. சாப்பிட்டு முடித்தவன் வகுப்பிலிருந்து வேகமாகப் படியிறங்கி கீழே சென்றான்.

பேசுவதற்காக என்னை வழி மறித்து நிறுத்திய சிலம்பு, சக்தியோடு நானும் கீழே நின்று கொண்டிருந்தேன். கீழே வந்த சுரேஷைப் பார்த்து சக்தி,

‘நல்ல வேள, தானா தெய்வம் வழியில வந்த மாதிரி வந்துட்டான்’ என்றான்.

‘தேவாங்கு மாதிரி இருக்கான் அவனப்போயி தெய்வம்ன்றடா?’ சிலம்பு சொன்னான்.

‘தெய்வத்துக்குக் கூட மஞ்சக்காமால வந்தா தேவாங்கு மாதிரிதான்டா தம்பி ஆவும். எல்லாம் அதஅத அனுபவிச்சுப் பாத்தாதான் தெரியும்.’ சக்தி விட்டுக் கொடுக்காமல் பேசினான்.

‘என்னடா ஏதோ அனுபவிச்சிப் பாக்கணும்னு சொல்றிங்க?’ கடைசியில் பேசியது மட்டும் காதில் விழுந்திருக்கும் போல, சுரேஷ் கேட்டான்.

‘அதுவா, நம்ம சத்திவேலு வயசுக்கு வந்து வருஷக் கணக்கா ஆவுதாம். அதான் இன்னாப் பண்லானு கேக்கறான்.’

‘ம்ம்.. போய் தூக்கு மாட்டிக்கச் சொல்லு . . .’ சிலம்புவிற்குப் பதில் சொன்னான் சுரேஷ்.

‘போதுண்டா மக்களே, பேச வேண்டியதப் பேசுங்க’ என்றேன்.

‘ஏற்கனவே நேரமாச்சுடா, இப்ப நீங்க என்னடாப் பேசப் போறிங்க?’ சுரேஷின் கடிகார மனம் தவியாய்த் தவித்தது.

‘ஏன் என்ன அவசரம்?’

‘கன்னிமாரா போவ்ணும்டா.’

‘நீ எங்கணாப் போ. என்ன மேட்டர்னு கேட்டுட்டுப் போ’

‘சரி, சீக்கிரம் சொல்லு விஷயத்த..’

‘சக்தி, சிலம்பெல்லாம் புத்தகக் கண்காட்சிக்கு வேலைக்குப் போலானு சொல்றாங்க. நீ என்ன சொல்ற?’

‘ஆமாண்டா சுரேசு போலான்டா. எப்டியும் 10, 15 நாளுக்கிட்ட வேலயிருக்கும். போனாக் கடைசில ஒரு நல்ல அமவுண்ட்ட தட்டிட்டு வந்தட்லாம்.’

‘ஏன்டா என்னவோ வேல செய்யாம சும்மா கெடைக்கிற மாதிரி சொல்ற?’ சக்தியைச் சினந்தான் சிலம்பு.

‘அட ஏன்டா டே.. ஏற்கனவே மஞ்சாக்காமால, யுஜிசின்னு போன செமஸ்டரே உருபடியில்லாமப் போயிடுச்சு. இந்த முறையாவது ஏதாவது கொஞ்சம் படிக்கலாம்டா.’

‘அட வாடா சுரேசு. முக்காக்கெணறு தாண்டியாச்சாம் இன்னும் கால்வாசி தான. பாத்துக்கலாம் விடு.’

'எனக்கும் மெஸ் பில் கட்டணூன்டா. பணம் வேணும். நானும் போகப் போறன்டா.' என்னுடைய விருப்பத்தை நானும் தெரிவித்தேன்.

'உனக்கென்னடாப்பா. வேல முடிஞ்சதும் அரை மணிநேரத்துல ஆஸ்டல் வந்து நிம்மதியா தூங்குவ. நாங்க எங்க ஆஸ்டல் போறதுக்குள்ள போதும் போதும்னு ஆயிடும்.'

'மூட்றா. என்னத்த நான் நிம்மதியா தூங்கறத நீ பாத்துட்ட. வந்து பாரு பாத ராத்திரில எழுந்து ஒக்காந்து அழுவுற கொடும எனக்குத்தான் தெரியும். சுத்தி சுத்தி எதலப் பாத்தாலும் மூட்டப்பூச்சி, அப்டியே பிச்சிப் புடுங்குது. ஒரு நாளைக்கு மூட்டை மூட்டையா முட்டை போடுதான்னு என்னானு தெரியல. மொட்டமாடிக்குப் போயி படுக்கலான்னாலும் பனி அப்டியே தலையிலேயே எறங்குது. பத்து மணிக்கெல்லாம் பல்லு வெடவெடன்னு ஒதறுது. எம்பாடு எனக்குதான் தெரியும். உனக்குன்னா வாய்நோவாம சொல்றதுக்கு.. இப்ப நீ வரயா, இல்லயாடா வேலைக்கு?'

'சரிடா வரண்டா. இன்னா வேல?'

'இவரு இன்னா வேல, ஏது வேல, நோனி வேல, கோணி வேலன்னு எல்லா ஜாதகமும் தெரிஞ்சாதான் வருவாரு.' சிலம்புவின் சினம் இப்போது சுரேஷ் மீது. கோபமான மனநிலையில் தான் ஓரிடத்தில் நிற்கும்போது அங்கிருக்கும் எல்லார் மீதும், வாய்ப்புக் கிடைக்கும் போதெல்லாம் கோபத்தை வெளிப்படுத்துவது மனித இயல்புதானே.

'என்ன வேலன்னு கேட்டது ஒரு தப்பாடா?'

'பின்ன, இன்னா வேலன்னு கேட்டா? போய்ப் பாத்தா தான் தெரியும். யாரு கிட்டயாவது கேக்கணும். சக்திவேலுக்கு தான் ஒரு பதிப்பகம் ரெடியா இருக்கு.'

'ரெண்டு பேருதான் தேவப்பட்டது. அதான் நானும் நாராயணனும் ஏற்கனவே அங்க வேலைன்னு சொல்லும் போது போய்ட்டு வரவே நாங்களே போதும்னு சொல்ட்டாங்க. நீங்க ஒன்னும் எங்கயும் அலயத் தேவையில்ல. தெரிஞ்சண்ண ஒருத்தரு கார் பார்க்கிங், டீ காண்ட்ராக்ட்லாம் எடுத்திருக்காரு. வேலைக்கு ஆள் வேணும்னு நம்ம ஹாஸ்டல் பசங்கள கூப்டாங்கன்னு மூர்த்தி கூட சொன்னாரு. அவரும் அங்கதான் போறாரு, நீங்களும் அவரு கூடவே போங்கடா' என்று சொன்னான் சக்தி.

'மூர்த்தியண்ண போறாரா? அடப்பாவி ஒரு வார்த்த கூட சொல்லல அவரு எங்கிட்ட.' சுரேஷின் சிந்தனை மூர்த்தி மீது தாவியது.

‘என்னா நடக்குது, ஏது நடக்குதுன்னு நாமதான்டா கேட்டுத் தெரிஞ்சிக்கணும். பின்ன உன்ன மாதிரியா?’

‘சரி சக்தி, எப்படா போய் கேக்கறது?’ கேட்டேன் நான்.

‘அத நான் நைட் சொல்றன்டா. ஹாஸ்டல் போய்ட்டு மூர்த்தியண்ணங்கிட்ட கேட்டுட்டு நைட் நான் உனக்கு கால் பண்றேன். அவரு ஓ.கே–ன்னு சொல்லிட்டா அவரு கூடவே நாளைக்குப் போயிடுங்க.’

‘எப்டியோ நீயும், நாராயணனும் சூதானமா உங்களுக்கு மட்டும் ரெடி பண்ணிட்டிங்க. அந்த தடிமாடு கூட எங்கிட்ட இதப்பத்தி சொல்லவேல்ல.’

‘டேய் அதான் அவன் சொல்றான்ல ரெண்டு பேருதான் தேவைன்னு. ஏன் புத்தகக் கண்காட்சி வரும்னு உனக்குத் தெரியாதா?’ சிலம்புவை அடக்கினான் சுரேஷ்.

அவ்விடத்திலிருந்து, இரவுக்கும் பகலுக்கும் சேர்த்து இரண்டு சுற்று என ஒரு நாளை முடிக்கும் கடிகாரம், தன் சுற்றில் 70 சதவிகிதத்தைப் பூர்த்தி செய்திருந்தது. காலை வகுப்பு நடந்து கொண்டிருந்த இடைவெளியிலேயே உணவு இடைவேளையின்போது வேலை பற்றி விசாரிக்கக் கிளம்பி விடுவதாக மூவருக்குள்ளும் ஒப்பந்தமானது. அதிலும் சுரேஷ், இன்றே வேலை இருப்பினும் செய்துவிட்டே வருவோம் என்று கூடுதல் குறிப்பினையும் உள்வைத்தான். விசாரிக்க வேண்டிய இடத்தில் பேருந்து எங்களை இறக்கி, வழியனுப்பி விட்டுச் சென்றதும் சுரேஷ்,

‘சிலம்பு, மூர்த்தியண்ணனுக்கு கால் பண்றா . . .’ என்று கேட்டான். அதற்குப் பதிலைச் சிலம்பு செயலில் காட்டினான். தன் சட்டைப்பையிலிருந்த அந்தப் பேசுங்கருவியை எடுத்து காதில் வைத்தான். அதற்குள்ளாக தூரத்தில் மூர்த்தி அண்ணன் நின்றுகொண்டிருப்பது தெரிந்தது. உடனே கருவியை அதன் பழைய இடத்திற்கே அனுப்பி பத்திரப் படுத்திவிட்டு சிலம்பு எங்களுடன் வந்தான். அவரிடம் போய் நின்றதும் ஒரே வார்த்தையில் மூவரையும் வரவேற்றார்.

‘வா சுரேஷு. இன்னா இப்பதான் வரீங்களா? டைம் ஆய்டுச்சே..’

‘ஆமாண்ணே. லஞ்ச் டைம் விட்டதும் அப்டியே கௌம்பி வரோம். அதுக்கே சாப்டகூட இல்லணே’.

‘ஏன் சாப்படலயா? கொஞ்சமா சாப்ட்டு வரவேண்டிய தானப்பா..’ என்று அவர் சொன்னதும், ‘ஆமா சாப்டாம வந்ததுக்கே லேட் ஆய்டுச்சுன்னு சொல்றிங்க. இன்னும்

சாப்ட்டு வரவேண்டிதானன்னு வேற சொல்றிங்க' என்று தனக்குள்ளாகவே பேசிக் கொண்டான் சிலம்பு. ஒரு வேளை உள்நாக்கில் பேசியிருப்பானோ என்னவோ வார்த்தைகள் அவன் தொண்டையைத் தாண்டி வெளிவரவே இல்லை. பின்பு மூர்த்தி தன் முதலாளியிடம் அழைத்துக் கொண்டு போனார். போகும் வழியில் அவர் 'கார் பார்க்கிங்' செய்யும் இடத்தில் தனக்கான பணியைப் பற்றியெல்லாம் விவரித்துக் கொண்டே சென்றார்.

'சார் இவங்க நம்ம பசங்கதான். எங்கூடத்தான் இராசபுரம் ஆஸ்டல்ல இருக்காங்க. நல்ல பசங்க சார் வேலைலா ஒழுங்கா செய்வாங்க' அறிமுகப்படுத்தினார். அறிமுகம் நடந்து கொண்டிருக்கும்போதே எங்களை உற்றுப் பார்த்து உருவகித்துக் கொண்டார் அவர்.

'இன்னாப்பா இப்ப வந்து சொல்றியே. நேத்துதான் நாலு பசங்கள வேலைக்கு சேத்தேன். முந்தாநாள் கூட உங்கிட்ட பசங்க இருந்தா சொல்லுப்பானு சொல்லியிருந்தனே . . .'

'அதாங் சார். அதுக்குத்தான் பசங்ககிட்ட சொல்லி வெச்சேன். இவனுங்க இன்னைக்குத்தான் வரானுங்க' என்றொரு பொய்யைப் போட்டார் மூர்த்தி. அவர் எங்களைப் பார்க்கவே,

'இல்லணே, நேத்து செமினார் நடந்துச்சு அதனால யாரையும் வெளிய அனுப்ப மாட்டன்டாங்க. இன்னைக்கு கூட நாங்களாதான் வந்தோம்' என்று நானும் ஒரு பொய்யைச் சொன்னேன். உடனே அந்த முதலாளி,

'சரி மூர்த்தி நீ போ. நீ போய் உன் வேலயப் பாரு' என்று அவரை அனுப்பிவிட்டு,

'இங்கப் பாருங்கப்பா ஏற்கனவே ரெண்டாளு அதிகமாத் தான் இருக்கு. அவங்களயே நான் கார் பார்க்கிங்கும், டீ கொடுக்கிற வேலைக்கும் மாத்தி மாத்தி அனுப்பிக்கிட்ருக் கேன். சரி மூர்த்தி கூப்ட்டுவண்டான். கார் பார்க்கிங்குல ஆள் ஃபுல் ஆயிருச்சு, டீ குடுக்கிற வேலதான் இருக்கு செய்றிங்களா?' கேட்டார். மூவரும் சம்மதத்தைத் தலையாட்டி உணர்த்தினோம்.

'இப்ப தலையாட்டிட்டு அப்பறம் டீ கேன் தூக்கறதுக்கு அசிங்கப்படக்கூடாது. ஒரு நாளைக்கி டீ கேன் தூக்கச் சொல்வோம். மறுநாளைக்கி மிஷின் டீ-கிட்ட நிக்கச் சொல்லுவோம். சம்பளத்தைப் பத்திக் கவலப்பட வேணா, எல்லாருக்குந் தர மாதிரி உங்களுக்குந் தர்றேன். நீங்க வேல செய்யிறதப் பாத்து, கடைசில சேத்துங்கொடுப்பேன். அது உங்கக் கையிலதான் இருக்கு'.

‘இல்லங்சார், அதுலா நல்லாவே செய்வோம். நீங்க தாராளமா எங்கள நம்பலாம் . . .’

‘எங்க இப்டிதான் சொல்றீங்க எல்லாரும். அப்பறம் டீ கேனை தூக்கிட்டுப் போய் அங்க அங்க அப்டியே நின்னுற்றானுங்க. ஒழுங்கா விக்கறதே இல்ல. கேட்டா யாரும் வாங்க மாட்றாங்கனு எங்கிட்டயே சொல்றானுங்க. எனக்கு இந்தத் திருட்டு, சூது, பித்தலாட்டம்லா புடிக்காது தம்பி. அப்டிலாம் இருக்கிற மாதிரி தெரிஞ்சிச்சினா அப்பறம் பாதியிலேயே அனுப்பிடுவேன்.’

‘நாங்களாம் அப்டிபட்ட பசங்க கெடையாதுசார். படிக்கிற பசங்கதான். அதுமாதிரி தப்புலாம் பண்ண மாட்டோம்..’

‘இல்லப்பா உங்கள சொல்லல நான். பொதுவா சொன்னேன். சரிப்பா, போய்ட்டு நாளைக்கு ஒரு மணிக்கு முன்னாடியே கரெக்டா வந்துடுங்க சரியா?’

‘நாளைக்கா? சார் நாங்க இன்னைக்கே வேல செஞ்சிட்டுப் போலானுதான் வந்திருக்கோம். இருக்கிற வேல எதுவா இருந்தாலும் குடுங்க சார் செய்யிறோம்..’

‘ஆமா சார்.. செய்றோம் சார் இன்னைக்கே. அதுக்குத்தான் கிளாஸ கூட கட் அடிச்சிட்டு வந்திருக்கோம்’.

‘இல்ல, இன்னைக்கு இவ்ளோ நேரமாச்சு. அதுவுயில்லாம ஆளுங்க மிச்சமாதான் இருக்காங்க. அதோட உங்களுக்கேத் தெரியும் புக்ஃபேர் நாளைக்கிதான் ஸ்டார்ட் ஆகுதுன்னு. நாளைக்கு கரெக்டா முன்னாடியே வந்துட்டீங்கனா உங்களுக்கு கண்டிப்பா வேலருக்கும், லேட்டா வந்தீங்கனா அப்பறம் டீ கேன் இருக்காது, வேலயும் இருக்காது.’

சொன்னவர் எங்கள் மூவரின் பெயரைக் கேட்டுத் தெரிந்து கொண்டு ஒருவரின் அலைபேசி எண்ணையும் பதிவு செய்து கொண்டு எங்கள் பதிலையும் எதிர்பாராமல் போய் விட்டார். வேறெதுவும் பேச முடியாமல் ஒருவருக்கொருவர் முகத்தைப் பார்த்துக் கொண்டோம்.

‘இன்னாடா இது, இப்டி சொல்ட்டு போறான் அந்த ஆளு?’ எனக்குள் காய்ச்சல் வருவது போல் ஒரு வெப்பமே பரவிற்று.

‘அதான் சொல்ட்டாருல்ல, அப்பறமென்ன இங்க நிக்கறிங்க வாங்கடா போலாம்..’ சிரித்துக்கொண்டே சொன்னான் சிலம்பு.

‘மூட்றா வெங்காயம், அதுக்கு ஒழுங்கா கிளாஸ்க்கே போயிருக்கலாம். சாய்ந்தரமா வந்துகூட இவங்கிட்ட கேட்டிருக்கலாம்.. ரெண்டுத்துக்கும் இல்லாம போச்சு இப்போ . . .’

‘அடப்போடா, கிளாஸ்ல இருந்து மட்டும் இன்னாப் புடுங்கப் போறோம். எப்டியும் போனா இன்னைக்கு ஒரு நாளைக்குப் போவியா? அடுத்து பத்து நாளைக்கு ஆப்சண்ட் தான? அதுக்கு ஒரு நாளைக்குப் போவலனா ஒன்னும்.. போய்டாது.’

சிலம்புவின் பேச்சில் ஒருவித வெதும்பல் தெரிந்தது. அவன் சொன்னது எங்களாலும் மறுக்கமுடியாது. பேசுவதற்கு முடியாமல் சுரேஷைத் திட்டினேன்.

‘நீ என்னடா மயிரு மாதிரி நிக்கற? எதனாப் பேசித் தொலையேன் . . .’

‘சரி வாங்கடா. இன்னைக்கு ஒரு நாளைக்கு மட்டும் வேற எங்கனா வேல கேப்போம்’ என்றான் சுரேஷ்.

‘என்னடாத் தம்பி, ஹாஸ்டல்ல வெண்டக்கா சாம்பாரா? மூளை வேல செய்யிது போலருக்கு.. யார்ரா இவன் பைத்தியக்காரன் மாதிரிப் பேசிட்ருக்கான்’.

‘ஏ.. அடிங்க. இவ்ளோ தூரம் வந்தது வந்தாச்சு. இன்னைக்கு வேல செய்யாமல்லாம் போறதில்லனு முடிவு பண்ணிட்டேன்’.

‘இவன் ஒரு இம்சடா இவன். டேய் நீ வாடா நாம போலாம். இவன் எப்டினா போய்ப் போறான்’ மறைமுகமாகத் திட்டினான் சிலம்பு.

‘ஏ அடங்குடா. இப்ப நான் சொல்றதுல என்னடா தப்பு இருக்கு? வேலயும் இல்ல, இப்ப கிளாஸ்க்கும் போக முடியாது. லைப்ரரிக்குப் போறதுகூட வேஸ்ட்டுதான்..’

‘ஆமான்டா உனக்கு இந்தக் கிலுகிலுப்புலயும் லைப்ரரி கேக்குதுபாரு பரதேசி . . .’ சிலம்புவின் சொற்களும், சுரேஷின் சொற்களும் மோதிக்கொண்டன.

‘டே ஏன்டா நீங்க ஒரு பக்கம் தாலியறுக்கிறிங்க. ஏன்டா சுரேசு இப்டி பண்ற?’

‘நான் இன்னாடாப் பண்ணேன்? இங்க வந்து இதோ ஒரு நாள் பொழப்பே போச்சு. வந்துட்டு எதுக்கு வேஸ்ட்டா திரும்பிப் போகணும்னுதான் சொன்னேன்..’ சுரேஷின் முகம் சுருங்கியது. கோப முகத்தை மறைத்தானோ, அழும் உள்ளத்தை மறைத்தானோ கீழே குனிந்தான்.

“தசையற்ற முகத்தில்
முகத்தசைகள் ஆடுகின்றன
அழுகைகள் சண்டைகளால்
மறைக்கப்படுகின்றன..

அதோ,
அந்த மழையையும்
அந்தப் புயலையும்
பாருங்கள்.."

'சரி வாங்கடா போலாம்..' என்றேன்.

'ஏன்டா?',

'என்ன எதுவும் பேசவெக்காதடா வாடா'.

'அடிங்.. சொல்றா'

'நீ நெனைக்கிற மாதிரிலா இப்ப வேலைக்குப் போக முடியாதுடா சுரேஷ். எவனும் ஒரு நாளைக்குலாம் வேலைக்கி சேத்துக்கமாட்டான். அப்டியே தர்றதா இருந்தாலும், காலைலயோ இல்ல 12 மணிக்கெல்லாம் வந்து கேட்ருக்கணும். வேலைக்கு போகணும்ற எண்ணம் இருந்திருந்தா முன்னாடியே வந்திருக்கலாம். வந்துட்டோம்றதுக்காக வேல கேட்டா? நமக்குதான் கூழுக்கும் ஆச, மீசைக்கும் ஆசயாச்சே' என்று கத்தினேன்.

மூவரும் வெளியே கிளம்பினோம். அந்தக் கண்காட்சி வளாகத்திற்குள் அலங்காரங்களும், விளம்பரப் பலகைகளும் கண்களை வசீகரித்தன. அவைகளையும், அங்கிருந்த கடைகளையும் வேடிக்கைப் பார்த்துக் கொண்டே நகர்ந்தோம்.

"சரிடா, உள்ளப் போயாவது சுத்திப் பாத்துட்டு வரலாமா? ஏதாவது புத்தகமாவது பாக்கலாம்...' கேட்டேன்.

'வாடா மூடிக்கினு. எல்லாம் 15 நாளைக்கு இங்கதான் சுத்து சுத்துன்னு சுத்தப் போற, அப்ப பாத்துக்கோ' திட்டி விட்டு முன்னால் வேகமாக நடந்தான் சிலம்பு. நல்லவேளை வழியில் மூர்த்தி அண்ணன் இல்லாதது ஆறுதலாக இருந்தது.

மாபெரும் புத்தகக் கண்காட்சி. எல்லா தரப்பு வாசகர் களுக்கும் இது ஒரு திருவிழாக் கொண்டாட்டம் போலத்தான். புத்தக விற்பனையாளர், பதிப்பகக் காரர்களுக்கும் கூடத்தான். காரணம், கண்காட்சி முடியும் தருவாயில் அவர்களின் வங்கிக் கணக்கு பெருக்கல் கணக்காகியிருக்கும். சென்னை யின் பல கல்லூரிகளிலிருந்தும் மாணவர்கள் இங்கு வருவார்கள். அதில் வேலைக்கு வருவோர்களும் சமபங்கு இருப்பார்கள். பார்க்கும் இடங்களெல்லாம் புத்தகங்களே பொலிவுடன் இருக்கும். அழகழகாய் அடுக்கப்பட்டிருக்கும். அவ்வளவு பெரிய கூடாரத்திற்குள் சதுரங்கப் பலகையின் கறுப்பு, வெள்ளைக் கட்டங்கள் போல அளவெடுத்து அருக ருகிலே பதிப்பகத்தார்க்குக் கடைகள் ஒதுக்கப்பட்டிருக்கும்.

இதழ்கள் வட்டாரத்தார்க்கும் ஒரு வரிசை உண்டு. இருக்கும் இடத்தை எப்படி பயன்படுத்த வேண்டும், அலங்கரிக்க வேண்டுமென்பதை இங்குதான் கற்றுக்கொள்ள முடியும். அரங்கத்தின் உள்ளே நுழையவும் காசு, வெளியே எந்தப் பொருட்கள் வாங்கினாலும் காசோ காசு. எந்தப் பொருட் களென்றால் என்ன வென்று கேட்கிறீர்களா? அனைத்து வகை தின்பண்டங்களும், குளிர்பானங்களும் தான்.

அரங்கத்திற்கு வெளியே ஒரு பெரிய திறந்தவெளி அரங்க மிருக்கிறது. அங்கு நாள்தோறும் மாலையில் பல நிகழ்ச்சி களையும், பல கலைஞர்களையும் பார்க்க முடியும். இதோடு ஓர் உயர்தர உணவகமும் உள்ளேயே இருக்கிறது. ஆம் உயர்தரத்தையெல்லாம் இப்போது விலைதானே தீர்மானிக் கிறது. மேலும் பிரபலங்களாகக் கருதப்படுகிற எழுத்தாளர்கள், திரைப்படக் கவிஞர்கள், திரைமுகங்கள், பிறதுறைக் கலைஞர்களின் நிழற்படங்கள் பொருத்தப்பட்ட பெரிது பெரிதான விளம்பரப் பலகைகள் ஆங்காங்கே நிறுத்தப்பட்டி ருக்கும். அது ஒரு பள்ளிக்கூட வளாகம் என்பதால் சனி, ஞாயிறு மட்டும் விதிவிலக்காகி மற்ற நாள்களில் மதியத்தி லிருந்து கண்காட்சி தொடங்கி இரவு 9, 10 மணி வரை நடக்கும். சனி, ஞாயிறுகளில் மட்டும் காலை முதல் தொடங்கிவிடும்.

அது ஒரு சுறுசுறுப்பான உலகம். கூட்டக்கடல் அங்குதான் அலைமோதும். யார் வருகிறார், யார் போகிறார் என்றே அடையாளங் காணமுடியாத அளவுக்குக் கூட்டம் மிகுதி. தெரிந்த முகங்களே கூட அந்தக் கூட்டத்தில் நம்முடைய மனதிலிருந்து தொலைந்து விடும். அவ்வளவு நெருக்கடி மிகுந்த புத்தகச் சந்தை அது. ஒரு நிமிடம் நம் கண்முன் நின்று தொட்டுப் பேசினால்தான் அந்த தெரிந்தவரைக் கூட அடையாளம் கண்டு கொள்ள முடியும். இப்படிப்பட்ட கூட்டத்தில்தான் சிந்தாமல் சிதறாமல் நாங்கள் தேநீர் விற்கப் பணிந்தோம்.

வேலைக்கு வந்திருப்போர்கள் பெரும்பாலும், மாணவர் களாகவே தெரிந்தனர். வளாக வாயிலில் நுழைவதிலிருந்து பார்த்தோமானால் வாகன நிறுத்தத்திற்கான வசதிகளைச் செய்து காவல் நிற்பது, இரு சக்கர வாகனங்கள், காப்பீட்டு நிறுவனங்கள், மற்றும் அனைத்துவகை மின்சார உபயோகப் பொருட்களின் விளம்பரத் துண்டறிக்கைகளைக் கொடுப்பது, வடிசாறு, பழச்சாறு எனப்பட வேண்டிய 'சூப்' மற்றும் 'ஜுஸ்' கடைகளிலும், நுழைவுச் சீட்டு விற்பனையிலும், இதோடு இல்லாமல் வண்டிகளில் தண்ணீர் 'கேன்'களைக் கொண்டு வந்திறக்கும் பணியிலும், எல்லாவற்றிற்கும் மேலாக மாணவக் கூட்டமே அரங்கத்தினுள் இருக்கிற பதிப்பகக்

கடைகளிலும் தான் இருக்கும். இவ்விடத்தில் மாணவிகளும் அடங்குவர். இந்த வரிசையில் தேநீர் விற்பனையில் மட்டுமே 20 பேர் இருப்பது பின்புதான் தெரிந்தது.

மறுநாள் சரியான நேரத்திற்கெல்லாம் வந்து நின்றோம். சற்று நேரத்தில் முதலாளி வந்தார்.

'வாங்கப்பா சொன்ன மாதிரியே கரெக்டா வண்டீங்களே...'

'அதெல்லாம் தெனமும் ஒழுங்கா வந்திடுவோம் சார்'

'அப்டிதாம்பா இருக்கணும், வேலைன்னு வந்துட்டா எந்த வேலயா இருந்தாலும் நல்லபடியா செஞ்சி நல்லபேரு எடுக்கணும். அதான் எனக்கும் புடிக்கும். சரி கொஞ்ச நேரத்துல டீ ரெடியாய்டும். கேன்ல ஊத்தி எடுத்துட்டுப் போய்டுங்க. கணக்கு வழக்குலாம் கேட்டுக்குங்க, நைட்டு கணக்குக் குடுக்கும்போது கரெக்டா இருக்கணும்.'

'ம்ம் . . . சரிங்க சார்'

'அப்புறம் நேத்தே உங்ககிட்ட சொல்லாம விட்டுட்டேன் ஒன்னுத்த. பொங்கலுக்குலாம் யாரும் ஊருக்கு போமாட்டீங்கள்ல? பொங்கலுக்கு லீவு வேணும்னு வந்து யாரும் கேக்கக் கூடாது. ஏனா அந்த நேரத்துல போய் இருக்குற வேலய வுட்டுட்டு நானு ஆள் தேட முடியாது. அப்டி எதனாப் பொங்கலுக்குப் போய்தான் ஆவணும்னா இப்பயே நின்னுடுங்க. நான் வேற ஆளப் பாத்துக்குறேன்' என்றார். மொட்டை மாடியிலிருந்து திடீரென்று யாரோ பிடித்துக் கீழே தள்ளிவிட்ட மாதிரி இருந்தது எனக்கு. நேற்றே வந்து வேலை இல்லாமல் சென்றுவிட்டோம், இன்று வந்தால் இப்படிச் சொல்லுகிறான். இந்த விவகாரத்தைப் பற்றி நாம் முன்கூட்டியே யோசிக்காமல் விட்டுவிட்டோமே என்று நினைத்துக் கொண்டிருக்கும் போதே,

'இல்ல சார். அதெல்லாம் வருவோம். லீவ்லா போட மாட்டோம்' என்றான் சுரேஷ். சிலம்புவும் நானும் அதற்கு வாய்ப்பேச்சு பேசமுடியாமல் நின்றோம்.

'இப்புடிதான் மொதல்ல சொல்றானுங்க. அப்பறம் பொங்கலன்னைக்கு சொல்லாமக் கொள்ளாம ஊருக்கு கெளம்பிப் போயிட்றாங்க . . . அதுமாதிரி எதனாப் போய்ட்டிங்க அப்பறம் அதுநாள் வரைக்கும் செஞ்ச சம்பளமும் கெடைக்காது அவ்ள தான் . . .'

'போகமாட்டோம் சார். அது மாதிரிலா எதுவும் நடக்காது'

'சரி டீ ரெடியாய்டுச்சுன்னா எடுத்துட்டுப் போங்க. நான் சொன்னது ஞாபகத்துல இருக்கட்டும் நல்லா வேல

செஞ்சிங்கன்னா கடைசில சேத்துக்குடுப்பேன். நான் சொன்னா சொன்னதுதான்', என்று சொல்லிக் கொண்டே அவர் இடம்பெயர்ந்தார்.

'டேய், இன்னாடா நீபாட்டுக்கு பொங்கலுக்குலாம் போமாட்டோம்னு சொல்ட்ட?'

'விட்றா சிலம்பு வேற என்னப் பண்றது?'

'இன்னா விட்றா?'

'இப்ப இன்னாடா பண்ண சொல்ற? நேத்தே வேல இல்லாமப் போய்ட்டோம். இன்னைக்கு இவனும் இல்லனு சொல்லிட்டா அவ்ளோதான். இனிமே வேற யாரும் வேலயும் தரமாட்டாங்க. பொங்கலுக்குப் போயி மட்டும் இன்னா பண்ணப் போறோம் போடா ...'

'எங்க வீட்லலாம் பொங்கலுக்குப் போலனா சும்மா வுடமாட்டாங்கடா.'

'எங்க வீட்லயுந் தான்டா. பொங்கல்தான் எங்களுக்குப் பெரிய பண்டிகையே ...' என்றேன் நானும்.

'ஆமான்டா. அப்டியே எங்க வீட்லலாம் மட்டும் புள்ள எங்கனாக் கெடக்கட்டுன்னு விட்ருவாங்க பாரு. என்னத்த பண்றது வேல வேணும்னா செஞ்சிதான் ஆவணும்.'

அதற்குமேல் மூவருமே வாயை மூடிக்கொண்டு பிழைப்பைப் பார்க்கச் சென்றோம். இந்த வேலைக்கும் ஒரு கணக்குப் பிள்ளை இருப்பது இன்னொரு வியப்பைத் தந்தது. அந்த வியப்பும் இன்னொரு குண்டைத் தூக்கிப் போட்டது. ஆனால் அது குண்டு என்பது அன்று வேலை முழுதும் செய்த பிறகு தான் தெரிந்தது.

'தம்பி, டீ கேன் எடுத்துனு வண்ட்டியா? உம் பேர சொல்லு...'

'சிலம்பரசன் ... ணா ...' என்ற பதிலை எழுதி வைத்துக் கொண்ட அவர்,

'சரி, இந்தா இதல நூறு கப் இருக்குது. பாத்து பத்துரமா ஊத்திக்குடு. கப்பு கணக்குப் பண்ணிதான் காசு ஒப்படைக்கணும். கப்பு கொறஞ்சிச்சினா அப்புறம் அத உங் கணக்குலதான் புடிப்பேன். நூறு கப்புக்கு எதாவது ஒன்னு ரெண்டுதான் சாட்டேஜ் ஆகும்.' விதிமுறைகளை விவரப்படுத்தினார். சிலம்பு 'பூம்பூம்' மாடு ஆனான். அதே போல் சுரேசுக்கும் சொல்லப்பட்டது. அப்பொழுது ஒரு விதி கூடுதலாகச் சேர்ந்தது.

‘யாருனா, சூடா இருக்குது ஆத்தறதுக்கு ஒரு கப்பு குடுங்கன்னு கேட்டா குடுக்காத. அதுவும் உங்கணக்குலதான் சேரும்’ என்று அவனிடமும் நீளவாக்கில் இருந்த பிளாஸ்டிக் பைக்குள் நிறுத்தப்பட்டிருந்த ‘கப்’ சரத்தைக் கொடுத்தார்.

இரண்டினையும் இரண்டு கையில் சுமந்துகொண்டு விற்பனைக்குச் சென்றனர்.

‘ஏம்ப்பா, இன்னாது அது டீயா?’

‘ஆமா சார், தர்ட்டுங்களா?’

‘எவ்ளோ ஒரு டீ?’

‘ஏல்ருபா சார். இந்தாங்க’ முதல் விற்பனையில் சுரேஷின் உள்ளம் ஆனந்தம் பாவித்தது. வாங்கிக் கொண்டவர் பத்து ரூபாய் நோட்டை எடுத்துக் கொடுத்தார்.’

‘சார். சில்றையா இல்லிங்களா?’

‘சில்ற இல்லப்பா, பத்துருபாதான் இருக்குது.’

‘எங்கிட்டயும் இல்லங்களே சார்’

‘ஏம்ப்பா டீ விக்கிற, கூட சில்றயும் வெச்சிக்க மாட்டியா. வாங்க வரவங்கலாம் என்ன சில்றய ரெடியா வெச்சிட்டா வருவாங்க?’

‘இல்ல சார், இதோ ஒரே நிமிஷம் வந்துட்றேன் இருங்க’ என்று சில்லறைக் கேட்டு, பக்கத்துக் கடைகளில் அலைந்தான் சுரேஷ். ஒருவழியாக வெற்றி பெற்றுக் கடனைக் கட்டினான். இந்தச் சில்லறை பிரச்சினை அடிக்கடி வந்து போகும் என்பதைப் புரிந்துகொண்டான். அங்கங்கு கேட்பவரிடத்தி லெல்லாம் அங்கேயே கீழே உட்கார்ந்து அந்தத் தேநீர் பாத்திரத்தின் குழாயைத் திருகிப் பிடித்துக் கொடுத்தான். ஒரு மணி நேரத்தில் பாத்திரத்திலிருந்த தேநீர் காலியாகி விட்டது அவனுக்கே வியப்பாயிருந்தது. இவ்வளவு தேநீர் எப்பொழுது விற்றுத்தீருமோ என்று எண்ணியவனுக்கு அது வியப்பாய் தானிருந்தது.

சமைக்கும் இடம் வரை நடந்து சென்று, தயாராக நிரப்பி வைத்திருந்த இன்னொரு பாத்திரத்தைத் தூக்கிக் கொண்டு சுற்றினான். சிலம்பு என்கிற ஒருவனைத் தன்னிலிருந்து தொலைத்த நெடுநேரத்திற்குப் பிறகு சிலம்புவைப் பார்க்க நேர்ந்தது. பார்த்ததும் தனக்குள்ளாக ஒரு பூரிப்பு அவனுக்கு. எங்கேயோ வழி தெரியாத காட்டில் மாட்டிக் கொண்டவர்க்கு திடீரென்று ஒரு மனிதன் கண்ணுக்குப் பட்டதுபோல் இருந்தது அவனுக்கு.

'இன்னாடா சாம்பாரு, எத்தன டீ வித்த? கப்பு கணக்கு கரெக்டா வெச்சிருக்கியா?' இது சிலம்பு.

'அதயேன்டா கேக்கற, செரியான இம்சப் புடிச்ச வேலடா எப்பா. போய்ட்டு போய்ட்டு ஊத்திட்டு வரேன், கொஞ்ச நேரத்துலயே காலிஆய்டுது.'

'ஆரம்பத்துல, அப்பறம் சாய்ந்தரம் அது மாதிரி கரெக்டா அந்த நேரத்துக்கு பயங்கரமா விக்குது. வந்துக் கேக்கறவங்களுக்கு என்னாலேயே ஊத்திக் கொடுக்க முடில'

'ஆமான்டாப்பா. இதுல, இந்தக் கூட்டத்துல சில்றப் பிரச்சன வேற சமாளிக்க முடில. டீய கப்புல ஊத்திக் குடுத்துட்ட பின்னாடி சில்ற இல்லனு சொல்றானுங்க. முன்னாடியே சொன்னாக்கூட கப்புல புடிக்காமக் கூட வுட்டுட்லாம்' என்றான் சுரேஷ்.

'எனக்கும் அதான்டா பிரச்சன. அதுவுமில்லாம ஒரு பொம்பள டீ சூடா இருக்குனு ஆத்தறதுக்கு ஒரு கப்பு கேட்டுச்சு. அப்பறம் நான் இது மாதிரினு சொன்னேன். குடுக்கலன்னு தெரிஞ்சதும் அந்தப் பொம்பள அதுபாட்டுக் கினு என்ன திட்டிக் கிட்டே போகுது. ஒரு கெழவனும் அதே மாதிரிதான் சத்தம் போட்டுப் போறான். இன்னொரு ஆளு "டீ உங்கிட்ட வாங்கிட்டு ஆத்தறதுக்கு கப்பு இன்னாக் கடையிலயாப் போய் வாங்க முடியும்'னு கேக்கறான். இல்லனா இந்தா நீயே ஆத்திக்குடுன்னு சொல்றான். அட சாமி, எல்லா நம்மளவிட அறிவாளியாக் கீறானுங்க. பயங்கரமாப் பேசறாங்க" என்று புலம்பித் தள்ளினான் சிலம்பு. சூடான அவன் பேச்சில் ஆவி பறந்தது.

'உண்மதான்டா சிலம்பு. ஆனா ஒருத்தங்க ரெண்டு பேரு சொன்னாப் புரிஞ்சிகிட்டு அமைதியாப் போயிட்றாங்க. எங்கிட்ட கூட ஒரு லேடி கொழந்தயத் தூக்கிட்டு வந்து, கொழந்தைக்கு கொஞ்சம் ஆத்திக் குடுக்கறதுக்கு ஒரு கப் வேணும்னு கேட்டாங்க. அப்பறம் என்னா பண்றது கொழந்தைக்கினு கேக்கறாங்களேன்னு குடுத்திட்டேன். ஆனா இந்த காண்ட்ராக்ட் எடுத்தவன் நல்ல கில்லாடி, கிரிமினல். இதுல இவ்ளோ இம்ச இருக்கும்னு இப்பதான் தெரியுது. ஆத்தறதுக்கு கப், ஓட்ட கப் இதுக்கெல்லாத்துக்கும் கணக்குப் பண்ணி நம்ம கிட்டயே வசூல் பண்ணிடுவான் போலருக்குது."

'டேய் அவன் வசூல் பண்ணா, நம்ம இன்னா கேனயா? ஒரு ரோல்ல ரெண்டு மூணு கப்புதான சாட்டேஜ் வரும்னு சொன்னான் அந்தக் கணக்குப்புள்ள கரிமூஞ்சன். என்துல அம்பது கப்புக்கே அஞ்சி கப்பு ஓட்டையா இருக்குது.

இன்னாப் பண்றதுனே புரியல. அப்பறம் அந்த ஓட்டையா இருந்த கப்புலாம் எடுத்து வெச்சிருந்து, அவங்கிட்டயே எடுத்தும் போய் காமிச்சேன். அவன் இன்னாடான்னா 'சரி சரி விடுப்பா'னு சாதாரணமா அதத்தூக்கித் தூரப் போட்டுட்டு வேற அஞ்சி கப்பு குடுத்தனுப்பிட்டான். செரியான கடுப்பாய் டுச்சு எனக்கு.' வலையில் மாட்டாமல் தான் தப்பித்துக் கொண்ட அறிவாளித் திறத்தைச் சொன்னான் சிலம்பு.

'அடப்பாவி தெரிஞ்சிருந்தா நாங்கூட மாத்திக்கிட்டி ருப்பனே. இவ்ளோ நேரம் என்ன சொல்வானோனு பயந்துட்டே இருந்தன்டா. அந்த சனியம்புடிச்ச கப்பு வேற ரொம்பத் தக்கையா இருக்குதா, டீய சூடா புடிச்சா அப்டியே வளஞ்சிக்கிது.

'ஏ . . . ஆமான்டா. அதுல வேற அந்தக் கப்பு ரொம்ப சின்னதுடா. மிஞ்சி மிஞ்சிப் போனா ஒரு நாலு முழுங்கு டீ தான் புடிக்கும் போலருக்கு. பொறம்போக்குப் பசங்க அதயும் ஏல்ருபா குடுத்துட்டு எப்டிதான் வாங்கிம் போறா னுங்கனே தெரில. அந்தக் கப்ப அவ்ளோ மெலீசாத் தயாரிச்சு எவ்ளோடா சம்பாதிச்சிடப் போறாங்க அந்த கம்பெனிக்கார னுங்க. கம்னேட்டி நாய்ங்க. இப்பலாம் எதலயும் தரங்கெடையாது, எதலப் பாத்தாலும் ஊழல், திருடுதான்'

'சிலம்பு . . . இந்த ஊழலு, திருட்டு, இலஞ்சம் இது மூணும் ஒரே தாய்க்குப் பொறந்த மூணு கொழந்தைங்க மாதிரிடா. மூணுத்துக்குமே சின்னச்சின்ன வித்தியாசந்தான். அப்டி ஒன்னும் தனியாப் பிரிச்சி பாக்கவேண்டிய அவசியமில்லைன்னு நெனைக்கிறேன் . . .'

'என்னத்தம்பி ரெண்டு பேரும் ஒரே எடத்துலயே நின் னுட்டிங்க? டீ இருக்கா? காலியா?' இருவரின் உரையாடலை இந்தக் குரல் கலைத்தது.

'ஆ . . . இருக்குதுங்க. எத்தன சார் ரெண்டா?' என்று கேட்டுவிட்டு நீயே ஊத்திக்கொடு என்பது போல் சிலம்புவைப் பார்த்துத் தலையாட்டினான் சுரேஷ். தேநீரை வாங்கிக் கொண்டவர்கள் விலையைக் கேட்டு, பதினைந்து ரூபாயைக் கொடுத்துவிட்டு மீதம் ஒரு ரூபாயை வாங்காமலே போனார்கள்.

'இன்னாடா, ஒருபாய வாங்காமலே போறானுங்க?' என்று அவர்களை அழைத்துக் கொடுப்பது போல் கையை நீட்டினான் சிலம்பு.

'அட வுட்றா . . . அவங் கெடக்குறான் வெங்காயம். டீ வேணும்னா மூடிட்டு கேட்டு வாங்கிக் குடிக்க வேண்டிதான.

அத வுட்டுட்டு ஏன் ஒரே எடத்துல நிக்கிறிங்க, எதுக்கு நிக்கிறிங்கன்னு இவன் என்னவோ ஓனர் மாதிரி கேள்வி கேக்கறான் . . .' நாம் செய்யும் குற்றங்கள் உலகத்தின் பார்வையிலிருந்து தப்பிப்போய் விடுவதில்லை என்று அவனுக்கு உள்ளூற உரைத்தது.

'வேணா வாடா. இங்க நிக்கறது அவ்வளவா சரியில்ல. அப்டியே மெதுவா நகந்துகிட்டே பேசலாம்' எச்சரிக்கை யானான் சிலம்பு. இருவரும் நத்தையாய் நகர்ந்தனர்.

அப்போது இரண்டு பேர் சுமக்கின்ற ஒரு பெரிய காலியான தேநீர் பாத்திரத்தைத் தூக்கிக் கொண்டு அவர்களிடம் வந்து நின்றார் எங்கள் மூத்த வகுப்பு மாணவர் சவுகத்அலி. வந்தவர்,

'சுரேசு, ரெண்டு பேருல யார்னா ஒருத்தர் வரிங்களா கொஞ்சம் எங்கூட. இந்தக் கேன்ல டீ ரொப்பிட்டு வந்துட்லாம். கொஞ்சம் கூடப்புடிச்சாப் போதும்' என்றார். இருவரும் ஒருவர் முகத்தை ஒருவர் பார்த்தனர். இறுதியில் சுரேஷ் அவருடன் செல்வதாய் முடிவானது. இருந்தாலும் சிலம்பு,

'இல்லண்ணா, நானும் கூட வர, வாங்க. என் கேன்லயும் அடியில கொஞ்சந்தான் இருக்குது. நானும் அப்டியே ஊத்தினு வந்துட்றேன்,' என்றான்.

'இன்னாணா நீங்ககூட வேலைக்கு வந்துட்ருக்கீங்க?'

'இன்னா சுரேசு, சிலம்பு இப்டி கேக்கறான்? நான் கூடவாவா? நம்ம கேம்பஸ்ல படிக்கிற பசங்க மொத்த பேரும் இங்கதான் இருப்பாங்க. ஏன் பொண்ணுங்க கூட பதிப்பகத்துக்கு, கிரெடிட் கார்டு பில் போட்றதுன்னு வேல செய்றாங்களே பாக்கலயா. எங்க கிளாஸ் பசங்களே எப்டியும் ஒரு பாஞ்சிபேரு இங்கதா இருக்காங்க. பி.எச்.டி பண்றவங்க கூட ஒரு சிலர் இருப்பாங்கப் பாரு'

'ம்ம் . . . பாத்தண்ணா பாத்தேன் . . . ஃபர்ஸ்ட் இயர் பசங்க கூட வந்துருக்காங்க போலருக்குது.'

'அதெல்லாம் எல்லாரும் வருவாங்க சுரேசு. புக் ஃபேர் வந்தாதான பசங்க கையில கொஞ்சம் மொத்தமா பணம் பாக்க முடியும். நீங்க வேலைக்கி வரன்னு சொல்லவேல, யார்கூட வந்திங்க?'

'மூர்த்தியண்ண கூப்ட்டு வந்தாரு.'

'அப்டியா . . . அவங்கூட எங்கிட்ட எதும் சொல்ல வேலயே.

எப்டி இருக்குது வேல? பாக்கெட்ல நெறய சில்றையாவே இருக்கும் போல . . .'

'அத ஏன் கேக்கறிங்க. இந்த டீ வெலைய ஏல்ருபான்னு வெச்சிட்டு சில்றைக்கு ஒரே கஷ்டமாயிருக்குது. ஒன்னு இவனுங்க ஒரு டீ அஞ்சுருபாவோ, இல்ல பத்துருபாவோ வெல வெச்சிருக்கணும். அதான் ஊரே டீ பைத்தியம் புடிச்சினு அலையுதே. பத்துருபான்னு இல்ல பாஞ்சிருபான்னு சொன்னாலும் வாங்கிக் குடிக்கதான் போறானுங்க. ஏன் எதுக்குன்னு கேக்கவா போறானுங்க. ஏல்ருபான்னு வெச்சிட்டு இந்த ரெண்டு ருபாய்க்கும், ஒருபாய்க்கும் அலைய வேண்டியதா இருக்கு . . .'

'ஒன்னு தெரிஞ்சுக்க சுரேசு மொதல்ல. நீ மொதல்லயே சில்ற இருக்கானு கேட்டுக்கணும். உங்கிட்ட சில்ற இருந்தா தைரியமா ஊத்திக் குடு. இல்லாதப்ப முன்னாடியே சொல்லிடு. சும்மா ரொம்ப ஓடி ஓடி விக்காத. கொஞ்சம் நேரம் நடந்து வித்துட்டு எங்கனா உள்ள போய் ஒரு பக்கமா நின்னுகிட்டு விக்கற வழிய பாரு. இவ்ளோ வெய்ட்டலாம் தூக்கிக்கிட்டே அலைய முடியாது . . .'

'என்னணா இப்டி சொல்ட்டிங்க? அப்பறம் காண்ட்டிராக்ட்காரன் பாத்துட்டான்னா எதனா சொல்வானே...'

'அதெல்லாம் நாமதான் பாத்துக்கணும். அந்த ஆளு கெடக்குறான், அவம் பேச்சயெல்லாம் நம்பாதிங்க. நீ உள்ள வந்து வேல செய்ய ஆரம்பிச்சிட்டாலே உனக்கு சம்பளந்தான். இவன மாதிரி ஆளுங்கலாம் எப்பவுமே தொரத்தி தொரத்தி வேல வாங்கத்தான் பாப்பானுங்க. நாமதான் அப்டி இப்டினு காலத்த கழிக்கணும். வேல நல்லா செஞ்சா சம்பளத்த ஏத்தி தருவன்னு சொல்வான். ஆனாக் கடைசில 'நீ இன்னா வேல பெருசா செஞ்சிட்டன்னு' ஒரே வார்த்தைல ஒக்கார வெச்சிருவான். சனி, ஞாயிறுக்கு மட்டுந்தான் 50 ருபா சேத்துக் குடுப்பாங்க அதான். செய்யும் போதே உனக்கு எதாவது தேறுமானு நீதாம் பாத்துக்கணும்' என்று மறைபொருளாகப் பேசினார். சுரேஷ் தலையை மட்டும் ஆட்டி ஆமோதித்தான். சிலம்பு அதுவரை அமைதியாகவே வந்தான். அவருடைய பேச்சினைக் கவனித்ததாகவும் தெரியவில்லை ஒருவேளை அவன் தனக்குள்ளாகவே ஏதாவது பாடலைப் பாடிக்கொண்டு இருந்திருக்கலாம்.

இப்படியே இரண்டு நாள் கழிந்தது. சிலம்புவுடன் நானும் சுரேசும் வேக வேகமாக நடந்து கொண்டு தேநீர் தயார் செய்யும் இடத்திற்கு வந்தோம். அங்கு ஒருவன் உள்ளே உட்கார்ந்து சாப்பிட்டுக் கொண்டிருந்தான். இவர்களை

நிமிர்ந்து பார்த்துவிட்டு மீண்டும் தன் பணியிலேயே சிந்தை செலுத்தினான். தேநீர் தயார் செய்து கொடுப்பவர்,

‘வாங்கப்பா, இன்னும் டீ ரெடியாகல. இன்னைக்குப் பால் பாக்கெட் கொஞ்சம் லேட்டாதான் வந்துச்சு ...’ என்றார்.

‘இன்னாங் மாஸ்டர். உள்ள சாப்பாட்டுப் பந்தி நடக்குது, ஏதாவது மிச்சம் மீதி இருக்கா?’ சம்மந்தமில்லாமல் நான் கேட்டாலும் அது அவருக்குப் புரிந்தது.

‘ஏம்ப்பா சாப்பட்லயா? இது எனக்கு வந்த சாப்பாடு. வீட்ல நெறயக் கொடுத்தனுப்பிட்டு இருக்காங்க. அதான் அந்தத் தம்பிக்கு கொஞ்சம் கொடுத்தேன் ...’

‘சரி சரிங் மாஸ்டர். அது, இன்னைக்கு கிளாஸ்ஸே பத்து நிமிஷம் லேட்டாதான் விட்டாங்க, அதுவு இல்லாம வழியில ஒரே டிராஃபிக்கா அதனால லேட்டாய்டுச்சு ...’

‘அதுக்கின்னா இருக்கட்டும். அங்க எதனாக் கப் இருக்குதாப் பாருங்க ... இருந்தா எடுத்து ஆளுக்கொரு டம்ளர் டீ குடிச்சிட்டு, அந்த டீக்கேன எல்லாம் கழுவி எடுத்துனு வாங்க’என்றார். அவர் அவ்வாறு சொன்னதும் சிலம்பு என் முகத்தைப் பார்த்தான்.

‘இல்லங்கனா. சிலம்பு மட்டுந்தான் டீ குடிப்பான். நாங்க ரெண்டு பேரும் குடிக்கமாட்டோம்?’ சுரேஷ் பதில் பேசினான்.

‘காஃபி குடிப்பிங்களா?’

‘இல்லனா ரெண்டுமே குடிக்கமாட்டோம்’

‘டீ, காஃபி எதுவுமே குடிக்க மாட்டிங்களா?’ வியப்பாய்க் கேட்டார் அவர். அவர் கேட்டதைப் பார்த்தால் இரண்டையும் குடிக்காதது ஏதோ பெருங்குற்றம் போலிருந்தது.

‘சீக்கிரம் அந்தக் கேன கழுவி எடுத்துனு வாங்க’ மீண்டும் அவரே பேசினார். அவ்விடத்திலிருந்து கழுவுவதற் காக நழுவினோம்.

‘இன்னாடா இவனுங்க கேன் கழுவுற வேலயெல்லாம் வெக்கிறானுங்க. நேத்தே அப்டிதான் கழுவச் சொன்னான்...’ சிலம்புவிற்கு அந்த வேலை கசந்தது. உள்ளுக்குள் தண்ணீரை மட்டும் ஊற்றிக் குடைந்து கீழே ஊற்றிவிட்டு, மேலே மட்டும் சுத்தமாகக் கழுவினோம். வெளிச்சத்தை மட்டுந் தானே வெளிஉலகம் பார்க்கிறது?

‘டேய் இவனுங்களுக்காக இல்லனாலும், குடிக்கிறவங்

களயாவது மனசில நெனைச்சி கொஞ்சம் ஒழுங்காக் கழுவுங்கடா ...' இது சுரேஷின் வேண்டுகோள்.

'போடா. அவஅவம் பசியும் பட்டினியுமா அடிச்சி புடிச்சிக்கினு வரான். இங்க வந்தாக் கேன கழுவ விட்றான் ...' என்று சொன்னான் சிலம்பு.

'ஏன்டா சாப்ட்டு வர்றது, சாப்டாம வர்றதுலாம் நம்ம தப்பு. அதுக்கு இவனுங்கள கோவிச்சிக்க முடியுமா? நாமலாவது சாப்பாடு இல்ல அதனால சாப்டாம வரோம். இதோ இவனப் பாத்துக்கோ ஆஸ்டல் பக்கத்துலயே இருந்தும் சாப்டாம வர வேண்டியதா இருக்கு. எல்லா இவந் தலையெழுத்து' என்று என்னைப் பரிந்து பேசினான்.

'பாத்துக்கலாம். அதான் சனி, ஞாயிறு மதியச் சாப்பாடு இவனுங்கள்து தான. அப்ப இருக்குது வேட்டை ...' என்றான் சிலம்பு. நான் எதற்கும் பதிலளிக்காமல் நேற்று நடந்த நிகழ்வு ஒன்றினை எனக்குள் ஓடவிட்டிருந்தேன்.

நேற்று என்னைச் சிலர் 'டீ, டீ' என்றே அழைத்தமை இன்று அந்தப் பாத்திரங்களைக் கழுவிக் கொண்டிருக்கையில் தோன்றிற்று. காய் விற்பவனைக் 'காய்க்காரன்' என்பர், இல்லை கடை வைத்து தேநீர் விற்றிருந்தாலாவது 'டீக் கடைக்காரன்' என்பர், இப்படி இல்லாததால் தான் நம்மை இவ்வாறு அழைக்கின்றனர்? என்ன செய்வது இப்படி ஏதேனும் காரணப் பெயர்கூட நமக்கு இல்லையே.

காரணப் பெயர் காணாமற்போய் பெயர் தெரியாத காரணத்தால் காரணமே பெயராகிவிட்டதே என்றெல்லாம் நினைத்துக் கிடந்தேன்.

சிறிது நேரத்தில் ஆளுக்கொரு பாத்திரத்தைச் சுமந்து கொண்டு ஆளுக்கொரு பக்கமாய் போனோம். இரண்டு நாளாய் பழகிப்போன வேலை இன்று வெறுப்பைத் தருகிறதா? இல்லை இரண்டு நாள் வெறுப்பைத் தந்த வேலை இன்று பழகிப்போய் விட்டதா? ஏதோ ஒரு வித மனநிலையோடு பிரிந்தோம். வழக்கம் போலவே சுற்றிக் கொண்டு வந்தபோது சக்தி வேலை செய்யும் பதிப்பகம் வழியே சென்றான் சிலம்பு. சக்தியும் சிலம்புவைப் பார்த்துவிட்டான். பதிப்பகத்தின் வெளிப்பக்கம் வந்து நிற்பதைப் போல் வெளியே வந்த சக்தி,

'என்னடா சிலம்பரசா ஒரே பிசியா? எவனுமே என்னக் கண்டுக்க மாட்டன்றிங்க?' ஏங்கினான்.

'உனக்கென்னடா ஜம்முனு ஒரு வேல ரெடி பண்ணிக் கிட்டு ஒரே எடத்துல வந்து நின்னுட்ட. நாங்க தான் இந்தக் கேன தூக்கிக்கிட்டு அங்க இங்கனு சுத்த வேண்டிதா இருக்கு.'

“சும்மா கடுப்பேத்தாதடா. நீயாவது பரவாயில்ல அங்க இங்கன்னு அலைஞ்சாலும் சுதந்திரமா இருக்க... என்ன பாரு, இங்க ஒரே எடத்துல மாட்டிக்கிட்டு கொடுமயா இருக்குது. சும்மா அத எடு, அங்க வைய்யி, இதெல்லாம் ஒழுங்கா அடுக்கு, இதத் தொடச்சி வைய்யினு உண்டு இல்லன்னு பண்ணிட்றாங்க ஆள ... உனக்கென்னாத் தெரியும்....” என்று தன் நியாயத்தை ஓதினான் சக்தி.

அதற்கு மேல் அவர்களால் உரையாடலைத் தொடர முடியவில்லை. பணி அவர்களுக்கு மணியடித்தது. சிலம்பு விற்பனை இன்று ‘காபி’யில் இருந்தது. நேற்று தேநீர் விற்கும் போதெல்லாம் இதைக் கேட்டார்கள். இன்று இதை விற்கும் போது யாரும் கேட்கமாட்டேன் என்கிறார்களே என்று தன் விற்பனை யாகம் நெய் ஊற்றியும் வளராமலிருந்ததை எண்ணி புலம்பியபடியே அங்கிருந்து இரண்டாவது வரிசைக் கும் சென்றான். அங்கிருக்கும் பதிப்பகங்களின் வெளியே வைக்கப்பட்டிருந்த ஒரு சில புத்தகங்களை யெல்லாம் பார்த்துக்கொண்டே வந்தான். இருந்தும் அவனால் தொடர முடிய வில்லை. உணவில்லாததால் சத்தம் போடுகிற அவன் வயிறு, மூளை செயல்படுவதையும் சேர்த்துக் கெடுத்தது. புத்தகங்களின் பிம்பங்களை முழுமைப்படுத்திக் கொள்ள அவன் விழிகளும் மறுத்தன. வயிறு காலியாக இருக்கும் போது இசை கூட அவனுக்கு ஆறுதலளிக்கவில்லை. உலகமே காலியாயிருப்பது போன்ற உணர்வே அவனை மையம் கொண்டது. அந்த மையத்தில் மாயமாகிவிடாமல் தன்னைக் காப்பாற்றிக் கொள்ள அவ்விடம் விட்டு நகர்ந்து சென்றான்.

சென்ற வழியில் அந்த வரிசையின் பாதியில் தன் வகுப்புத் தோழிகள் வேலை செய்து கொண்டிருப்பதைக் கண்டதும், எங்கே அவர்கள் தன்னை இந்தக் கோலத்தில் கண்டுவிடு வார்களோ என நாணமுற்று தன் கையிலிருந்த பாத்திரத்தைக் கீழே வைத்துவிட்டு, அந்தப் பாத்திரத்திற்கும் அவனுக்கும் சம்மந்தம் இல்லாதவனைப் போல் அங்கேயே நின்றான். எதற்கு இப்படி நிற்க வேண்டும்? இதை விட இவ்விடத்தை விட்டு அகன்று விடுதல் இன்னும் சிறப்பான தாயிற்றே என்று தன் மூளையைத் திட்டிக் கொண்டே சிந்தித்தவன், மீண்டும் பாத்திரத்தைக் கையிலெடுத்துக் கொண்டு நிமிர்ந்தான். அவ்வளவுதான் இவன் நிமிர்ந்தற்கும் தோழி ஒருத்தி பார்ப்பதற்கும் சரியாக இருந்தது.

அவள் இவனை அழைப்பது போல் கையை உயர்த்தினாள். அதனைப் பார்க்காதவாறு தலையைக் கீழே சாய்த்துக் கொண்டு வேகமாக நடந்து வந்துவிட்டான் சிலம்பு. அவன்

தன்மானம் பாதிக்கப்பட்டுவிட்டது போல் தோன்ற ஆரம்பித் தது. இல்லையே செய்யும் வேலைகளில் தன்மானத்தை உள்வைத்துப் பார்ப்பவனில்லையே. இருந்துமேன் இவ்வாறெல் லாம் தோன்றுகிறது? தோன்றினாலும் அவன் அதனைப் பெரிது படுத்தவில்லை. ஒரு வேலையில் அசிங்கமோ, கூச்சமோ பார்க்காமல் நாம் செய்தாலும், அதைப் பார்ப்பவர் சிலரின் பார்வைகள் நம்மையும் நாணப் பட வைக்கின்றன. இதனை உறுதி செய்யும் பொருட்டுதான் மறுநாள் ஒரு நிகழ்வு நடந்தேறியது அவனுக்கு...

வண்டலாக வந்த தேநீர், பாத்திரம் காலியாகி விட்டதை உணர்த்தியது. சிலம்பு, அதனை எடுத்துக் கொண்டுச் சென்று தேநீர் நிரப்பிக் கொண்டு வந்தான். வரும் வழியில் பாரம் தாங்காமல் கீழே வைத்து அதனை இன்னொரு கைக்கு பரிமாற்றம் செய்து கொண்டு நடந்தான். நடந்தவன் அடுத்த நான்கடியிலேயே திகைத்து நின்றான்.

‘ஏலேய், இங்க இன்னாடா பண்ற? இது இன்னாடா இது கையில?’ கண்காட்சிக்கு வந்திருந்த சிலம்புவின் ஊர்ப் பிரமுகர் கேட்ட கேள்விதான் இது. பரீட்சையில் என்ன கேள்வி கேட்பார்களோ என்று பயந்துகொண்டே உட்கார்ந் திருக்கும் மாணவன், கேள்வித்தாளைப் பார்த்ததுமே பதிலைத் தயார் செய்வது போல, சிலம்புவும் திணறிக் கொண்டே பதில் பேச ஆரம்பித்தான்.

‘இல்லணே, இது சும்மா. அப்பறம் நீங்கமட்டுந்தான் வந்தீங்களா? நல்லாருக்கீங்களா?’ படபடத்தான். காற்றுக்குப் படபடக்கும் காகிதம் போல அவன் வாய்க்குள் நாக்கு நடனமாடத் தொடங்கியது.

‘எம் பையனும், உங்க மாமனும் கூட வந்துருக்கானுக. இங்க மெட்ராஸுக்கு வந்து படிக்கிறன்னு உங்கப்பன் அங்க ஊருபுல்லா பெருமையடிச்சிட்டு கெடக்குறான். நீ இன்னானா இங்க டீய வித்துங் கெடக்குற. இதுக்குதான் உங்கொப்பன் உன்ன படிக்க அனுப்ச்சானா? அதும் போயும் போயும் டீ விக்கிற வேலதான் கெடச்சதா உனக்கு?’ இத்தனை ஊசிகள் வந்து ஒரே நேரத்தில் அவன் உடம்பில் தைக்கு மென்று அவன் எதிர்பார்க்கவில்லை. கேள்விகள் வரும் ஆனால் இவ்வளவு கொதிப்பாய் அவனையே கூறுபோடும் அளவுக்கு வருமென்றும் அவன் யோசனை அவனுக்குச் சொல்லவில்லை. தாழ்வாய் கருதாத வேலையின்மீது தொடுக்கப்பட்ட அம்புகளால் தடம் மாறினான்.

‘ச்சே.. ச்சே இல்லணோவ். நீங்க வேற நான் டீ விக்கல. அது காலேஜ்ல பசங்க, வாத்தியாரெல்லாம் ஒரு வேலையா

இங்க வந்தோம். ரெண்டு நாளைக்கி இங்கதான் இருப்போம். பசங்க எல்லாருக்கும் சேத்து எங்க சாரு டீ வாங்கிட்டு வரச் சொன்னாரா, அதான் எல்லாப் பசங்களுக்கும் கப்பு, கப்பா வாங்கினு குடுத்துனு இருக்கமுடியுமா? அதனால கேனோட கேட்டு வாங்கினு வர்றேன்' என்று சமாளித்தான். ஊரை விட்டு உலகெல்லாம் சுற்றி வந்தாலும், பல மொழிகள் பரிச்சயமானாலும் மீண்டும் ஊர் என்று வந்துவிட்டால் உடல் மொழியும், வாய்மொழியும் பழைமைக்கு வந்து விடுகின்றன. அவன் சமாளிப்பில் அவருக்குச் சம்மதமில்லை. "சட்டி வேக்காடு ஆவியில அகப்படாம போய்டுமா?"

'மூஞ்சப் பாத்தா அப்டி ஒன்னுந் தெரியலயே.. இன்னாவோ ஏறு வெயில்ல அண்ட வெட்டிட்டு ஒக்காந்தவன் மாதிரிக்கீது' என்றார். உடனே இடது கையால் தன் நெற்றி வியர்வையை அழுந்தத் துடைத்து, அதனைத்தன் கால்சட்டையின் பின்புறத்தில் தேய்த்துக் கொண்டு சிலம்பு சொன்னான்,

'அட நீங்க இன்னானா என்னப்போய் நம்பாம பேசறிங்க, இது அந்த டீ வெக்கிற எடத்துக்குப் போனனா அங்க ஒரே அனலு தாங்க முடியல. இன்னாப் பண்றது கொஞ்ச நேரம் நின்னு பொறுமையாதான் வாங்கியாவ்ணும், நம்பலன்னா எங்க வாத்தியாரு கூட இங்கதான் இருக்காரு, வந்து கேளுங்க.'

'இல்ல, இல்லடாப் பையா... நம்பாம இல்ல. இப்டி ஒரு கோலத்துல உன்ன பாத்ததுமே அதான் எம் மூளைல தோணுச்சு. எதார்த்தமா நானும் உங்கிட்ட சட்டுன்னு கேட்டுட்ட அப்டியே...'

'சரி அதவுடுங்க. எங்க மாமன் எங்க இருக்காரு?'

'அதோ அவனுங்க ரெண்டு பேரும் அங்க எங்கயோ ஒன்னுக்கு வுட எடந்தேடிக்கினு போயிருக்காங்க.'

'சரிங்கணா வந்தா, இங்கதான இருப்பீங்க? இதோ இந்த டீய உள்ளக் குடுத்துட்டு கொஞ்ச நேரத்துல வந்துட்றேன். இங்கயே இருங்க' என்றான்.

'அய்யோ இல்லடாத் தம்பி. ஏற்கனவே பொழுது போயிடுச்சு நாங்க ஊர்போய் சேரவேணாமா? நேத்தே ஒரு வேலையா வந்தோம். அப்டியே எம்பையன் இங்கக் கூட்டியாந்துட்டான். நீ போய் உம்பொழப்ப பாரு. நல்லா படி சீக்கிரம் வேல வாங்கற மாதிரி...'

'ம்ம்... சரிண்ணே. அதெல்லாம் படிச்சினுதான் இருக்கிறேன்'

‘சரிப்பா அப்ப நாங்க கௌம்புறோம், உன் மாமன் வந்தா உனக்கு போன் போடச் சொல்றஞ் சரியா?’

எமன் வாயிலிருந்து தப்பித்த கதை என்பார்களே அதுபோல இருந்தது சிலம்புவுக்கு. ஆனால் அதற்குப் பிறகுதான் அவன் நரகத்தைக் கண்டான். பதற்றத்துடனே அவன் மனதைப் போல் அவனும் அலைந்தான்.

‘ஐயோ இந்த ஆளு நம்பனானா நம்பலயா தெரிலயே. மாமங்காரனும் கூடவே வந்திருக்கானு வேற சொல்றான், அவங்கிட்ட எதனாக் கோத்துவுட்ருவானோ? பேசாம இவங்கிட்ட உண்மைய சொல்லிருக்கலாமோ? அப்டி சொன்னாலும் மானம் போயிருக்குமே. இப்ப பொய் சொல்லியும் பிரயோஜனம் இல்லாமப் போய்டுச்சே. இந்தக் கதையெல்லா ஊர்ல தெரிஞ்சா வாய்ல போட்டு மென்னுத் துப்பிடுவாங்களே. ஊட்ல வேற அப்பனாச்சும் பரவாயில்ல வாய்ல வந்ததத் திட்டிட்டு போய்டுவான், அம்மாக்காரி பொலம்பியே தீத்திடுவாளே ... இன்னாடா இது இம்சையாப் போச்சே ...’

சிலம்புவின் உள்ளம் அரித்தது. புதுப்புது யோசனைகளைப் போட்டுச் சொறிந்தும் அடங்கவில்லை. கவலையும் கடல்மணலைப் போன்றதுதான் தோண்டத் தோண்ட சுரந்து கொண்டேதான் இருந்தது. மாமன் கண்ணிலாவது படாமல் இருந்தால் போதுமெனத் தோன்றியது. மேலும் மேலும் மண்டையைக் குழப்பிக் கொண்டிருந்தான். குழப்பத்தில் தெளிவு என்பது குறைவுதானே. குறைபட்ட பிழைப்பானது அன்றைய வேலை. வேலை முடிந்து எங்களுடன் வரும் பொழுதும் அதைப்பற்றி அவன் விவாதிக்கவில்லை. நானும் சுரேசும் பேசிச் சிரித்துக்கொண்டே வந்ததனால் அவனால் அதனை வெளிப்படுத்த இயலாமல் இருந்திருக்கக் கூடும். அவனது இருண்மை எங்கள் வெளிச்சத்தில் ஒளிர மறுத்தது.

பேருந்துக்காகக் காத்திருந்தோம். நேரத்துடன் எங்களை விடுவித்தாலே பேருந்து கிடைப்பது கடினம். இதில் அன்று நாள் முழுதும் வேலையானதால், விடுமுறை நாளானதால் கூட்டம் குறைய மறுத்தது. தேநீர் கூடுதலாகக் கொதித்தது. கணக்கை ஒப்படைத்துவிட்டு வெளிவருவதற்குள் மணி பத்தாகிவிட்டது.

‘பாக்கெட்ல ஏதோ காசு இருக்கிற மாதிரி கண்ணுக்குப் படுதுடா சுரேசு. சைட்ல ஏதாவது மங்கலம் பாடிட்டியா?’ என்று அவன் சட்டைப்பையை எட்டிப் பார்த்தவாறு கேட்டேன்.

‘டேய் மங்குனி, வாய மூட்றா கொஞ்ச நேரம் ...’

‘இதோ பாரு நானு இன்னைக்கு எண்பது ருபா சைட்ல அமுக்கிட்டேன். பாத்தல்ல எதோ என்ன மாதிரி தைரியமா சொல்லு பாக்கலாம் . . .’

‘அதோ பாருடா ‘27B’ வருது, கௌம்பு.’

‘அது டீலக்ஸ்டா. அதல எவம் போறது. இங்கிருந்து போறதுக்கு 7 ருபா மிச்சமா வாங்குவான்’

‘சொகுசுப் பேருந்துல போனா சொகமா போலாமேனு சொன்ன.’

‘சொகுசுப் பேருந்தா? அடப்பாவி அதலதான்டா சீட்டு கூட இல்லாம இருக்குது. சரி நீ பேச்ச மாத்தாத மேட்டர ஓபன் பண்ணு.’

‘ஏய். கம்னு இருடா அப்பறம் பேசிக்கலாம். எங்களுக்கு வேற எந்த பஸ்ஸூ வரும்னு தெரில, ‘வொய்ட் போர்டு’ வந்தாப் பரவாயில்ல. இல்லனா இரவுப் பேருந்துல டபுள் சார்ஜ் தான்.’

இருவரும் ஏறிக் கொள்ள கடைசியில் இரவுப் பேருந்துதான் வந்தது. கையசைத்து வழியனுப்பி நான் மட்டும் தனியாக நின்றேன். என்னை இரண்டு சொகுசுப் பேருந்துகள் கடந்தும், கூட்டமிகுதியால் ஒரு சாதாரணக் கட்டணப் பேருந்து நிற்காமல் சென்றும் நேரமாகிவிட்டிருந்தது. பொறுக்க பொறுக்க மனம் பொறுமையிலில்லை. பேருந்து வருமோ வராதோ தெரியவில்லையே, பேசாமல் ‘டீலக்ஸ்’லேயே போயிருக்கலாமே, பணத்தைப் பார்த்தது தவறாய்ப் போயிற்றே என்று தோன்றியது. அடுத்த பத்து நிமிடங்களில் சொகுசுப் பேருந்தே வந்தது . . . வந்ததே போதுமென்று ஏறிக்கொண்டு, பயணச்சீட்டிற்குப் பணம் கொடுத்தேன். சீட்டை வாங்கிப் பார்த்தபோது தோன்றியது . . .

‘இந்த மானங்கெட்ட பொழப்புக்கு மொத டீலக்ஸ்லயே போயிருந்தாலாவது முன்னாடியே போய் சேந்து, இவ்ளோ நேரம் மெஸ்ல சாப்ட்டிருக்கலாம். போய் சேர்றதுக்குள்ள ஹாஸ்டல்ல சோறு இருக்குதா இன்னானு தெரியல . . .’

கிழக்குப் பதிப்பகம் ஞாயிற்றைப் பிரசுரித்ததால் விடிந்த பொழுது ஞாயிறு ஆனது. ‘நேற்றே கூட்டம் ஈக்களாய் மொய்த்தது. இன்று சொல்லவே தேவையில்லை கொசுக்கள் போலத்தான் பிடுங்கும்’ என்றவாறே அரங்கத்தினுள் நுழைந்தோம். விறுவிறுவென்று விற்பனையானது தேநீர். தேநீர் குடிப்பது பித்தம் என்று சொல்லும் கிழங்கட்டைகள் கூட தேநீர் பித்துப் பிடித்துத்திரிவது சிரிப்பையே தந்தது.

மதியம் 2 மணியாகியும் உணவு பற்றிய கிசுகிசுப்பு எதுவும் வெளிவராததால் சகா ஒருவன் வந்து சுரேஷிடம் விவாதித்தான். அதிலிருந்து 4 மணி நெருங்க ஆரம்பித்தும் எங்களுக்கான மதிய உணவு வந்து சேரவில்லை. சகாக்கள் நாங்கள் அனைவரும் ஒருவர் மாற்றி ஒருவர் கணக்குப் பிள்ளையை நச்சரிக்கத் தொடங்கிவிட்டோம். அவரும் இரண்டு முறை அலைபேசியதாகத் தெரிவித்தார். இன்னும் கொஞ்ச நேரத்தில் உணவு இல்லையென்றானால் வேலை நடக்காது என்ற முடிவை நாங்களும் தெரிவித்தோம்.

‘குடுக்கிறதே ரெண்டு நாளுதான். ..ங்கோத்தா அதயும் ஒழுங்காக் குடுக்க மாட்றானுங்க. எவ்ளோ நேரந்தான் பசிய பொறுக்கறது’ சகா ஒருவன் சண்டைக்கே தயாரானான்.

‘பேசாம நேத்து மாதிரி தக்காளி சோறு பொட்டலத்தயே குடுத்தானாக் கூடப் போதும், சாப்ட்டு வேலயப் பாக்கலாம், வயிறு வேற ‘கவாங், கவாங் . . .’ன்து.’

‘நேத்து அந்த தக்காளிச் சாதம் நல்லாவேலன்னு சொன்னமுல்ல. அதான் அந்தக் கடுப்புதான் காண்ட்ரெட் காரனுக்கு . . .’ சிலம்பும் பேசினான்.

‘சரிடா நேத்துதான் சரியில்ல. இன்னைக்காவது நல்ல சாப்பாடா வாங்கிக் குடுப்பானுதான் சொன்னோம். அவன் இப்டி காயப்போடுவானு யார் நெனச்சிப்பாத்தா?’ சுரேஷின் முகமும் சுருங்கியிருந்தது.

‘இல்லடா பதிப்பகத்துல வேல செய்ற பசங்களுக்குலாம் மதியச் சாப்பாட்டுக்கு டோக்கன் தந்துட்றாங்கடா. இவனுங்கதான் கடுப்பேத்தறானுங்க’ என்றேன்.

‘எல்லாம் இக்கரைக்கு அக்கரை பச்சதான். அவங்களுக்கும் குறிப்பிட்ட டைம் வரைக்கும்தான். அதுக்குமேல சாப்பாடு கெடையாது. அந்த டைம்முக்கே போனாக்கூட சாப்பாடு காலி ஆயிடுச்சுனு சொல்றாங்களாம். ஒரு மணிக்கே போனாதான் அவங்களுக்கு சோறு’ தீர்ப்பெழுதினான் சிலம்பு. பேசிக்கொண்டிருக்கும்போதே சகா ஆறேழு பொட்டலங்களையும், அதற்குச் சமமான தண்ணீர் பொட்டலத்தையும் ஏந்திக் கொண்டு வந்தான்.

‘டேய் என்னடா இது? இன்னைக்கும் இந்த சாப்பாடு தானா அப்ப நல்ல சாப்பாடு இல்லையா?’ இன்னொருவன் நொந்தான்.

‘இல்ல மச்சி, காண்ட்ரேட்டுகாரன் எங்கயோ வெளியப் போய்ட்டு வந்தானாம். வர வழியில எந்த ஓட்டல்லயும்

சாப்பாடு இல்லயாம். அதான் இதையே வாங்கிட்டு வந்துட்டானாம். இது 'தக்காளி' இல்ல 'லெமன்..'

'அவன் சரியானத் திருடன்டா அவன். இதக்கூட பத்துருபாக் குடுத்து வாங்கறதுக்கு பால்மாறினு அவன் வீட்லயே கூட செஞ்சி எடுத்துனு வந்திருப்பான்....'

'சூப்பரா சொன்னிங்க சார். அவன் அப்டியாப்பட்ட ஆளு தான். இப்டி ஒரு சோறே வேணாங்க... அவங்கிட்டயே எடுத்துட்டுப் போய் திருப்பிக் குடுத்துடலாம்...' இப்படி சொன்னது நம்ம சிலம்புதான்.

'டே டே அடக் கொரங்கு. ஏற்கனவே பசியில அவ அவங் கண்ணுல்லா சுருங்கிப் போய் கெடக்கு. நீ இப்பதான் புரட்சி பண்றயா? மூடிட்டு குட்றா அத...' என்று பொட்டலத்தைப் பிரிக்கத் தொடங்கினேன். பிரித்துப் பார்த்ததும் எலுமிச்சைச் சோறு அதன் மஞ்சள் நிறத்தை அப்படியே தக்கவைத்துப் பொலிவுற்றது தெரிந்ததும்,

'சொர்க்கம் சோத்திலே...' என்று பாடினேன்.

'இன்னஙசார், சினிமாப் பாட்ட மாத்திப் பாட்றிங்க?' சகா கேட்டான். தன் கையிலிருந்த தண்ணீர் பாக்கெட்டின் முனையைப் பற்களின் நடுவில் வைத்து நசுக்கிக் கொண்டே,

'மாத்திப் பாட்றானுங்களா? கேட்ரிங் போனா இவனுக்கும், செல்வராசுக்கும் வேற இன்னா வேல. நல்லா இருக்கிற பாட்டயும் நாசமாக்கிடுவானுங்க. இன்னும் நெறயப் பாடுவானுங்களே..' சுரேஷ் சொன்னான்.

'சார் சார் அப்ப இன்னொரு பாட்டுப் பாடுங்க'.

'அட நீங்க ஒருத்தரு. சும்மா அதலாம் சுச்சுவேஷன்க்கு தகுந்த மாதிரிக் கத்த வேண்டியதான்...' என்றேன்.

'சரி அது மாதிரிதான் இன்னோன்னு கத்துங்க..' மீண்டும் வற்புறுத்தினான்.

'இதோ பாடகரே இங்கதான் இருக்காரு, அவர பாட சொல்லுங்க", சிலம்புவை இழுத்து விட்டேன். அவன் முறைத்ததால் நானே பாட வேண்டியதாயிற்று.

'வயிறோசை கடகட கடவென
பெருங்குடல் அரிக்குது
சிறுகுடல் சிரிக்குது
சோத்த கேக்குது...'

பாடினேன்.

‘சார் . . . சார் . . . சூப்பர் சார். சூப்பரா இருக்கு’ என்றான்.

‘அட இருங்க இன்னும் இருக்கு. டே அந்தப் பாட்ட பாட்றா. அந்த ‘மெட்டுப்போடு’ பாட்டு..’ என்று கேட்டான் சுரேஷ்.

‘மெட்டுப்போடு – இட்லிய
புட்டுப்போடு..
அட
வடை இருக்குது
லட்டு இருக்குது
புட்டுப் போடு..”

என்று பாடி மீண்டும் முதல் வரிக்கு வரும்போது கூடவே இன்னொருவனும் ‘மெட்டுப்போடு’ என்று மெட்டுப் போட்டான்.

“சார் கலக்குறிங்க போங்க. ஆனா இது இட்லி இல்ல ‘லெமன்’ என்று சொல்லிவிட்டுச் சிரித்தான். நாங்களும் சேர்ந்து கொண்டோம். குறைபட்டுக் கொண்டே சாப்பிட் டாலும் கூத்தடித்தது மனதை நிறைத்தது. அவசரமாகச் சாப்பிட்டுப் பிரிந்தோம். ஆனாலும் பொறுமையாகவே வேலையில் ஈடுபட்டோம். சுரேஷ்க்கு திருப்தியிருந்த மாதிரி தெரியவில்லை. வயிறு நிறையாததை அவன் விழிகள் உணர்த்தின.

‘சாமியோ . . . சோறு கொஞ்சம் வயித்துக்குள்ள போனாதான் கண்ணுல ஒரு பொலிவே வருதுடா . . .’ என்றேன்.

‘போடி தூர. அவங்குடுத்த சாப்பாடு கடாப்பல்லுக்குக் கூடப் பத்தல . . . இவருக்கின்னாடானா கண்ணுல பல்பு எரியுதாம்’.

‘டே அடப் பொணந்தின்னி, இதயாவது குடுத்தானே. இதயும் குடுக்கலனா பல்பு கில்பெல்லாம் பீஸ் போய்ட்ருக்கும். ஆனா ஒன்னு அஞ்சுமணி வரைக்கும் பாத்துட்டு கெடைக்க லன்னா கேன்ல இருக்கிற டீய எல்லாத்தயும் கீழ ஊத்திட்டி ருப்பேன். அவ்ளோ வெறியா வந்தது . . .’

‘அடக் காமாலயா, இன்னாடா இப்டி பேசற’ என்று புரியாதவன்போல் கேட்டாலும் உள்ளுக்குள் தீவிரவாதத்தின் தோற்றுவாயை நினைவுபடுத்திக் கொண்டான். இடையில் தேநீர் கேட்டு வந்த வாடிக்கையாளரால் பேச்சு திசை மாறியது. விற்பனையை முடித்துவிட்டு மீண்டும் நெருங்கியபோது,

‘நாலு நாள்ல பொங்கல் வரப்போகுது. நீபாட்னு அவங்கிட்ட ஓ.கே சொல்லிட்ட. எங்க வீட்ல என்ன சொல்லி சமாளிக்கிறது தெரியல’ என்றேன்.

“சரி சரி அப்பறம் பேசலாம் போ. காண்ட்டிராக்ட் மண்டையன் வராம்பாரு அதோ...” சுரேஷ் கண்ணைக் காட்டிய திசையைப் பார்த்துவிட்டு நாங்களும் பிரிந்தோம். பறந்து விட்டு வந்து உட்கார்ந்த பின்பும் இறக்கைகளை மடக்கிக் கொள்ளாத ஈக்களைப் போல், சுரேஷின் மனதும் சாப்பிட்ட பின்னரும் பசித்திருந்த நேரத்தையே தூக்கிச் சுமந்தது. ஆனால் எனக்குள்ளவோ பொங்கல் கனவுகள்தான் விரிய ஆரம்பித்தன. மூன்று பானையிலும் பொங்கும் பொங்கல், பானைக்கு மஞ்சள் தாலி கட்டி அம்மாவை வாழ்த்தச் சொல்வது, மாட்டுக் கொம்பில் வண்ண மடித்து சட்டையையும் வண்ணமாக்கிக் கொண்டது, வீட்டுக்குள்ளே வந்து குடத்திற்குள் வாய் வைத்து தண்ணீர் குடிக்கும் பசுங்கன்றின் தலையில் கொம்பில்லாததால் கழுத்தில் பலூன் கட்டியது என்றெல்லாம் சொல்லி மாளாத மகிழ்ச்சிப் பொங்கலின் நினைவுகள் மனதிற்குள்ளேயே பொங்கின. இப்படியே பொங்கலும் வந்தது. அடுத்த இரண்டு நாளில் புத்தகக் கண்காட்சியும் முடிந்தது. சம்பளமெல்லாம் சவுகத் அண்ணன் வார்த்தையை நிறைவேற்றியது.

இப்படியே வேலைக்குப் போவது, வகுப்புக்குப் போவது, வாய்ப்புக் கிடைக்கும் போதெல்லாம் ஊருக்குப் போவது என்று காலம் எங்கள் நாள்களைத் தின்று அதன் தோலைக் குப்பைத் தொட்டியில் வீசியது. காலத்தின் இரைப்பைக்குள் நாங்கள் சீரணமானோம். எங்கள் பருவத்தேர்வுக்கும் அது பள்ளியெழுச்சி பாடியது. ஆனால் அதுதான் எங்கள் இரண்டாண்டுப் படிப்பிற்கு ஒப்பாரி என்பதை உணர்ந்தும் உணராமல் கிடந்தோம். பருவத்தேர்வு பற்றிய அக்கறையே இல்லாத மனநிலை, படிக்க வேண்டுமே என்கிற பயமும் இல்லாத மனநிலையோடு ஒரு பட்டப் படிப்பை முடித்தால் போதுமென்கிற எண்ணமே எங்களுக்கானதாயிருந்தது. வகுப்பைத் தாண்டிய எங்கள் வெளி உலகம் படிப்பில் மட்டுமே நிலை நிற்கவில்லை, படிப்பையும் நிலைப்படுத்திக் கொள்ளவில்லையே என வெறுமை பிடித்துக் கொண்டிருந்தமை எல்லார்க்கும் பொதுவானது. பருவத்தேர்வுக்கு இரண்டு நாட்களே இருக்கின்ற நிலையிலும் சுரேசும், சக்தியும் கேட்ரிங்கிற்குச் சென்றனர்.

தேர்வுத் தேதி வந்தது. ஐந்து நாள்கள் ஆட்சி செலுத்திடத் தயாரானது. இரண்டாம் நாள் தேர்வெழுதி விட்டு வெளியே வந்த போது சுரேஷ் அழைத்தான்.

“எக்ஸாம் முடிஞ்சதுமே அன்னைக்கு நைட்டே ஊருக்கு கெளம்பலாமாடா?” என்று கேட்டான்.

“போலான்டா. என்ன போலாமானு வேற புதுசாக் கேக்கற. ஏன் எதனா வேல இருக்கா?”

‘அதுக்கில்லடா, வேலயும் இருக்கு, சரி கடைசி நாளாச்சும் எல்லாரும் ஒன்னாப் படத்துக்குப் போலான்னு சக்தி கேட்டான் அதான் ...”

‘வேல இருக்குன்ற என்ன வேல? கேட்ரிங்கா?’

‘ஆமான்டா. எக்ஸாம் முடிஞ்சி 25, 26–ந் தேதி கேட்ரிங் இருக்குன்னு நேத்து சொல்லியிருக்காங்க. சிலம்பு அப்பவே பேரு குடுத்துட்டான். நாந்தான் குடுக்கல. அவன் அந்த வேலைய செஞ்சிட்டு, காசு வாங்கனாதான் கை செலவுக்குன்னு போறன்றான். கேட்ரிங் முடிச்சிட்டுதான் ஊருக்கும் கெளம்பப் போறானாம். காலைல சக்தியும் கேட்ரிங் போப்போறன்னுதான் சொல்றான்’.

‘சரி விடு. நம்ம பேரையும் குடுத்திடு வேலைக்கி. திரும்பவும் எல்லாரும் எப்ப பாக்கப் போறோமோ? இருக்கற வரைக்கு மாவது ரெண்டு நாளைக்கு ஒன்னா இருந்திட்டுப் போவன்டா’.

‘சரிடா. நானும் சக்திய எங்க வீட்டுக்கு கூப்ட்டு போலான்னு இருக்கேன். ஏனா அவனே வரன்னு வாயத்தொறந்து கேட்டுட்டான்’.

‘அப்பறமென்ன, எல்லாரும் ஒன்னா இருந்துட்டு ஒன்னாவே ஊருக்குக் கெளம்புவோம்’.

தேர்வு முடிந்தது. மறுநாள் என்னைத் தயார்படுத்திக் கொண்டு அவர்களின் விடுதிக்குச் சென்றேன். அதைப் படிக்க வேண்டும், இந்தக் கட்டுரை எழுத வேண்டும், அந்தப் பொருண்மையில் வகுப்பில் விவாதிக்க வேண்டுமென்ற எந்தக் கடமையும் தடை செய்யாத அன்று இரவு முழுவதும் பேசிக் களித்தோம். இரண்டாண்டுகளில் எங்களுக்குக் கிடைக்காதவைகளுள் இப்படிப்பட்ட இரவும் ஒன்று. நூலறுந்த பட்டங்கள் வானத்தில் ஒன்று கூடியது போல் ஆடினோம். இரண்டாண்டு நிகழ்வுகளை இந்த இரவுக்குச் சொல்லிக் கொண்டிருந்துவிட்டு, உறங்க முயற்சித்தோம். சிலம்புவின் கண்கள் கூரையையே வெறித்துப் பார்த்தன. இரண்டாண்டு தொலைந்து போன மாயம் மட்டும் புரியாமல் அந்த வறண்ட கனவுகளை நனைத்திட அதிலிருந்து கண்ணீர் நழுவியது.

வேலையெல்லாம் முடிந்து, பணத்தைப் பெற்றுக் கொண்டு கிளம்பினோம். சக்தி தனது வீட்டிற்கே போகவிருப்பதாயும்,

இம்முறை பேருந்திலேயே செல்லவிருப்பதையும் தெரிவித்தான். நாலைந்து பேராக கோயம்பேடு வந்து சேர்ந்தோம். இதோ இந்தக் கோயம்பேட்டில் எத்தனையோ முறை பேருந்து ஏறியும், இறங்கியும் இருந்தாலும் இன்று ஏனோ புதிதாய் தெரிந்தது. கோயம்பேட்டிலிருந்து திருவண்ணாமலைக்கும், விழுப்புரத்திற்கும், அரியலூருக்கும், வந்தவாசிக்கும் பேருந்துகள் கிளம்பின. நாளை திருவண்ணாமலையிலிருந்தும், விழுப்புரத்திலிருந்தும், அரியலூரிலிருந்தும், வந்தவாசியிலிருந்தும் கோயம்பேட்டிற்கு வேறு பேருந்துகள் வரக்கூடும்...